பாலம்மாள்
முதல் பெண் இதழாசிரியர்

தொகுப்பாசிரியர்

கோ. ரகுபதி

பாலம்மாள் முதல் பெண் இதழாசிரியர்

♦ தொகுப்பாசிரியர் : கோ. ரகுபதி
♦ முதற்பதிப்பு : நவம்பர் 2019 ♦ அட்டை ஓவியம் : ரோஹிணி மணி
♦ வடிவமைப்பு : வெ. பாலாஜி

Balammal Muthal Pen Ithazhasiriyar

♦ © Editor - **K. Ragupathi**
Thadagam : First Edition -November - 2019

Published by Thadagam, 112,Thiruvalluvar Salai,
Thiruvanmiyur, Chennai 600041

Phone : +91- 44- 4310 0442 | +91 - 89399 67179
www.thadagam.com ♦ info@thadagam.com

ISBN: 978-93-88627-07-8

INR : 160

ஆசிரியர் குறிப்பு

கோ. ரகுபதி – சாதி குறித்த ஆராய்ச்சியில் ஈடுபாடுடையவர். ‘ஆதிமருத்துவர் சவரத் தொழிலாளராக்கப்பட்ட வரலாறு *(2006)*’, ‘தலித்துகளும் தண்ணீரும் *(2011)*’, ‘தலித் பொதுவுரிமைப் போராட்டம் *(2014)*’ ஆகியன இவர் எழுதிய நூல்கள். ‘ஆனந்தம் பண்டிதர்: சித்த மருத்துவரின் சமூக மருத்துவம் *(2016)*’, பறையன் பாட்டு தலித்தல்லாதோர் கலகக் குரல் *(2017)*, இரட்டைமலை சீனிவாசனின் மதநிலைப்பாடு *(2018)* ஆகிய நூல்களைப் பதிப்பித்தார். ‘தீண்டாமைக்குள் தீண்டாமை: புதிரை வண்ணார் வாழ்வும் இருப்பும் *(2016)*’ என்ற நூலைச் சென்னை வளர்ச்சி ஆராய்ச்சி நிறுவன இணைப் பேராசிரியர் சி. லட்சுமணனுடன் இணைந்து எழுதினார். முதுகலை, முனைவர் பட்டங்களை திருநெல்வேலி மனோன்மணியம் சுந்தரனார் பல்கலைக் கழகத்தில் பயின்றார். தமிழ்ப் பத்திரிகையில் பத்திரிகையாளராகப் பணியாற்றினார். திருநெல்வேலி மனோன்மணியம் சுந்தரனார் பல்கலைக் கழகத்தின் சமூக விலக்கல் மற்றும் உட்கொணர்வுக் கொள்கை ஆய்வு மையத்தில் இணை ஆராய்ச் சியாளராகவும், சேலம் மாவட்டம் ஆத்தூர் வடசென்னிமலை அறிஞர் அண்ணா அரசுக் கல்லூரி வரலாற்றுத் துறையில் உதவிப் பேராசிரியராகவும் பணியாற்றினார். தற்போது விழுப்புரம் மாவட்டம் திண்டிவனம் திரு ஆ. கோவிந்தசாமி அரசினர் கலைக் கல்லூரி வரலாற்றுத் துறையில் கற்பிக் கிறார்.

நன்றி

சிந்தாமணி இதழைக் கண்டெடுக்க பெருந்துணைபுரிந்த தமிழ்நாடு ஆவணக் காப்பக நூலகர் திரு. உ. ஜெகன் பார்த்திபன் ♦ இந்நூலின் முன்னுரையை வெளியிட்ட காலச்சுவடு ♦ இதழ் இந்நூலை வெளியிடும் தடாகம் பதிப்பகம்.

பொருளடக்கம்

வி. பாலம்மாள்: புரிதலுக்கான புள்ளிகள்	06
கோ. ரகுபதி	
சிந்தாமணியின் சிரமம்	12
பெண் விடுதலை	36
பெண் திருமணம்	54
பெண் ஆரோக்கியம்	66
பெண் அரசியல்	76

சிறுகதைகள்

கிண்டி குதிரைப் பந்தயம்	94
தேச சேவை	103

வி. பாலம்மாள்: புரிதலுக்கான புள்ளிகள்

கோ. ரகுபதி

தமிழ்ப் பதிப்பு வரலாற்றில் ஆண்களின் சிந்தனைகள் தொகுக்கப் படுகின்றன. பெண்களின் சிந்தனைகளுக்கு முக்கியத்துவம் தரப்பட வில்லை. பெண் விடுதலை குறித்த எழுத்துகளில் ஆண் சிந்தனையின் ஆதிக்கம் இருக்கிறது. கல்வி, திருமண வயது, கைம்பெண் மறுமணம் எனப் பெண் விடுதலை குறித்துப் பிரித்தானிய ஏகாதிபத்திய இந்தியாவில் நடைபெற்ற விவாதங்களில் தங்கள் நிலைப்பாட்டைப் பெண்கள் எடுத்துரைத்தனர். அவர்களில் வி. பாலம்மாள் குறிப்பிடத்தகுந்தவர். அவரது சிந்தனைகள் இங்குத் தொகுக்கப்பட்டுள்ளன. இவர் ''ஸகோதரி வி. பாலம்மாள்'' என அழைக்கப்பட்டார். மணவாழ்வைத் துறந்தவர். தமிழ், கன்னடம், சமஸ்கிருத மொழிகளில் திறமை பெற்றவர். இவரின் தந்தை டாக்டர் ஏ.ஆர். வைத்யநாத சாஸ்த்ரியார். தாயின் பெயர், பிறப்பு, இறப்பு, வளர்ப்பு, கல்வி, பிற பின்னணி குறித்து அறிந்து கொள்ள இயல வில்லை.

பெண்ணுக்கான பெண்ணின் பத்திரிகை

1924 ஆகஸ்ட் மாதம் வி. பாலம்மாள் சிந்தாமணிப் பத்திரிகையைத் தொடங்கினார். இது 'விவேகாச்ரமம், ஸலிவன்ரோட், மைலாப்பூர், சென்னை' என்ற முகவரியிலிருந்து வெளியானது. பெண் விடுதலை, தேச விடுதலை, தாழ்த்தப்பட்டோர் முன்னேற்றம் போன்றவை சிந்தாமணியின் இலக்கு. பெண் விடுதலை குறித்து நடைபெற்ற விவாதத்தில் தன் கருத்தைத் தலையங்கமாகவும் கட்டுரையாகவும் வி. பாலம்மாள் சிந்தாமணியில் பதிவு செய்தார். படைப்புகளினூடாகத் தன் நிலைப்பாட்டை வெளிப்படுத்தினார். பத்திராதிபர் குறிப்புகள் பகுதியில் பிற பத்திரிகைச் செய்திகளை வெளியிட்டு அதற்கு விமர்சனம்

எழுதினார். அக்கால இதழ்களான 'தாய்நாடு', 'குடியரசு', 'ஜஸ்டிஸ்', 'இந்து சாதனம்' 'பொதுஜன மித்திரன்', 'தாரூல் இஸ்லாம்' 'தேசோ பகாரி' போன்றவை சிந்தாமணியை ஆதரித்தன. இப்பத்திரிகைகள் முரண்பட்ட அரசியல் நிலைப்பாட்டைக் கொண்டிருந்தபோதிலும் அவை பெண் விடுதலையை ஆதரித்ததால் பெண்ணுக்கென வெளியான 'சிந்தாமணி'யை வரவேற்றன. கொழும்பிலிருந்து வெளியான 'தேசபக்தன்' இதழ் பாலம்மாளின் எழுத்துக் குறித்து, ''தமிழ் மாதரின் முன்னைய உன்னத நிலையை நாடி நம்மனோர் செய்யவேண்டிய சீர்திருத்தங்களையும் பொதுப்படையான வியாசங்களிலும் இனிய சிறு சிறு கற்பனைகளிலும் சரித்திரபூர்வமான கதைகளிலும் தெற்றென விளக்கியிருப்பது பெரிதும் மெச்சத் தக்கது'' எனக் கூறியது.

முக்கிய ஆளுமைகளும் 'சிந்தாமணி'யை ஆதரித்தனர். இப்பத் திரிகையைப் ''பெண்களுக்கெனச் சிறப்பாக முழுப்பொறுப்பையும் ஏற்றுத் தென்னிந்தியப் பெண் ஒருவரால் வெளியிடப்பட்ட முதல் பத்திரிகை'' எனப் பண்டிதை அசலாம்பிகை குறிப்பிட்டார். 'சிந்தாமணி'யில் பெண்களைப் பற்றி ஆண்களும் எழுதினர். ஆண்களும் பெண்களும் எழுதிய பொதுவான கட்டுரைகளும் கதைகளும் வெளியாயின. 'பாபிலோனின் பெண்கள்', 'மார்க்கோபோலோவின் யாத்திரை' போன்றவற்றைச் சான்றுகளாகக் குறிப்பிடலாம். அன்றைய காலங்களில் வெளியான பத்திரிகைகள், நூல்கள், மருந்து, உடுப்பு போன்ற விளம்பரங்கள் 'சிந்தாமணி'யில் வெளியாயின. 1924 ஆகஸ்ட் முதல் 1930ஆம் ஆண்டு வரை உள்ள காலங்களில் இடையிடையே இப்பத்திரிகையின் சில பிரதிகள் கிடைத்தன. இவற்றில் பாலம்மாள் எழுதிய சிறுகதைகள் தவிர பிற கட்டுரை, தலையங்கம், கடிதங்கள் இங்குத் தொகுக்கப்பட்டுள்ளன. இப்பத்திரிகை எப்போது நின்றது? என்பதை அறிய இயலவில்லை.

படைப்புகள்

வி. பாலம்மாள் அடிப்படையில் படைப்பாளர் எனப் பத்மினி குறிப்பிடுகிறார்.[1] அவர் எதைப்பற்றி முதலில் எழுதினார்? எந்த ஆண்டு எழுதினார்? என்பதைத் துல்லியமாகக் கூற இயவில்லை. 'பெண் கல்வி' மாத இதழில் 1911ஆம் ஆண்டு எழுதிய கட்டுரை அவரின் தொடக்க கால எழுத்துகளில் ஒன்று. இவருடைய படைப்புகள் பள்ளிப் பாடப்புத்தகங்களாக அரசால் ஏற்கப்பட்டன. இவரின் 'சுபோத ராம சரிதம்' என்ற சமஸ்கிருத ராமாயணப் பாடல் மைசூரு மாகாணத்தில்

1. ப. பத்மினி, மறக்கப்பட்ட பதிவுகள்: பெண் எழுத்து வரலாறு, 1896-1950, ப. 62.

*1917*ஆம் ஆண்டும் சென்னை, வங்காள மாகாணங்களில் *1918*-ஆம் ஆண்டும் பள்ளி மாணவர்களுக்குப் பாட நூலாக அரசின் பாடநூற் குழுவால் ஏற்கப்பட்டது. அவர் எழுதிய 'சாணக்ய சாகஸம் அல்லது சந்திரகுப்த சரித்திரம்' எனும் வரலாற்றுப் புதினத்தின் முதல் பாகம் *1914*ஆம் ஆண்டும்; இரண்டாம் பாகம் *1918*-ஆம் ஆண்டும் வெளியானது. இது *1919*-ஆம் வருடத்திய எஸ்.எஸ்.எல்.சி. மாணவர்களுக்கு பாடநூலாக அரசால் ஏற்கப்பட்டது.[2]

'அதிருஷ்டம்' (ஆகஸ்ட் *1925*), 'கிண்டி குதிரைப் பந்தயம்' (பிப்ரவரி*1926*), 'திருச்செந்தூர் கந்த ஷஷ்டி' (ஏப்ரல் *1926*), 'கற்பகத்தின் காதற் கடிதம்' (ஆகஸ்ட் *1927*), 'தேச சேவை' (அக்டோபர்-நவம்பர் *1928*) போன்ற சிறுகதைகளை அவர் படைத்தார். 'ஒற்றுமையின் வெற்றி', 'மனோகரி அல்லது மரணத் தீர்ப்பு', 'நிராசை அல்லது நீங்காத் துயரம்' 'புருஷோத்தமன் அல்லது புன்சிரிப்பு', 'கலாவதி அல்லது காலத்தின் கொடுமை' போன்ற தொடர்களை எழுதினார். 'விருந்தில் விலங்கு', 'அவள் இஷ்டம்' 'இவர் யார்' ஆகியவை சிறுகதைத் தொகுதிகள்.[3] பாலம்மாள் எழுதிய 'திலகவதி' பிராமணகுடும்பத்தைப் பற்றிய புதினம். இப்புதினத்திற்குச் சென்னை சர்வகலாசாலை போதகாசிரியர் டாக்டர் எஸ். கிருஷ்ணஸ்வாமி அய்யங்கார் முன்னுரை எழுதினார். இப்புதினம் குறித்து இந்துப் பத்திரிகை *1920* ஆகஸ்ட் *27* அன்று மதிப்புரை எழுதியது. பட்டேல் முன்மொழிந்த சிவில் திருமண மசோதா, தென்னிந்திய ரயிலில் பயணத்தின்போது ஏற்படும் அசௌரியங்கள், போர் முதலியவை பற்றி 'திலகவதி'யில் பேசப்பட்டுள்ளது. ''உண்மைக் காதல் அல்லது ஒற்றுமையின் வெற்றி'' குடும்ப உறவு, சீர்திருத்தம் போன்றவற்றில் என்னென்ன செய்யவேண்டும் என்பன பேசப்பட்டுள்ளன.

மொழிப்பெயர்ப்புகள்

பிற மொழிகளில் எழுதப்பட்ட கதை, கட்டுரைகளைத் தமிழாக்கம் செய்தார். 'காப்பியின் மகிமை' (அக்டோபர் *1926*) என்ற சிறுகதையை மொழி பெயர்த்தார். இந்தியக் கைத்தொழில் விசாரணைச் சங்கத்தின் அறிக்கையில் மதன்மோகன மாளவியா எழுதிய தனிக்குறிப்பைத் தமிழில் மொழிபெயர்த்தார். இதனை 'இந்தியக் கைத்தொழில் சிறப்பு' என்ற தலைப்பில் வழக்கறிஞர் டி. ரங்காசாரியார் முன்னுரையுடன் வெளியிட்டார். பொதுச் சேவைக் குழு உறுப்பினர் அப்துர் ரஹீமின் மறுப்புரையை 'ராஜசேவையும் இந்தியரும்' என்ற தலைப்பில்

---

2. ப. பத்மினி, மறக்கப்பட்ட பதிவுகள் நூலில் மேற்கோள்காட்டியது, ப. *63*.

3. மேலது, ப. *63*.

பாலம்மாள் தமிழில் மொழிபெயர்த்தார். இப்புத்தகத்திற்கு ஹிந்து இதழாசிரியர் எஸ். கஸ்தூரிரங்க அய்யங்கார் முன்னுரை எழுதினார். "இப்புத்தகம் உலவ ஆரம்பித்தவுடன் இந்திய ஸ்வராஜ்ய விரோதிகள் ஆங்கிலம் படியாத கிராமத்தார்களை வீண் மிரட்டல்களுக்கு உள்ளாக்க முடியாது. இந்தியக் குடிகளின் ஒத்துழைக்கும் தன்மையை விருத்தி செய்யக்கூடிய இவ்வருமைப் புத்தகத்தை இக்காகிதக் கிராக்கியில் துணிந்து வெளியிடவந்த சகோதரி பாலம்மாளின் முயற்சி இந்தியாவிற்கு மிகுந்த பலனைக் கொடுக்கும்" எனத் திராவிடன் பத்திரிகை (**1917** நவம்பர் **7**) விமர்சனம் எழுதியது.

படைப்பில் அரசியல்

பாலம்மாள் தன் அரசியல் நிலைப்பாட்டைப் படைப்புகள் வழி தெரிவித்தார். 'தேச சேவை' சிறுகதையில் முதலாளிகளின் வளர்ச்சிக்குத் தொழிலாளர்களே காரணம் என்பதைக் கூறுகிறார். "தனவந்தர்களின் ஐசுவரியப் பெருக்கத்திற்கு ஏழைகளின் சரீர உழைப்பே காரண மென்பதை இவர்கள் யோசிப்பார்களாகில், ஏழைக்குடிமக்களைப் பிரபுக்கள் எவ்வளவு பொறுப்புடனும் அன்புடனும் ஆதரிக்கவேண்டு மென்பது உள்ளங்கை நெல்லிக்கனிபோல் விளங்குமல்லவா?"[4] இந்நிலைப் பாட்டைத் தன் கதாபாத்திரம் மூலமாகவும் கூறுகிறார். பஞ்சாலை முதலாளியின் மகள் பத்மினி தன் தந்தையிடம், "பணத்தைத் தாங்கள் சேர்ப்பதற்குத் தொழிலாளிகளின் உழைப்புதானே காரணம்!" எனக் கூறச் செய்தார்.[5] தொழிலாளர்களின் உழைப்புதான் முதலாளிகளின் வளர்ச்சிக்கு அடித்தளம் என்பது பாலம்மாளின் நிலைப்பாடு. மற்றொரு பணக்காரரின் மகனான தேவதத்தனை ஆடம்பர வாழ்வை உதறிவிட்டுத் "தாழ்த்தப்பட்ட" மக்களுக்கு உழைப்பவராக முன்னிறுத்துகிறார். அதேசமயம், "வீட்டிலுள்ள பெண்மக்களைக் கவனியாதவர்கள்தானா தாழ்ந்த வகுப்பினரைக் கைதூக்கிவிடப் போகிறார்கள்? பெண்மக்களின் சுதந்தரம் இத்தகையது என்று யாராவது நிதானித்திருக்கிறார்களா? பெண்கல்வி விருத்தியாகும் வழியில் பாடசாலை ஒன்றாவது ஸ்தாபிக்கப் பட்டிருக்கிறதா?"[6] என்ற கேள்விகளின் வழி ஆடவர்களைப் பெண் விடுதலைக்கும் போராடுமாறு வலியுறுத்துகிறார். இக்கதையில் சாதி, வர்க் கம், கடந்த மணவுறவைப் பேசுகிறார்.

---

4. தேச சேவை, சிந்தாமணி (நவம்பர் 1928), ப. 200.

5. மேலது, ப. 218.

6. மேலது, ப. 212.

பெண்: வலியும் விடுதலையும்

மனைவிகள் பட்டினி கிடப்பதைத் தன் கதைகளில் சுட்டுகிறார். ‘கிண்டி குதிரைப் பந்தயம்’ என்ற சிறுகதையில் ‘‘வீட்டிலுள்ளதைக் கணவனுக்கு முன்னதாக இட்டு மீந்ததைக் குழந்தைகளுக்குப் பங்கிட்டு அனேகமாய்ப் பட்டினி கிடப்பதற்குச் சீதை யஞ்சியவளன்று’’[7] என்றும் ‘தேச சேவை’ என்ற சிறுகதையில், ‘‘கிடைத்ததைப் புருஷனுக்கும் மக்களுக்குமிட்டு அநேகமாய்ப் பட்டினியாகவும் சில சமயம் கால் வயிற்றுக்குப் புசித்தும் காலங் கழித்துவரும் மரகதத்தை இந்நோய் கடுமையாய்ப் பற்றிக்கொண்டது’’ எனக் குறிப்பிடுகிறார்.[8] பெண்களின் முன்னேற்றத்துக்குக் கல்வி அவசியம் என்பதில் உறுதியாக இருந்தார். அதை விமர்சித்தவர்களைக் கண்டித்தார். இந்துநேசன் பத்திரிகை பெண்கள் கற்பதை ஆதரிப்பதாகக் கூறிய அதேசமயம் ‘‘கலிகாலக் கொடு மையினால் அவர்கள் உரிமை கொள்ளுவதுடன் தத்தம் கணவன்மாரை அடுப்பூதும் வேலையிலமர்த்தி விட்டுத் தாம் சம்பாதிக்க வெளிக்கிளம்பி விடுவார்களோ என்பது தான் நமக்கு அச்சம்!’’ என்று குறிப்பிட்ட செய்தியைச் ‘சிந்தாமணி’யில் வெளியிட்டு அதற்குப் ‘‘பெண் கல்வி இன்ன தென்றும் பெண்களின் சுதந்திரம் இன்ன தென்றும் இதுவரை தீர்மானிக்கப் படாமையால் இத்தகைய அசம்பந்தமான வாதங்கள் ஏற்படுவது ஆச்சரிய மல்ல’’ எனப் பாலம்மாள் எழுதினார்.[9]

தன் துணையைத் தானே தேர்ந்தெடுக்கும் உரிமை பெண்ணுக்கு உண்டு என்பதைத் ‘தேச சேவை’ கதையில் முன்வைக்கிறார். அக்கதையில் தந்தை குடி, தாசி என வாழ்ந்தபோது பணக்கார வாழ்வை விட்டொழித்துத் தாழ்த்தப்பட்ட மக்கள் முன்னேற்றத்துக்குப் பாடுபடும் தன் சகோதரனைச் சகோதரி சந்திக்கிறார். இருவருக்குமிடையிலான உரையாடலில் அவர், ‘‘தக்க வயதடைந்தால் தனக்கேற்ற புருஷனை மணந்து பெண்மக்கள் சுகமாய் வாழ்வார்கள் என்ற நாகரிக ஆராய்ச்சியில் உனக்கே நம்பிக் கையில்லையா?’’[10] என்ற கேள்வியை எழுப்பி பொருளாதாரத்தில் ஏழ்மை நிலையிலுள்ள ஒருவரைக் காட்டி அவரைத் திருமணம் செய்வதற்கான ஏற்பாட்டை நீயே செய்துகொள் என வழிகாட்டுகிறார்.

பெண் சுதந்திரத்தைப் பாலம்மாள் குடும்பத்திற்குள் தேடினாரா? என்பது விவாதத்திற்குரியது. சுதேசிப் பத்திரிகையில் ‘‘வீட்டைவிட்டு வெளியேறி எக்காரியத்தையும் சாதிக்க வரவேண்டாம்’’ எனப் பெண் ஒருவர்

7. சிந்தாமணி (பிப்ரவரி 1926), ப. 43.

8. தேச சேவை, சிந்தாமணி (நவம்பர் 1928), ப. 200.

9. சிந்தாமணி, (ஆகஸ்ட் 1924), ப. 31.

10. தேச சேவை, சிந்தாமணி, ப. 211.

எழுதிய செய்தியை வெளியிட்டு, அதற்கு, "வீட்டு வேலைகளை வேலைக்காரரிடம் ஒப்புவித்துவிட்டு அனாவசியமாக வெளியில் உலாவுதலும் ஓயாது ஆட்டங்களையும் வேடிக்கை வினோதக் காக்ஷிகளையும் பார்க்கச் செல்லுவதும் ஸ்திரீ சுதந்தரமாகக் கருதும் பெண்களுக்கு இது ஒரு சிறந்த புத்திமதியாகும்" எனப் பாலம்மாள் எழுதினார். பெண் விடுதலைக்குப் புத்தக வாசிப்பு அவசியம் என்பதைத் 'தேச சேவை' என்ற கதையில் அழுத்தமாகக் கூறுகிறார். "... பெண் மக்களுக்கென்று தனியான புத்தகாலயங்கள் ஏற்பட்டதுடன் கிராமங்கள்தோறும் புத்தகங்களை யனுப்பிப் பெண்மக்கள் ஒழிந்த நேரங்களில் வீட்டிலியே படிக்கும்படி உற்சாகப்படுத்தினார்".

பாலம்மாளைப் புரிந்து கொள்வதற்கு இத்தொகுப்பு ஒரு முக்கிய ஆவணமாக விளங்கும். ஆனால் இது முழுமையானது அன்று. எழுத்துகள், படைப்புகள், மொழிபெயர்ப்புகள் என அனைத்தையும் மறுபதிப்புச் செய்வதன் வழி அவருடைய சிந்தனையை முழுமையாகக் காண இயலும்.

பெண் சிந்தனையைத் தமிழ்ப் பதிப்புலகம் பதிப்பிக்கவில்லை என்ற குறையை 'மாற்றத்துக்கான மகளிர் நூல் வரிசை' நீக்கும். இதன் தொடக்கப் புள்ளி சிந்தாமணி இதழ் அதிபர் வி. பாலம்மாள். தன்னந்தனிப் பெண்ணாக நின்று இதழாசிரியராக, இதழ் அதிபராக நிர்வாகப் பொறுப்பை முழுவதும் அவர் ஏற்று பெண்களுக்கென வெளியிட்ட முதல் இதழ் சிந்தாமணி. புராதனத் தமிழ்ச் சமூகத்தில் பெண்கள் பெற்றிருந்த உன்னத நிலையை மீட்டெடுக்கப் பாலம்மாள் 'சிந்தாமணி' வழியாகப் போராடினார். தொழிலாளிகளின் உழைப்பின் விளைவுதான் முதலாளிகளின் வளர்ச்சி எனக் கூறிய பாலம்மாள் பெண், தேசம், தாழ்த்தப்பட்டோர் விடுதலையை நேசித்தார்; சாதி, வர்க்கம் கடந்த மணவுறவை ஆதரித்தார். அவருடைய நூல்களுக்கு டாக்டர் எஸ். கிருஷ்ணஸ்வாமி அய்யங்கார், ஹிந்து இதழாசிரியர் எஸ். கஸ்தூரிரங்க அய்யங்கார் போன்ற ஆளுமைகள் முன்னுரை எழுதினர். பெண் முன்னேற்றத்திற்காகப் பாலம்மாள் எழுதிய தலையங்கம், கட்டுரைகள், சிறுகதைகள் இந்நூலில் தொகுக்கப்பட்டுள்ளன.

சிந்தாமணியின் சிரமம்

தேச முன்னேற்றத்திற்கும் தேச மகாஜனங்களின் கல்வி வளர்ச்சிக்கும் தேச பாஷையிலுள்ள பத்திரிகைகள் சிறந்த சாதனங்கள் என்பது ஆன்றோர்களின் அபிப்பிராயம். ஜன சமூகத்தில் ஒவ்வொரு வகுப்பும் தனது முன்னேற்றத்தைக் குறித்துப் பாடுபடுவது பலிக்க வேண்டுமாயின் பிற வகுப்புகளின் க்ஷேமலாபங்களையும் கவனித்து நடத்தல் அவசியமாகும். இங்ஙனமாக ஒருவருடைய அபிவிருத்தியை மற்றவர் கவனித்துக் கொள்ளுவதால் நாம் நம்மைப் பற்றிக் கவலைப்பட வேண்டியதில்லை என்று ஒருவரும் எண்ணி விடுதல் கூடாது. இக்காரணம் பற்றி நம் தமிழ்நாட்டுச் சகோதரிகளின் அபிவிருத்தியை முக்கியக் காரணமாகவும் மற்ற விஷயங்களைப் பொதுவாகவும் உத்தேசித்து இத்தமிழ் மாதப் பத்திரிகையை வெளியிட முன்வந்திருக்கிறேன். அவசியமான சகல விஷயங்களும் இதிலடங்கியிருக்கு மென்ற காரணம் பற்றி இதற்குச் சிந்தாமணி என்று பெயரிடலாயிற்று. நிமிஷத்திற்கு நூற்றுக் கணக்காக வெளிவந்து கொண்டிருக்கும் தமிழ்ப் பத்திரிகைகள் ஒவ்வொன்றும் மற்றவைகளை மறை பொருளாகவேனும் ஒரு சிறிது குறை கூறித் தன்னால் உலகம் க்ஷேமமடையப் போகிறதென்று விஸ்தாரமான முன்னுரையுடன் வெளியாகின்றன. பெண்மகளாகிய என்னால் ஆரம்பிக்கப்படும் இப்பத்திரிகையில் அவ்விதமான புகழ்ச்சி வாசகங்களை வெளியிட நான் துணியவில்லை. தேசத்தொண்டு புரிவதையே தொழிலாகக் கொண்டிருக்கும் சகோதர சகோதரிகளின் முன்பாக நான் வணக்கத்துடன் விக்ஞாபனம் செய்து கொள்ளுவதென்ன வென்றால் என்னாலியன்றவரை ஜன சமூக ஊழியம் செய்யவேண்டுமென்ற பேராவலுடன் சிந்தாமணி என்ற இத்தமிழ் மாதப் பத்திரிகையை ஆரம்பித்திருக்கிறேன் என்பதுதான்.

சிந்தாமணியில் பெண்கல்வி, மாணவர் முன்னேற்றம், தொழிலாளர் நிலமை, நீதிமொழிகள், சுகாதாரம், நவீன கதைகள், புராண ஆராய்ச்சி முதலிய பல விஷயங்களும் வெளிவருமாகையால் தமிழ் நாட்டிலுள்ள சகோதர சகோதரிகள் அனைவரும் என் முயற்சியை ஆதரித்து என்னைக் கௌரவிக்க வேண்டுமாய்க் கேட்டுக் கொள்கிறேன். பெண்மக்களின் அபிவிருத்திக்கு ஆடவர்களும், ஆசார சீர்திருத்தங்கள் நேர்மையான

வழியில் பரவுவதற்கு மாணவ சகோதரர்களின் ஒற்றுமையும், தேசியக் கல்விக்குப் பெற்றோர்களின் ஆதரவும், தேச க்ஷேமத்திற்குப் பெண்மக்களின் சகாயமும் காரணமாயிருத்தல் பற்றி ஆடவர்களும் மாணவர்களும் பெரியோர்களும் பெண்மக்களும் சந்தாதாரர்களாகச் சேர்ந்தும், வியாஸங்களெழுதியும் இச்சிந்தாமணியைச் சிறப்பிக்கக் கேட்டுக் கொள்ளுகிறேன்.

சிந்தாமணி, ஆகஸ்ட் - 1924.

ஓ ———————— ஓ

நமது பத்திரிகை

கட்டாய இலவசக் கல்வி, பெண்களுக்கு ஓட் சுதந்திரம் இவைகள் ஏற்பட்டுவரும் இச்சமயத்தில் பத்திரிகைகள் எவ்வளவுக் கெவ்வளவு அதிகரிக்கின்றனவோ அவ்வளவுக்கவ்வளவும் உபயோகம் அதிகமென்பதை மறுப்பாரில்லை. சிந்தாமணி என்ற பெயருடன் மாத மொருமுறை வெளிவரும் இப்பத்திரிகையில் அரசியல், பெண்மக்கட்க்குரிய படிப்பு, வீட்டுக் கைத்தொழில், பண்டைக் காலத்துப் பெண்கள் வாழ்க்கை, வீரத்தாய்மார்களின் சரித்திரம், ஜனசமூகத் தேவைகள், ஸ்தல சுய ஆட்சியின் அமைப்பு, ஜனப்பிரதிநிதிகளின் பொறுப்பு, சங்கங்களின் அவசியம், தாழ்ந்த வகுப்பாரின் முன்னேற்றம், பெரியோர்களின் பிரசங்கங்கள், தேசாபிமானிகளின் தத்துவங்கள், பரோபகாரம், ஒற்றுமை, பெண் மக்களின் சிறப்பு, குழந்தை வளர்த்தல், சுகாதார வழிகள், சம்பாஷணைகள், சிக்கனம், இந்துக் குடும்பம் வாழ்க்கையைச்சிறப்பிக்கும் வழியில் எழுதப்படும் நாவல் என்ற நவீனங்கள், உத்தம தேசாபிமானிகளின் சரித்திரங்கள், அந்நிய மொழிகளிலுள்ள உபயோக விஷயங்களின் மொழி பெயர்ப்புக்கள், ஆசார சீர்திருத்தம், சமாச்சாரக் கொத்து, புத்தகக் குறிப்பு, இந்தியத் தொழில்களின் சிறப்பு, இவை போன்ற பல விஷயங்கள் சமயோசிதமாக எழுதப்படும்.

தமிழபிமானிகளும் ஸ்திரீவித்யாபிமானிகளும் இச்சிந்தாமணியை ஆதரித்தல் கடமையாகும். சிந்தாமணியின் அபிவிருத்திக்குப் பாரத மாதாவின் பரிபூரண கடாக்ஷமும் தமிழ்நாட்டுச் சகோதர சகோதரிகளின் ஆதரவும் பூரணமாய்க் கிடைக்கும்படி எல்லாம் வல்ல கடவுளைப் பிரார்த்திக்கின்றோம்.

சிந்தாமணி, ஆகஸ்ட் - 1924.

ஓ ———————— ஓ

ஒருவேண்டுகோள்

எனது அன்புள்ள சகோதரிகளே, உண்மையுள்ள சகோதரர்களே:-

பெண் மக்கள் எக்காலத்திலும் கஷ்டப்படாமலும் கண்ணீர் விடாமலும் காலங் கழித்தலே உலக க்ஷேமத்திற் கடையாளமாகும். முற்காலத்தில் பெண்கள் சந்தோஷமாயும். கண்ணியமாயும் வாழ்ந்து வந்தார்கள் என் பதற்கு அவர்களின் கல்விப் பயிற்சியே காரணமா யிருந்தது. தற்காலம் பால வைதவியத்தாலும் ஏழ்மையாலும் நம் சகோதரிகள் படும் கஷ்டம் அளவு கடந்ததே. இவர்களுக்குக் கல்விப் பயிற்சி யுண்டானால் தங்கள் நிலைமையை யறிந்து கூடிய வரையில் ஜீவனத்திற்குச் சிரமமின்றியும் மனதிற்குச் சமாதானத்துடனும் காலங்கழிக்கலாமல்லவா? தற்காலம் ஆங்காங்கு பெண் பாடசாலைகளும் உயர்தரக் கலாசாலைகளும் ஏற்பட்டு வருகின்றனவாயினும் அவைகளால் பொதுவாய் பெண் சமூகத்திற்குத் தக்க ஆதரவு ஏற்படக் காணோம். ஒரு பெண் ஏழையாயிருக்கலாம்; இளங் கைம்பெண்ணாய் இருக்கலாம்; பல குழந்தைகளுக்குத் தாயாக விருக்கலாம்; சம்பத்துள்ளவளாக இருக்கலாம். ஆனால் எவ்வகையிலிருந்த போதிலும் தன் நிலைமையையும் தன் கண்ணியத்தையும் இன்னதென்று அறிந்து கொள்ளக் கூடியதாயும் தன் வாழ் நாளின் நோக்க மின்ன தென்பதைத் தீர்மானிக்கக் கூடியதாயும் கஷ்ட காலத்தில் தைரியத்தையும் நல்ல காலத்தில் அமைதியையும் கொடுக்கக் கூடியதாயும் உள்ள கல்விப் பயிற்சியை ஒவ்வொரு பெண்மகளும் தனது யுக்த வயதுக்குள் தேடிக்கொள்ளல் அவசியமாகும். தேச காரியங்களில் பலர் ஈடுபட முடியாதவர்களா யிருப்பினும் தேசத்தின் நிலைமை இன்னதென்பதைப் பெண்கள் அறிந்துகொள்வது முக்கியம். தேச நிலைமையைப் பற்றி ஆராய்ச்சியும் தேச முன்னேற்றத்தைப் பற்றிக் கவலையும் பெண்மக்கள் மனதில் பதிந்து விடுமாயின் வீட்டுக்குள்ளிருந்தவாறு பல குடும்பக் காரியங்களுக்கிடையிலும் தேசத்தைப் பற்றிய சிந்தனைகள் அவர்களுக்கு ஏற்படக் கூடியது நிச்சயம். தன் தாய்நாட்டைப் பற்றியும், தன் இனத்தவரின் தற்கால நிலைமையைப் பற்றியும், அவர்களின் முன்னேற்றத்தைப் பற்றியும், தன் மக்களின் எதிர்கால நிலைமையைப் பற்றியும், தேச சேவையில் ஆடவர்களுக்குள்ள கடமையைப் பற்றியும், இந்தியாவிலுள்ள ஒவ்வொரு பெண்மகளும் மனதில் சிந்திப்பதால் உலகம் க்ஷேமமடைவது உண்மை. இது பற்றி பெண் மக்கட்குரிய படிப்பு, பெண்கள் சுதந்திரம், பெண்கள் கடமை, பெண்களும் குடும்ப வாழ்க்கையும், பெண்களும் தேச சேவையும் இவைகள் போன்ற பல முக்கிய விஷயங்களையும், தீண்டாமை ஒழித்தல், கதர் உடுத்தல் இவைகளைப் பற்றியும் தீவிரமாகப் பிரச்சாரம் செய்ய வேண்டுமென்ற நோக்கத்துடன் சிந்தாமணி என்ற இத்தமிழ்ப் பத்திரிகையை ஆரம்பித்திருக்கிறேன். பத்திரிகை நடைபெறுவதற்குப் பொருள் உதவி அவசியமானதால் தயவு செய்து ஒவ்வொருவரும் இப்பத்திரிகை கைக்குக் கிடைத்ததும் சற்றும் தாமதமின்றி வருஷ சந்தா

ஐந்து ரூபாயையும் முன்பணமாக மணியார்டர் செய்ய வேண்டுமாய்க் கேட்டுக்கொள்கிறேன். வி.பி.யிலனுப்புவதில் தற்சமயம் கஷ்ட மதிகம். விலாசக்காரர் ஊரிலில்லாவிட்டால், திரும்பியும் வந்துவிடுவதால் நஷ்டமுமேற்படும். ஆகையால் முன்பணமாக ஒவ்வொருவரும் சந்தாவை அனுப்பிச் சிந்தாமணியைச் சிறப்பாக நடப்பித்தல் தமிழ்நாட்டிலுள்ள சகோதரி சகோதரர்களின் கடமை என்பதே எனது வேண்டுகோள்.

சிந்தாமணி, ஆகஸ்ட் - 1924.

சிந்தாமணி யபிமானிகளுக்கு

சகோதரி சகோதரர்களே!

'சிந்தாமணி' இப்பொழுது ஆறுபாரங்களுடன் வெளிவந்து கொண்டிருக்கிறது. அறிஞர் பலரின் வியாசங்கள் வெளியிட இடம் பற்றாமலிருப்பதால் இன்னம் இரண்டொரு பாரங்களைச் சேர்த்துப் போடநினைத்திருக்கிறேன். நமது சந்தாதார்கள் சந்தாப்பணத்தை இவ்விதழ் கண்டதும் தாமதமின்றி மணியார்டர் செய்துவிடுவார்களானால் தைமாதமிருந்தே ஒன்றிரண்டு பாரங்களைச் சேர்த்துப்போட சௌகரி யமாயிருக்கும். சந்தாவை யதிகரிக்கச் செய்யாது விஷயங்களையும் பக்கங்களையும் அதிகம் வெளியிட எண்ணும் என் முயற்சியை சந்தா தார்கள் சந்தாவையுடனே யனுப்பி ஆதரிக்கக்கோருகிறேன்.

சிந்தாமணி, டிசம்பர் - 1924

சிந்தாமணி யபிமானிகளுக்கு

சகோதர சகோதரிகளே!

எல்லாம் வல்ல இறைவனருளால் "சிந்தாமணி" யைத்தாங் களனைவரும் அன்புடனங்கீகரித்துப் பத்திரிகையை ஆதரிப்பதுபற்றி வந்தனமளிக்கின்றேன். "சிந்தாமணி"க்கு முதல் ஆண்டு பூர்த்தியடையும் சமயமாதலால் சந்தாதார்கள் தயவுசெய்து இனியும் தாமதமின்றி சந்தாவை யனுப்பிவிடக் கோருகிறேன். சந்தாவனுப்பும்படி பன்முறை கடிதமெழுதுதல் பணச்செலவுடன் சிரமமானதாயுமிருக்கிறது. அயல் நாடுகளிலுள்ளவர்களுக்கு சந்தாவனுப்பும்படிக் கடிதமெழுதுவதில் தபால் சார்ஜ் இரட்டிக்கின்றது. அயல்நாட்டிலுள்ள சிலர் தபால் சார்ஜின் உயர்வை யறியாதவர்களாகப் பத்திரிகையை வி.பி.யில் அனுப்பிவிடும்படி எழுதுகிறார்கள். அவ்விதமனுப்பினால் வருஷ சந்தா ஆறுரூபாயுடன் தபாற்கூலி மூன்று ரூபாய் ஏற்படுமென்பதைக் கவனிக்கக் கோருகிறேன். உள்நாட்டில் தபாற்கூலி சாமானியமாக விருப்பினும் ஆர்டர்படி வி.பி. யனுப்பும்போது சந்தாதார் பெற்றுக்கொள்ள முடியாத

பல அசௌகரியங்கள் அச்சமய மேற்பட்டு வி.பி. திரும்பிவந்துவிடுகிறது. பிறகு சந்தா நேயர் எழுதும் அனுதாபக் கடிதத்தால் வி.பி.யனுப்பிய நஷ்டத்தை ஈடு செய்துகொள்ள முடிவதில்லை என்பதையும் தெரிவித்துக் கொள்ளுகிறேன். "சிந்தாமணி" சந்தாதார்களில் ஏற்கனவே அனுப்பியிருப்பவர்கள் தவிர்த்து மற்றவர்கள் ஒவ்வொருவரும் இது கண்டு தமது சந்தாப்பணத்தைச் சிறிதும் தாமதமின்றி அனுப்பிவிட வேண்டுமாய்க் கேட்டுக்கொள்ளுகிறேன். அருமையான பல வியாசங் களை இடமின்றி நிருத்திவிட வேண்டியுமிருக்கிறது. தற்போதுள்ள 64 பக்கங்களுடன் அதிகமாக சில பக்கங்களைச் சேர்த்தல் படிப்பவர் களுக்கு உபயோகமாகவும் வியாச மெழுதுவோருக்கு உற்சாககரமாகவு மிருக்குமென்பதில் தடையில்லை. இது நிமித்தம் பத்திரிகா யபிமானி கள் எனக்கு இருவழிகளில் உதவி புரிதல் அவசியம். (1) தங்கள் சந்தாபணத்தைத் தாமதமின்றி அனுப்பிவிடுதல். (2) ஒவ்வொரு சந்தா தாரும் தமது நண்பர் ஒருவரையேனும் "சிந்தாமணி"க்கு சந்தா தாராக்கிப் பணமனுப்பச் செய்தல். இவ்விருவழிகளிலும் "சிந்தாமணி" யபிமானிகள் உதவிபுரிவார்களானால் பத்திரிகையை இதே சந்தாவில் எட்டு பாரங்களுடன் இன்னம் சில பாரங்களையும் வெளியிட நிச்சயித் திருக்கிறேன் என்பதையும் தெரிவித்துக் கொள்ளுகிறேன். "சிந்தாமணி" பணத்தட்டினால் சோர்வுறாமல் சமீபத்தில் அபிவிருத்தியடைவதற்கும் ஆதாரமாக சந்தாதார் அனைவரும் இவ்வேண்டுகோள்களைக் கவனித் துத்தமது சந்தாப்பணத்தைச் சற்றும் தாமதமின்றி உடனே அனுப்பிக் கொடுத்து ஆதரவளிக்க வேண்டுமாய்க் கேட்டுக்கொள்ளுகிறேன்.

சிந்தாமணி, ஏப்ரல் - 1925.

சிந்தாமணி (இரண்டாம் ஆண்டு)

எல்லாம்வல்ல இறைவனருளாலும் அன்னையின் ஆசீர்வாதத்தாலும் இன்றுமுதல் "சிந்தாமணிக்கு" இரண்டாவது ஆண்டு தொடங்குகின்றது. தற்காலம் பத்திரிகை நடத்துவதிலுள்ள பொறுப்புடன் ஏற்படக்கூடிய சிரமங்களைப் பற்றியும் அதிக மெழுதல னாவசியமென நினைக்கிறேன். எனது சுற்றுப் பிரயாண காலங்களில் பல சகோதர சகோதரிகள் இவ்வாறு ஒரு பத்திரிகையை நான் ஆரம்பித்து நடத்தி வரவேண்டுமென்று வற்புறுத்தி வந்தார்கள். தமிழ்நாட்டில் பெண்மக்களின் உன்னத இலக்ஷியங்களைக் குறித்து உழைக்கக்கூடிய பொறுப்பை வகித்தலே முதன்மையாக என்னால் எனது தாய்நாட்டிற்குப் புரியக்கூடிய தொண்டு என்பதைப் பல காரணங் களால் நானும் நன்கறிந்திருந்தும் பத்திரிகை நடத்துவதிலுள்ள சிரமத்தை யுத்தேசித்தே இதுகாறும் நான் இது விஷயத்தில் முற்படாது இருந்தேன். எதற்கும் வேளை என்பதொன்று ஏற்பட்டு விடுகிறதென்றோ. ஜனசமூக ஊழியத்திலும் தேசத்தாயின் தொண்டிலும் என்னாலியன்றவரை ஒரு

சிறிதேனும் என் கடமையைச் செலுத்த வேண்டுமென்று எண்ணிய ஆரம்ப காலமிருந்து என் சமூகத்திற்கான முன்னேற்றத்திற்கு உழைக்க வேண்டு மென்றும் அதற்குப் பத்திரிகை யொன்று நடத்துதலே ஒப்பற்ற உயர்ந்த சாதனமென்றும் நான் நினைத்திருந்தமையாலும் அரசியல் வாழ்க்கை யாகும் பெருங்கடலில் அபிப்பிராய பேதமாகிற சுறாவளிக்காற்று வீசிய காலத்தில் நான் செயலாற்று அயர்ந்திருந்தமையாலும் பத்திரிகை யொன்று வெளியிடப்போதிய சாவகாசம் அதனால் ஏற்பட்டமையாலும் தீரவாலோசித்துச் சென்ற வருஷமிருந்து ''சிந்தாமணி''யை வெளியிட முன்வந்தேன். பத்திரிகை நடத்துதல் நஷ்டம் விளைவிக்கக்கூடியதென்று பலர் தம் சொந்த அனுபவத்தை வெளியிடுவதால் பெண்பாலாகிய எனக்கு இது விஷயத்தில் எவ்வளவு கஷ்டமும் பொறுப்பு மேற்பட்டிருக் கிறதென்பதை ஸ்திரீ வித்யாபிமானிகளாகிய தமிழ்மக்கள் நன்கறிந்து ''சிந்தாமணி''யை ஆதரிக்க முற்படுவார்களென்றே நான் நம்பி இருக் கிறேன். சிறந்த விஷயங்களை எழுதி யனுப்பும் நிருப சகோதரிகளின் மனோற்சாகமும் ''சிந்தாமணி''க்கு நல்வரவு கூறி எழுதிவரும் அறிஞர்களின் அபிப்பிராயங்களும் ''சிந்தாமணி''யைச் சிலாகித் தெழுதும் வாசகர்களின் நிருபங்களும் என்னைத் தைரியப்படுத்தி வருகின்ற மையால் இவ்வருஷத்தில் பத்திரிகை பிரபலமடைந்து பல்லாயிரம் சந்தாதாரர்களைக் கொண்டு விளங்குமென்ற உத்தேசத்துடன் ''சிந்தாமணி''க்கு இரண்டாவது ஆண்டைத் தொடங்குகின்றேன். முதல் வருஷத்தில் சந்தாதாராகி ஆதரித்த சகோதர சகோதரிகள் இவ்வருஷமும் அன்புடன் ''சிந்தாமணி''யை அங்கீகரித்து ஆதரிக்கவேண்டுமாயும் ஒவ் வொரு சந்தாதாரரும் தமது நேயர்களையும் சந்தாதாரக்கி ஆதரவளிக் கவேண்டுமாயும் கேட்டுக்கொள்ளுகிறேன். சிறிதும் தவறாது உயர்ந்த வியாசங்களையனுப்பிச் ''சிந்தாமணி''யை யலங்கரித்துவரும் நிருப சகோதரிகளுக்கு என் மனமார்ந்த வந்தனமளிக்கிறேன். முதல்வருஷ சந்தாவை யிதுவரை யனுப்பாதவர்கள் தயவு செய்து உடனே அனுப்பி விடுவதுடன் இரண்டாவது வருஷத்திற்கு முன்பணமாகவும் சந்தாவை யனுப்பி உதவி புரியும்படி கேட்டுக்கொள்ளுகிறேன். ஏற்கனவே சந்தாதார்களைச் சேர்த்தனுப்பி உதவிபுரிந்துவரும் ''சிந்தாமணி'' யபிமா னிகளுக்கு என் நன்றியைச் செலுத்துகின்றேன் வருஷ ஆரம்பம் முதல் அனுப்பிய பத்திரிகைகளையும் எழுதிய கடிதங்களையும் பெற்றுக் கொண்டு முடிவில் தமக்குத் தேவையில்லை என்று தெரிவிக்கும் கனவான்களுக்கு இதனால் அதிக நஷ்டமேற்படுகிற தென்பதையும் ஆரம்பத்திலேயே வேண்டாமென்றுவிடல் சிலாக்கியமென்றும் தெரிவித் துக்கொள்ளுகிறேன். ஒவ்வொருபொது ஸ்தாபனங்களும் வாசக சாலை களும் பல பத்திரிகைகளை வரவழைப்பதுபோலப் பெண் மக்களின் முன்னேற்றங் கருத வெளிவரும் ''சிந்தாமணி''யையும் ஆதரிக்கக் கடமை பட்டுள்ளன வென்பதை தெரிவித்துக்கொள்ளுகிறேன். தம்மினத்தின்

நலத்திற்கென வெளிவரும் சிந்தாமணியைப் படிப்பதில் தமிழ்நாட்டுப் பெண்மணிகள் அதிக ஆவல்கொண்டவர்களா யிருப்பினும் தாங்களே நேரில் எழுதித் தருவித்துக் கொள்ளக்கூடிய நிலைமையில் பலர் இல்லாமையால் ஆங்கிலம் பயின்ற தமிழ் நாட்டுச் சகேதரர்களின் ஆதரவு ‘‘சிந்தாமணி’’க்கு அத்தியாவசியமாயிருக்கின்றதென்றும் தெரி வித்துக் கொள்ளுகிறேன். தமக்குத் தமிழ் மொழியில் சிறிதும் பயிற்சி யில்லாமலிருப்பினும் ஒய்வில்லாமலிருப்பினும் ஒரு சமூகத்தின் முன் னேற்றங்கருதி வெளிவருகிற தென்ற காரணத்தால் சந்தாதாராகிச் சிந்தாமணியை யாதரித்து வரும் ஸ்திடக வித்தியாபிமானிகளுக்கு வந்தனமளிக்கின்றேன். என் சமூகத்திற்கு ஓய்வின்றி உழைக்ககூடிய ஆற்றலைப் பல விதத்திலும் அளிக்கும்படி பாரதத்தாயைப் பிரார்த் திக்கிறேன். ஒவ்வொரு மாதத்திலும் கால தாமதமின்றிக் குறிப்பிட்ட தேதியில் சிந்தாமணியை வெளியிடும்படிக்கும் சிறிதும் பிழையின்றியும் சிரத்தையுடனும் அச்சிட்டுக் கொடுத்துதவும் மெஸர்ஸ் ஸ்ரீனிவாச வரதாச் சாரி அண்ட்கம்பெனியாருக்கு மனமார்ந்த வந்தனமளித்தல் எனதுமுதற் கடமையாகும். இனி என்னால் செய்யக் கூடிய தேசஊழியத்தைச் சிந்தாமணியைக் கொண்டே புரிந்துவர நான் முன்வந்திருப்பதால் தமிழபிமானிகள் பலர; இதற்கு போஷகர்களாயும் அபிமானிகளாயும் ஏற்பட்டு எனக்கு உதவிபுரிய வேண்டுகிறேன். இன்றுதோன்றி நாளை மறைந்துவிடும் பத்திரிகை பலவென்ற சொல் ஜன சமூகத்திடையே உலாவுதல் பற்றிச் சந்தாப் பணத்தை எதிர்பாராதும் வி.பி முதலிய வனுப்பி நிர்பந்தம் செய்யாமலும் முதல் வருஷத்தை ஒருவாரு நடத்தி வந்திருக்கிறேன். இவ்வருஷ சந்தாதார்கள் தங்களது முதல் வருஷ சந்தாவுடன் இரண்டாவது வருஷ சந்தாவையும் முன் பணமாக அனுப் பிக்கொடுத்துப் பத்திரிகை சீறும் சிறப்புமுற்று நடைபெறும்படி ஆதரவளித்தல் அவசியமாயிருக்கின்ற தென்பதையும் வணக்கத்துடன் தெரிவித்துக்கொள்ளுகிறேன். பத்திராதிபர் வியாசங்கள் ஆங்கிலத்திலும் இருத்தல் அவசியமென்றும் அதனால் ஆடவர் பலரும் சட்டசபைப் பிரதிநிதிகளும் படித்தறியவும் தங்களபிப்பிராயத்தைத் தெரிவிக்கவும் சௌகரியமா யிருக்குமென்றும் சிலர் எனக்கு அறிவித்திருக்கின்றனர். சந்தாதார்கள் தக்கபடி விருத்தியடைந்து சந்தாவையும் முன் பணமாகச் சிறிதும் தாமதமின்றி அனுப்பி விடுவார்களாயின் சிந்தாமணியை இதே சந்தாவில் இன்னும் பல பக்கங்களுடன் வெளியிட்டு அதற்குமேலும் சௌகரியப்படுமாயின் ஆங்கிலத்தில் சிலபக்கமும் சேர்க்க உத்தே சித்திருக்கிறேன். முப்பத்திரண்டு பக்கங்களில் ஆரம்பிக்கப்பட்ட பத்திரிகை **64** பக்கங்களுடனும் சிலசமயம் **68** பக்கங்கள் கொண்டும் வெளிவருவதைப் பத்திரிகாபிமானிகள் நன்கறிவர். ஆகையால் இன்னும் பல பக்கங்களுடன் சிந்தாமணியைப் பொலிவுறச் செய்ய வேண்டுமென்று நினைத்திருக்கும் எனக்குத் தமிழபிமானிகளும் சிந்தாமணியபிமானிகளும்

உதவிபுரிந்து பல சந்தாதார்களைச் சேர்த்தனுப்புவதுடன் இனியும் தாமத மின்றிப் பழையபாக்கியுடன் புது வருஷத்திய சந்தாவையுமனுப்பி ஆதரித் தல் கடமை என்பதை மற்றமொருமுறை தெரிவித்துக்கொள்வதுடன் ஏற் கனவே சந்தாவையனுப்பி ஆதரவளித்திருக்கும் சகோதர சகோதரிகளுக்கு என் மனமார்ந்த வந்தனங்களளிக்கின்றேன்.

*சிந்தாமணி, **1925.***

சிந்தாமணி யபிமானிகளுக்கு

உள்நாட்டுச் சந்தாதாரில் சிலர் இதுவரை முதல் வருஷ சந்தாவையும் அனுப்பாமலும் இது விஷயமாகப் பல கடிதங்கள் கிடைத்தும் சற்றும் கவனியாது இருப்பதாலும் இண்டிமேஷன் பெற்றும் வி.பி.யைத் திருப்பி விடுவதாலும் ஏற்படும் நஷ்டமும் பத்திரிகையின் நிர்வாகத்தில் சிரமமும் ஏற்படுகின்றது. அயல் நாட்டிலுள்ள சந்தாதார்களுக்குக் கடிதமெழுதுவதற்கு அதிகச் செலவும் வி.பி.யனுப்புவதற்கு சிறிதும் சாத் தியமில்லாமையுமாக இருப்பதால் இதுவரை யனுப்பாத அயல் நாட்டு சந்தாதார்கள் தாமதப்படுத்தாது தங்கள் சந்தாவை யனுப்பி விடுவார்களென்று நம்பி யிருக்கிறேன். ஆகையால் உள்நாடு வெளி நாடு சந்தாதார் அனைவரும் தயவுசெய்து இனியும் சிறிதும் தாமதப் படுத்தாது தம் சந்தாவை மணியார்டர் செய்ய வேண்டுமாயும் இதுவரை முதல் வருஷ சந்தாவையுமனுப்பாமலிருப்பவர்கள் அத்துடன் இரண்டாவது வருஷ சந்தாவையும் சேர்த்து அனுப்பினால் மெத்த சமயோபகாரமாயிருக்கு மென்றும் கேட்டுக்கொள்ளுகிறேன். சந்தா பாக்கியைப்பற்றிக் கடிதமூலமும் பத்திரிகையில் அறிக்கைகள் மூலமும் பிரஸ்தாபிக்கவேண்டிய சிரமத்தை 'சிந்தாமணி' யபிமானிகள் இனிமேலாயினும் எனக்கு ஏற்படுத்தாமலிருக்க வேண்டுமாயும் கேட்டுக் கொள்ளுகிறேன் சந்தாபாக்கி, பலகடிதங்கள் எழுதுதல், அனுப்பும் வி.பி. திரும்பி வருவது இவைகளினால் எனக்கேற்படக்கூடிய வீண் சிரமத் தையும் பெருத்த நஷ்டத்தையும் இனியேனும் எனக்கு ஏற்படுத்தாமல் மறு தபாலில் சந்தாவை மணியார்டர் செய்து சிந்தாமணி செவ்வனே நடை பெறுவதற்கு உதவி புரிவார்களென நம்புகின்றேன்.

இங்ஙனம்,

சகோதரி வி. பாலம்மாள்.

*ஜனவரி, **1926***

❖ பாலம்மாள் ❖ 19

சிந்தாமணியின் மூன்றாவது ஆண்டு

எல்லாம் வல்ல இறைவனருளாலும் அன்னையின் ஆசீர்வாதத்தினாலும் இன்று நமது ''சிந்தாமணி'' மூன்றாவது ஆண்டில் தனது சிற்றடியை எடுத்து வைக்கின்றாள். இளமைப் பருவமாகிய இவ்விரண்டு பிராயமாக இயற்கையாயேற்படக்கூடிய பலவித பாலாரிஷ்டங்களுக்கும் சிந்தாமணி தப்பியது ஈசன் கருணையாலன்றி வேறில்லை. இவ்வாண்டிலாவது சந்தா நேயர்கள் தமது பழைய பாக்கியையும் அனுப்புவதுடன் புதிய சந்தாவையும் முன்பணமாக அனுப்பித் தன்னை நோய் நொடியின்றி சரிவர ஆதரிப்பார்களென்று சிந்தாமணி நம்பியிருக்கிறாள். வருஷக்கணக்காக இதழ்களைத் தங்கு தடையின்றிப் பெற்றுக்கொண்டு வருஷ முடிவிலும் சந்தா கேட்ட சமயத்திலும் தமக்குப் பத்திரிகை இனித் தேவையில்லை யெனக்கூறிய கனவான்களுக்குத் தன்னைப் படித்து ஆனந்த மடைந்ததின் பொருட்டாவது சிந்தாமணி வந்தனமளிக்கக் கடமைப்பட்டிருக்கின்றாள். ஆரம்பத்திலேயே சந்தாவை யனுப்பி ஆதரித்த ஸ்திரீ வித்தியாபிமானி களுக்கு நன்றி செலுத்துகின்றாள். சிறந்த வியாசங்களைத் தவறாது அனுப்பித் தன்னை யலங்கரித்த நிருப சகோதர சகோதரிகளை இனியும் இவ்வாறே செய்து வரவேண்டுமாய் வணக்கத்துடன் கேட்டுக் கொள்ளு கிறாள். மாதாமாதம் தன்னைக் குறிப்பிட்ட காலத்தில் வெளிவரச் செய்த அச்சாபீஸ் மெஸர்ஸ் ஸ்ரீனிவாச வரதாச்சாரி அண்ட் கம்பெனிக்கு வந்தன மளிக்கிறாள். மாதிரிப்பிரதியாகச்செல்லும் சமயத்தில் தன்னை வேண்டும் வேண்டாம் என்பதை உடனே தெரிவித்து, வீண் நஷ்டம் விளைவிக்காது தடுக்கவேண்டுமாய் வாசகப்பிரியர்களைக் கேட்டுக் கொள்ளுகிறாள். கூடிய சீக்கிரத்தில் இரண்டாயிரம் சந்தாதார் சேர்ந்து விடுவாராயின் இப்போதுள்ள அறுபத்தி நான்கு பக்கங்களுடன் இன்னும் பதினாறு பக்கங்கள் சேர்த்து எண்பது பக்கங்களாக வெளிவரச் சிந்தாமணி விரும்புகிறாள். தன்னைச் சிறப்பிக்கக்கருதும் சகோதரிகளின் உயர்தர வியாசங்களுக்கெல்லாம் இல்லை யென்னாது வேண்டிய இடமளிக்க வேண்டுமென்பதே சிந்தாமணியின் முக்கிய நோக்கமாகும். சந்தாதார் சந்தாவை முன் பணமாகவனுப்பாததினாலேயே சென்ற ஜனவரி மாதமிருந்து வழக்கம்போல் அவ்வம்மாதங்களின் கடைசிலேயே வெளி வர முடியாமல் போயிற்றென்றும் இருப்பினும் தன்னைத்தவறாது வெளியிட்டு 'பத்திரிகை எப்போது கிடைக்கும்'. 'எப்போது படிப்போம்' என்று எதிர் பார்த்திருக்கும் சந்தாதார்களின் மனச் சந்தோஷத்தையே முக்கியமாகக் கருதும் ஆசிரியரின் பெரு முயற்சியால் ஜூன் மாதத்தில் இரண்டிதழ்களைச் சேர்த்து வெளியிட்டு இக்குறை நீக்கப்பட்டதென்றும், பத்திரிகை சற்றும் தாமதமின்றி ஒவ்வொரு மாதமும் குறித்த காலத்தில் பத்திரிகை கிடைப்பதில் ஆர்வங்கொண்டிருப்பது பத்திரிகையின் உயர் வைக் காட்டுகிறதாயினும் முன் பணமனுப்புதலே போற்றத்தக்க ஸ்திரீ வித்தியாபிமானமும் பத்திரிகாபிமானமும் ஆகுமென்றும் சிந்தாமணி வணக்கத்துடன் சந்தாதார்களுக்குத் தெரிவித்துக் கொள்ளுகிறாள். அபிப் பிராய மளிப்பதென்பதை ஒரு சம்பிரதாயமாகவும் நிர்பந்தமாகவும்

கொள்ளாது விஷயங்களைத் தொடர்ந்து படிப்பதினால் அந்தச் சமயத்தில் மனதிற்குண்டாகிய திருப்தியையும் கிளர்ச்சியையும் உள்ளது உள்ளபடி எழுதியனுப்பி அபிப்பிராயமளித்தலென்ற சொல்லை உண்மைப் படுத்திய சகோதரி சகோதரர்களின் மனோற்சாகத்தை யனுசரித்தே என்றும் நடந்துகொள்ளச் சிந்தாமணி உறுதி கொண்டிருக்கின்றாள்.

நிறைய மார்ஜின் (காலியிடம்) விட்டு வரிகளுக்கிடையேயும் இடம் விட்டுக் காகிதத்தின் ஒரே பக்கத்தில் சற்று பெரிய எழுத்தில் எழுதி யனுப்பவேண்டுமாயும், தொடர்ச்சியாயுள்ள சங்கதிகளை முழுதும் எழுதி ஒரே முறையில் அனுப்பி விடவேண்டுமாயும் நிருபமெழுதும் சகோதரிகளுக்குத் தாழ்மையுடன் ஞாபகப் படுத்துகிறாள். ஐந்தாறு மாதங்கழித்துத் தமக்கு இன்னின்ன இதழ்கள் சேரவில்லை என்று எழுதும் வழக்கத்தை அறவே ஒழித்துப் பிரதி ஆங்கில மாதம் பத்துத் தேதிக்குள் பத்திரிகை கிடைக்கவில்லை என்ற விஷயத்தை எழுதினால் தபால் அதிகாரிகளுக்கு அதை யனுப்பவும் மீண்டும் பத்திரிகையை இலவசமாயனுப்பவும் சௌகரியமாயிருக்குமென்றும் சந்தாதாரைச் சிந்தாமணி கேட்டுக்கொள்ளுகிறாள். பழைய சஞ்சிகைகள் கைதவறி இருக்கும் பக்ஷத்தில் அவைகளுக்குத் தனிப்பிரதியின் விலையையனுப்பிப் பெற்றுக்கொள்ள வேண்டுமென்றும், மாதிரிக்காபி வேண்டுவோர் எட்டணா ஸ்டாம்பை யனுப்புதல் அவசியமென்றும் தெரிவிக்கிறாள். ஒரு வருஷத்தில் இரண்டொரு மாதங்களாகப் பன்முறை மாற்று விலாசங் களைத் தெரிவித்து வீண் சிரமமளிக்காது இந்தப் பொறுப்பைத் தபாலதி காரிகளிடம் ஒப்படைக்கக் கோருகிறாள். வந்த வி.பி. யைத்திருப்பி விடும் சந்தாதார் சந்தாவை யனுப்பும்போது வி.பி. செலவின் நஷ்டத் தையும் சேர்த்து அனுப்புதல் உசிதமாகவும் உபகாரமாகவும் இருக்கு மென்று சிந்தாமணி நினைக்கிறாள். சந்தாவை மணியார்டர் செய்யும் அயல் நாட்டுச் சந்தாதார்கள் தங்கள் முழுப் பெயரை அல்லது சந்தா நம்பரைத் தெளிவாக யெழுதும்படிக்கும் கடித மூலமாக ஆர்டர் செய்யும் சந்தாதார்கள் தாங்கள் அனுப்பும் ஆர்டர் புதிய தாயின் அதை விவரமாய்க் குறிப்பிட்டு எழுதவேண்டுமென்றும் தெரிவித்துக் கொள்ளுகிறாள். தனது அபிமானிகளனைவரும் சுக ஜீவிகளா கவும் தனது நிருப சகோதர சகோதரிகள் சுக சந்தோஷ மனோற் சாகமுள்ளவர்களாகவும் தன்னைப் பதிப்பிக்கும் அச்சாபீசுக்காரர்கள் வழக்கம் போல பத்திரிகை வெளி வருவதில் சிரத்தையும் அன்பும் கொண்டு உபகாரம் செய்யப் பின்வாங் காதவர்களாயும் இருக்கவேண்டுமாய் எல்லாம் வல்ல இறைவனை இறைஞ்சி மெத்த உற்சாகத்துடன் தனது மூன்றாவது ஆண்டை நமது சிந்தாமணி தொடங்குகிறாள்.

சிந்தாமணி, ஆகஸ்ட் - *1926.*

நமது பத்திரிகாபிமானிகளுக்கு

எனது பத்திரிகாபிமனிகளான சகோதரி சகோதரர்களே!

இன்றுமுதல் சிந்தாமணிக்கு மூன்றாவது ஆண்டு ஆரம்பமாகின்றதை நீங்களனைவர்களும் அறிவீர்கள். இரண்டாவது வருஷ நிர்வாகத்தைப் பற்றிய யோக க்ஷேமங்களை உங்களிடம் தெரிவித்துக் கொள்ளல் என் கடமையாகும். இரண்டாவது வருஷத்தில் புதிய சந்தாதார் பலர் ஏற்பட்டதற்கு உங்களுடைய சிரத்தையே காரணமாயிருந்தது பற்றி உங்களுக்கு எனது மனமார்ந்த வந்தனங்களை யளிக்கின்றேன். தானாகச் சந்தாவை மணியார்டரி லனுப்பியும் அனுப்பிய வி.பி.யைத் திருப்பி விடாது பெற்றுக்கொண்டும், சந்தாவை யனுப்ப வேண்டுமென்று கேட்டு எழுதியதும் அதை யசட்டை செய்துவிடாது உடனே அனுப்பிக் கொடுத்ததும், வருஷாரம் பத்திலேயே சந்தாவை முன் பணமாக வனுப்பியும் இவ்வாறெல்லாம் எங்களுக்குச் சௌகரியமான வழியில் உதவி புரிந்து பத்திரிகைக்கு ஆதார வளித்ததற்கு நன்றி பாராட்டுகிறேன். நான் பத்திரிகையை ஆரம்பத்திருக்கும் நோக்கத்தையும் சிந்தாமணியின் அருமையையும் நன்கறிந்து ஆரம்பம் முதல் ஆதரிப்பவர்களும் முதல் வருஷ மத்தியிலிருந்து ஆர்டர் அனுப்பிச் சந்தாதாரானவர்களும் அனுப்பிய சந்தாவைக் கொண்டு இவ்விரண்டு வருஷமாகப் பத்திரிகை நடத்தப்பட்டு வருகிறது. நூற்றுக் கணக்கானவர்கள் சந்தாவை யனுப்பாமலும் பத்திரிகை தங்களுக்குத் தேவையில்லை என்று ஆரம்பத்திலேயே தெரிவிக்காமலும் சந்தாவனுப்பும்படி அடிக்கடி எழுதிய கடிதங்களைப் பொருட்படுத்தாமலும் வி.பி. யனுப்பும் போதெல்லாம் கூசாது திருப்பி விட்டும் போஸ்டில் வரும் பத்திரிகையை மட்டும் சந்தோஷத்துடன் வாங்கிப் படித்ததினாலும், பணமளிக்கும் வழக்கமற்ற விளம்பரக் காரர்களாலும் ஏற்பட்டுள்ள நஷ்டத்தை நான் இச்சந்தோஷ சமயத்தில் குறிப்பிட விரும்பவில்லை.

உண்மையில் உபகாரம் செய்து பத்திரிகையை ஆரம்பத்திலிருந்து ஆதரித்து வரும் நீங்கள் கைப்பணத்தை யளிக்க மனமில்லா விட்டாலும் சிந்தாமணியைப் படித்து மகிழ்ந்த அன்னாரின் மகிழ்ச்சிக்குக் காரணமாயிருந்ததை மட்டும் குறிப்பிடுகின்றேன். பத்திரிகை அபிவிருத்தி யடைவதற்கும் நஷ்டமில்லாமல் நடை பெறுவதற்கும் விளம்பரம் தக்க சாதனமென்று கூறப்படுகிறது. ஆனால் விளம்பரம் அனுப்புவோரில் ஒரு சிலரைத் தவிர்த்து பெரும்பாலர் தங்கள் ஒப்பந்தத்தைக் கடிதத்தடன் நிறுத்திக் கொண்டு பண மனுப்பாமல் இலவசமாகத் தங்கள் பொருளை விளம்பரம் செய்வதிலேயே கண்ணுங் கருத்துமாயிருக்கின்றனர். தவிர பணத்திற்காக எத்தகைய விளம்பரங்களையும் ஏற்றுக்கொள்வதும் உசிதமல்லவென நான் நினைக்கிறேன். இவைகளை எல்லாம் கவனித்து

இம்மூன்றாவது வருஷத்தில் கை நஷ்டமின்றிச் சிந்தாமணி நடை பெறுவதற்கும் இன்னம் அதிகப் பக்கங்களுடன் வெளி வருவதற்கும் நீங்கள் அதிக சிரத்தை யெடுத்து உங்கள் இஷ்ட மித்திர பந்துக்கள் எல்லாரையும் சந்தாதாராகச் சேர்த்து என் முயற்சியை ஆதரிப்பது எனது பத்திராபிமானிகளாகிய உங்களுக்குக் கடமையாகும். இவ்வருஷத்தில் சந்தாவை முன்பணமாக இம்மாதத்திலேயே அனுப்பும்படிக்கும் சந்தாவை இதுவரையனுப்பாமலே இருப்பவர்கள் இனியும் தாமதமின்றி அனுப்பும்படிக்கும் கேட்டுக்கொள்ளுகிறேன். வி.பி. யனுப்பிச் சந்தா வசூலிப்பதில் எனக்கு அதிகவேலையும் உங்களுக்கு அதிகச் செலவும் ஏற்படுகின்றது. சந்தாவை மணியார்டரில் அனுப்பிவிட்டால் பரஸ்பரம் இந்தச் சிரமம் குறைந்துவிடுமென்பதை கவனிக்கக் கோருகிறேன். வெளிநாட்டுச் சந்தாதாரர்கள் மணியார்டரில் தங்கள் முழுவிலாசத்தை எழுதாது அனுப்பிவிடுகிறார்கள். ரிஜிஸ்டர் செய்தோ அல்லது போஸ்டல் சர்டிபிகேட்டாகவோ முழுவிலாசத்துடன் அனுப்பினால் உபகாரமாக விருக்கும், வெளி நாடுகளுக்குக் கடிதப் போக்குவரத்துச் செய்தல் தபாற் கூலியை உத்தேசித்து முடியாமலிருப்பதால் சந்தாவை பாக்கியின்றி உடனுக்குடன் அனுப்பிய பத்திரிகையை ஆதரிக்க வேண்டுகிறேன்.

எவ்வளவு வருஷங்களான போதிலும் சந்தாவனுப்பாது பத்திரிகையை மட்டும் படிக்க நினைக்கும் கனவான்களிடமிருந்தும், கைக்காசு செலவின்றி விளம்பரம் செய்ய விரும்பும் வியாபாரிகளிடமிருந்தும் பணம் வசூலித்தல் சிரமசாத்திய மானது பற்றி இவ்வருஷத்தில் அத்தகையோர்களை எதிர்பார்த்து இனியும் ஏமாறாது நிருத்திவிடுதல் சிலாக்கிய மெனத் தீர்மானித்திருக்கின்றேன். இது காரணம் பற்றி எனக்கு ஏற்பட்டுள்ள நஷ்டத்தை ஒருவாறு நீக்குவதற்கு உங்களில் சிலர் இவ்வருஷம் போஷகராகவும் (போஷகர் 1- வருஷத்திற்கு 25 ரூபாயளித்தல்) நன்கொடை யளித்தும் (நன்கொடை 15 ரூபாய்) அபிமானிகளாகவும் (வருஷத்திற்கு 10 ரூபாய்) ஏற்பட்டு என் முயற் சியை ஆதரித்துப் பத்திரிகை நிர்வாக விஷயத்திலுள்ள சிரமத்தை நீக்கத் தவறமாட்டீர்களென்று நம்பியிருக்கிறேன். வீண் விஷயங்களிலும் அனாவசிய காரியங்களிலும் சம்பந்த மற்ற விவகாரங்களிலும் வேற்றுமை பாராட்டக் கூடிய வழிகளிலும் கட்சிப் பிரதி கட்சிகளை விளைவிக்கும் சமாச்சாரங்களிலும் தலையிடாதும், ஏற்காததும் முன்னுக்குப் பின் முரண் படக் கூடியதும் பிறர் மனதை நோகச் செய்வதுமான கொள்கையைக் கொள்ளாது ஆரம்பம் முதல் இதுவரை ஒரே நோக்கத்துடனும் கம்பீரத் தோற்றத்துடனும் நடந்து வருவது போலவே இனியும் எப்பொழுதும் நடந்து கொள்ளவேண்டு மென்பதே சிந்தாமணியின் ஆழ்ந்த கருத்தாகும். என் சகோதரிகள் தமதுள்ளக் கருத்தையும் அனுபவத்தையும் முன்னிட்டு எழுதி வரும் வியாசங்களை அவ்வாறே வெளியிட்டு வருவதினால் சமூக முன்னேற்றத்திற்கான பல விஷயங்களும் பிரஸ்தாபிக்கப் படுகின்ற மையால் பெண் சமூகத்திற்குப் புரியவேண்டிய ஊழியத்தில் ஒரு சிறிதும்

பின் வாங்காது மேன்மேலும் அதிகமாகப்புரிந்துவர அதிக உற்சாகங் கொண்டுள்ளதை முன்னதாகவே உங்களுக்குச் சிந்தாமணி விக்ஞாபித்துக் கொண்டிருப்பதினால் சிந்தாமணியபிமானிகள் முன்னிலும் அதிக சிரத்தையெடுத்து அதிக சந்தாதாரர்களைச் சேர்த்து ஒவ்வொரு கிராமங் களிலும் நகரங்களிலும் பர்மா, இலங்கை, மலாய்நாடுகள் முதலிய பல விடங்களிலுமுள்ள ஒவ்வொரு தமிழர் வீட்டிலும் ஒவ்வொரு தமிழ் மாதின் கையிலும் உலவி வரும்படி செய்யக் கோருகிறேன்.

பெண் மக்கட்குரிய கல்வியும் பெண்களின் கல்விப்பயிற்சியும் ஆதரிக் கப்படும் இச்சமயத்தில் சிந்தாமணியைக் கல்வியிலாகா அதிகாரிகள் ஆதரிக்கக் கடமைப்பட்டிருக்கிறார்கள். அத்துடன் தமிழ் ஜில்லா களிலுள்ள கல்வி யதிகாரிகளும், முனிசிபல் சேர்மன்களும், ஜில்லா போர்ட் தலைவர்களும், கல்விச் சபை அங்கத்தினர்களும், முனிசிபல் கௌன்சிலர்களும், ஜில்லா போர்ட் மெம்பர்களும், தாலுக்போர்ட் தலைவர்களும், கூட்டுறவு சங்க அங்கத்தினர்களும், தாலுக்போர்ட் மெம்பர்களும் ஸ்திரீ சமூக முன்னேற்றத்திலும் முழுமனதையும் செலுத்தி சிந்தாமணியை எங்கும் பரவும் படிக்குச் செய்யவேண்டு மாய்க் கேட்டுக் கொள்ளுகிறேன். சிந்தாமணி மாணவர் ஆடவர் அனைவர் களுக்கும் உபயோகமுள்ள தென்று கற்றறிந்தவர்கள் அபிப்பிராயப் பட்டிருப்பதால் ஒவ்வொரு பாடசாலைத் தலைமை உபாத்தியாயர்களும் சிந்தாமணிக்கு ஆர்டர் செய்து என்முயற்சியை நன்முயற்சியாக்க வேண்டுகிறேன். ஏற்கனவே வரவழித்துக் கொண்டிப்பவர்களுக்கு வந்தன மளிக்கின்றேன். சிந்தாமணியும் அதன் அபிமானிகளும் நாளுக்கு நாள் அபிவிருத்தி யடையும்படி இறைவன் அருள் புரிவாராக.

சிந்தாமணி, ஆகஸ்ட் - **1926**

சிந்தாமணியின் நான்காவது ஆண்டு

எல்லாம் வல்ல இறைவனருளாலும் அன்னையின் ஆசீர்வாதத்தாலும் இன்று முதல் நமது ''சிந்தாமணி''க்கு நான்காவது ஆண்டு ஆரம்பமா கின்றது. பத்திராதிபர் என்ற பெயர் மெத்த கௌரமளிப்பதாயினும் பத்திரிகையைச் சரிவர நடத்தி வருதல் மெத்த சிரம சாத்தியமான ஊழிய மென்பதை நாமெடுத்துக்கூறலவசிய மில்லை. பத்திரிகை ஆரம்பித்த மூன்று வருஷகாலமாக இன்றளவும் சந்தாவை யனுப்பாது பாக்கி வைத்திருப்பவர் பலர் ஆவார். வருஷம் முடியும் வரை ஒழுங்காகப் பத்திரிகையைப் படித்து வந்து முடிவில் ஒரு காசு மனுப்பாமல் தங்களுக்குப் பத்திரிகை தேவையில்லை யெனத் தயவுடன் தெரிவித்தவர் பலர். பத்திரிகையை வி.பி. யிலனுப்பச் செய்து பன்முறை திருப்பி விட்டவர் பலர். இதனால் எவ்வளவு நஷ்ட மேற்பட்டிருக்கு மென்பதை யுரைக்கவும் வேண்டுமோ.

பெண் மக்கட்கென ஒரு பத்திரிகை யவசியமென உணர்ந்தும் பத்திரிகை நடத்துவதிலுள்ள சிரமத்தை யுத்தேசித்துப் பன்னாட்கள் சிந்தித்திருந்தும் தெய்வச் செயலாக எதிர் பாராவண்ணம் ''சிந்தாமணியை'' வெளியிட எமது மனந்துணிந்தது பற்றி இப்பெருங்காரியத்தில் ஈடுபட நேர்ந்துள்ளது. ஆரம்ப காலம் முதல் இன்றளவும் தவறாது சந்தாவை முன்பணமாக அனுப்பியும் பிறரிடமிருந்து வசூலித்தனுப்பியும் உதவிபுரிந்து வரும் சில சகோதரர்களின் ஆதரவைக் கொண்டே உற்சாகங் குறையாது சிந்தா மணியை நடத்தி வந்திருக்கிறோம். பலர் பலமாதங்களாகத் தங்களுக்குப் பத்திரிகை கிடைக்கவில்லை யென்று தெரிவிப்பதிலிருந்து சில போஸ் டாபீசுகளில் சிறு சுண்டெலிகள் ஒளித்திருந்து பத்திரிகைகளைச் சாப்பிட்டு விட்டிருக்கக் கூடுமென்ற சந்தேகமுண்டாகின்றது. இவ் வருஷத்திலேனும் இவ்விதத் தொந்தரவுகள் ஏற்படாதிருக்குமென நம்புகிறோம். சில அபிமானிகளின் யோசனையையும் ஆதரவையும் முன்னிட்டு ''சிந்தாமணிக்கு'' ''சாசுவத'' சந்தாவென்ற திட்டமொன்று ஏற்படுத்தப்பட்டிருக்கின்றது. உள்நாட்டிலுள்ளவர்கள் 50 ரூபாயையும், வெளி நாட்டிலுள்ளவர்கள் 60 ரூபாயையும் அனுப்பினால் சாசுவத சந்தாதாராகக் கருதப்படுவார்கள். இவர்களுக்குப் பத்திரிகையின் ஜீவியம் உள்ளவரை பத்திரிகை யனுப்பப்படும். இம்முறையை யாதரித்து சாசுவத சந்தாதாரராக இன்றளவும் கையொப்பமிட்டிருப்பவர்களின் பெயரையும் பத்திரிகையிற் காணலாம். நமது பத்திரிகாபிமானிகளில் ஒவ்வொருவரும் இம்முறையை யாதரிப்பரேல் சிந்தாமணிக்குக் கூடிய சீக்கிரம் சொந்த அச்சாபீஸ் ஏற்படுத்தக் கூடுமென்பதை மகிழ்ச்சியுடன் தெரிவிக்கிறோம் சாசுவத சந்தாதாரின் தொகை நானூறு ஆனதும் அச்சாபீசை யேற்படுத்திப் பெண் மணிகளுக்கேற்றதான வேறு பிரசுரங்களையும் பிரசுரித்து எமது சமூகத்திற்கு முழுசேவையையும் புரியவேண்டுமென்பதே முக்கிய நோக்க மாகும், அனாவசியமான விஷயங்களையும் ஆபாசமான விளம்பரங் களையும் கைகொள்ளாது சமூக ஊழியத்திற்கென வெளிவரும் சிந்தா மணியை ஒவ்வொரு ஸ்திரீ வித்தியாபிமானிகளும் சாசுவத சந்தா தராகச் சேர்ந்து ஆதரிக்கக் கடமைப்பட்டிருக்கிறார்கள் என்பதை வணக் கத்துடன் தெரிவித்துக் கொள்ளுகிறோம். சிந்தாமணிக்குத் தமது வியா சங்களளித்து அலங்கரிக்கும் நிருப சகோதர சகோதரிகள் பொருள் வருமானத்திற்காக எழுதுபவர்களன்று. எமது நோக்கத்தை நன்கறிந்து விஷயதானம் செய்து வரும் அன்னார்களின் வியாசங்களினாலேயே சிந்தாமணி ஆரம்பம் முதல் பேரும் புகழும் கொண்டு உலவி வருவதைப் பத்திரிகாபிமானிகள் நன்கறிவார்கள். தமது பெயரை வெளியிட மறுத்துப் பல சீமாட்டிகள் சிந்தாமணியை அழகிய வியாசங்களால் அலங்கரிக்க முன் வந்திருப்பது சிந்தாமணியின் நற்காலமென்பதிற் தடையில்லை. எமது சுற்றுப்பிரயாண காலங்களில் தற்சமயம் பத்திரிகையுலகில் சில விடங்களில் நடை பெறும் பல விஷயங்களை எடுத்துக் கூறப்படுவதைக் கேட்குங்கால் மனந்திடுக்கிடுகின்றது. சிந்தாமணிப் பத்திரிகையானது அவ்வித ஊழல்களுக்கு இதுவரை ஆளாகாமல் தப்பியிருப்பதுபோலவே

என்றென்றும் சிறப்புடன் ஜீவிக்கும்படிக் கடவுளை மனமாறப் பிரார்த்தித்து நான்காவது ஆண்டைத் தொடங்குகிறோம். சிந்தாமணியானது மெத்த பிரபலப்பட்டிருப்பதைக் கண்டு வியக்கும் ஸ்திரீ வித்தியாபிமானிகள் இன்றளவும் இரண்டாயிரம் சந்தாவும் பூர்த்தியாக வில்லை யென்பதை யறிந்து தங்கள் நண்பர்களையும் சந்தாதரராக்கிப் பணமனுப்பச் செய்யக் கோருகிறோம். எமது சுற்றுப்பிரயாண காலங்களில் பத்திரிகையின் நிர் வாகத்தில் சிறுபிழையும் ஏற்படாது கவனித்து வரும் மானேஜருக்கும், தாமதமின்றி அச்சடித்து வெளியிடச் செய்யும் மெஸர்ஸ் ஸ்ரீனிவாச வரதாச்சாரி கம்பெனிக்கும் தவக்கமின்றி காகிதமுதவும் பேப்பர் கம்பெனிக் கும் நாமெழுதி ஞாபகப்படுத்த வேண்டு மென்ற சிரமமின்றி வியாசங் களனுப்பிவரும் சகோதர சகோதரிகளுக்கும் மனமார்ந்த வந்தன மளிக் கிறோம். பழைய பாக்கியை யனுப்புவதுடன், இனி முன் பணமாகச் சந்தாவை யனுப்பி ஆதரிக்கவேண்டுமாய்ச் சந்தாதார்களைக் கேட்டுக் கொள்ளுகிறோம். பல மாதங்கள் பேசாமலிருந்து பிறகு பத்திரிகை கிடைக்கவில்லை யெனக் குறைகூறாது பத்திரிகை கிடைக்கத் தவறிய தும் உடனே ஆபீசுக் கெழுதித் தெரிவித்தல் சந்தாதாரின் கடமையாகும். தங்கள் விலாசம் மாறுங்காலத்தில், புதிய விலாசத்தை எழுதித் தெரிவிக் கும்படிக்கும் ஞாபகப் படுத்துகிறோம். சிந்தாமணியும், சிந்தா மணி யபிமானிகளும் நாளுக்கு நாள் விருத்தியடையும் படிக்கும் சிந்தா மணிக்கு சந்தாதார்களும் சாசுவத சந்தாதார்களும் நாளுக்குநாள் பெருகும் படிக்கும் ஈசனருள் புரிவாராக.

சிந்தாமணி, ஆகஸ்ட் -1927.

ஐந்தாவது ஆண்டு

எல்லாம் வல்ல இறைவனருளாலும் அன்னையின் ஆசீர்வாதத்தாலும் இன்றுமுதல் ''சிந்தாமணி''க்கு ஐந்தாவது ஆண்டு ஆரம்பமாகின்றது. இவ்வழகிய ஐந்தாம் ஆண்டில் சிந்தாமணிக்கு சொந்த அச்சுக்கூடம் ஏற்படுத் தும்படி எம்பிரான் அருள் புரிவாரென்ற நம்பிக்கையுடன் இவ்வைந்தாம் ஆண்டைத் தொடங்குகிறோம். கடந்த வருஷ நிர்வாகத்தில் வழக்கம் போல கைநஷ்டம் ஏற்பட்டுள்ளதாயிலும் எமது சுற்றுப்பிரயாணத்தில் மலாய் வாசிகளான சகோதர சகோதரிகள் மெய்யன்புடன் அளித்துள்ள ஆதரவைக்கொண்டு இவ்வைந்தாம் ஆண்டை அகமகிழ்ச்சியுடன் ஆரம்பிக் கின்றோம். பெண் சமூக ஊழியத்தை முன்னிட்டு, சுயநலம் சிறிதுமின்றி பல கஷ்டங்களுக்கிடையே ஊக்கந் தளராது ''சிந்தாமணி'' செய்துவரும் ஊழியத்தை ஸ்திரீ வித்தியாபிமானிகள் நன்கறிந் திருக்கின்றார்கள். இதையனுசரித்தே நிருபமனுப்பும் சகோதர சகோதரிகளுக்கும், ஆபீஸ் வேலைகளை நிர்வகிக்கும் மானேஜருக்கும் எமது மனமார்ந்த வந்தன மளித்தல் சாலப் பொருத்தமுள்ளதாம். பத்திரிகையின் நிர்வாகத்

தில் ஆரம்பத்தில் கைநஷ்டமில்லாதிருக்க வேண்டு மென்று எண்ணு வது கூடாத காரியம். பத்திரிகைப் பிரசுரத்தால் பெருத்த லாபம் தேடி விடலாமென்று நினைப்பதும் பகற் கனவாகும். கடந்த வருஷங்களின் நஷ்டத்தை இனி ஈடு செய்து கொள்ளலும் முடியாத விஷயம்.

பத்திரிகையின் நோக்கமும் நிலைமையும் நன்கு புலப்படும்வரை கற்றறிந்தவர்களின் ஆதரவு கிடைத்தலும் அசாத்தியமே. கடந்த நான்கு வருஷங்களாகத் தொடர்ந்து படிக்கும் அபிமானிகளுக்கு இவ்வருஷமிருந்து சிந்தாமணியிடம் அதிகப் பற்றும் உண்மை யபிமானமும் ஏற்படுமென்பதில் ஐயமில்லை. சிந்தாமணி நிலைபெற்று வாழ்வதற்கு சந்தாதாரின் ஒத்துழைப்பு மெத்த அவசியமாயிருக்கின்றது. பத்திரிகாபிமானிகள் தாங்களாகவே கவனித்து பாக்கியின்றி சந்தாவை உடனுக்குடன் அனுப்புதல் வேண்டும். தங்கள் விலாசம் மாறுங்கால் அதை முன்னதாகத் தெரிவிக்க வேண்டும். தங்களுக்கு வரவேண்டிய பத்திரிகை தவறிவிட்டால் தயவுசெய்து கடிதமூலம் தலைமை ஆபீசுக் கறிவிக்கவேண்டும். உள்ளூர் போஸ்டாபீசுகளையும் எச்சரிக்கை செய்ய வேண்டும். சிந்தாமணி யபிமானிகளான சந்தாதார்கள் இவ்வருஷம் இம்முறைகளைக் கைவிடாது நடத்தி வருவார்களானால் கூடிய சீக்கிரத்தில் "சிந்தாமணி" சொந்த அச்சாபீஸில் வெளியாக்கக்கூடிய நற்காலமேற்படத் தடையில்லை. லட்சக்கணக்கான சந்தாதார்கள் வேண்டுமென்பது எமது நோக்கமல்ல. அபிமானத்துடன் பத்திரிகையைப் படித்து சந்தாவைப் பாக்கியின்றி உடனுக்குடன் அனுப்பக்கூடிய ஐயாயிரம் சந்தாதார்கள் ஏற்பட்டுவிடின் சிந்தாமணியை இதே சந்தாவில் இன்னம் பல சீர்திருத்தங்களுடனும் அதிகப் பக்கங்களுடனும் வெளியிட்டு அபிமானிகளை அகமகிழச் செய்யலாம்.

பொருள் பறித்தலையே பெரு நோக்கமாகக் கொண்டு தோன்றி மறையும் போலிப் பத்திரிகைகளின் பேரவமானச் செயல்களால் உண்மை ஊக்கத்துடன் உழைக்கும் பத்திரிகையுலகம் பெரிதும் பாதிக்கப் படுவ தையும். சந்தாவை முன்பணமாக அனுப்ப அஞ்சுவதையும், பத்திரிகை என்றால் மனம் வெறுப்புக் கொள்ளுவதையும் பிறருக்குச் சிபாரிசு செய்து தாங்கள் அனுபவித்த அவமதிப்பையும் நேரில் பலர் சொல்லக் கேட்குங்கால் மனம் திடுக்கிடுகின்றது. காலந் தவறாது வெளிவருவதுதான் பத்திரிகையின் முக்கிய நோக்கமாகும். இது பற்றி இந்நான்கு வருஷங்களாக யார் சந்தா அனுப்பினார்கள், யாரிடம் பாக்கி என்றும் கவனியாது குறித்த காலத்தில் பத்திரிகையை வெளியிட்டுத் தவறாது அனுப்பி வருவதையே முக்கிய கடமையாக நடத்தி வந்திருக்கின்றோம் என்பதை எமது உண்மை யபிமானிகளான சகோதர சகோதரிகள் நன்கறிவார்கள். ஆரம்ப முதல் ஆதரித்து வரும் எமதாபிமானிகள் இவ்வருஷம் தீவிர முயற்சி யெடுத்து, பாக்கி வைக்காது சந்தாவை யனுப்பக்கூடிய சந்தாதார்களைச் சேர்த்தளிப்பார்களென நம்புகிறோம். வேளை தவறாது வெளியிட

உதவும் அச்சுக்கூடத்தாரின் பேருபகாரத்திற்கு நன்றி செலுத்தல் முக்கிய கடமையாகும். ஏற்கெனவே அன்புடன் வாக்களித்துள்ள அபிமானிகள் தங்கள் சந்தாவைக் கூடிய சீக்கிரமனுப்பும்படி கேட்டுக்கொள்ளுகிறோம். சிந்தாமணியும் அதன் நிருப சகோதர சகோதரிகளும் சந்தாதார்களும் நீடுழி வாழக் கடவுள் அருள் புரிவாராக!

சிந்தாமணி, ஆகஸ்ட் - 1928.

சிந்தாமணி சந்தாதார்க்கு

எனது பத்திரிகாபிமானிகளே! 1928 ஆகஸ்ட் (விபவ-ஆவணி) மாதமிருந்து சிந்தாமணிக்கு ஐந்தாவது ஆண்டு ஆரம்பமாகின்றது. சிந்தாமணியின் நோக்கமும் உழைப்பும் உங்களால் நன்கறியப்பட்டுள்ளன வென்பது எனது நம்பிக்கை. கடவுள் கிருபை கூடுமானால் இம்மலரில் இன்னம் ஒரு பாரம் அதிகமாகச் சேர்த்து 9-பாரங்கள் (72-பக்கங்களாக) வெளியிடத் தீர்மானித்திருக்கிறேன். வருஷா வருஷம் சாக்குப் போக்கின்றி தாமாகவே சந்தாவை முற்பணமாக அனுப்பக்கூடிய சந்தாதார்கள் அதிகரிப்பார்களாயின் இதே சந்தாவில் சிந்தாமணியை இன்னம் அதிகப் பக்கங்களுடன் வெளியிட வேண்டுமென்பதே எனது பேராவாலாக இருக்கின்றது. சிந்தாமணி ஆரம்பம் முதல் இன்று வரை விடுத்த நிருபங் களைக் கவனியாது சந்தா ஒரு காசுமனுப்பாது பத்திரிகையைப் படித்து வரும் பாக்கி சந்தாதாரர் நூற்றுக் கணக்காக இருப்பராயின் இதனால் ஏற்படும் நஷ்டத்தை நான் எடுத்துக் கூறவேண்டுவதில்லை. கண்ட படிக்கான விளம்பரங்களை எதிர்பார்த்து அதனால் சிந்தாமணி நிர்வகிக் கப்படவில்லை என்ற உண்மை வெளிப்படையானதே. சிந்தாமணியை ஆதரிக்கக் கூடியவர்களைத் தேர்ந்தெடுக்கும் பொருட்டு மாதிரி இதழும் கடிதமுமாக முதன் முதல் போஸ்ட் செய்யப்படுகின்றது. தேவையில்லா தவர்கள் உடனுக்குடன் தெரிவித்து விட்டால் நன்மையா யிருக்கும். தவிர ஒவ்வொரு சந்தாதாரும் தங்கள் சந்தாவைக் கணக்கிட்டு பாக்கி யின்றி உடனுக்குடன் அனுப்புவதுடன் இனி தங்களுக்குத் தேவை இல்லாதிருக்குமானால் அதையும் முன்னதாக அறிவிக்கத் தவறமாட் டார்களென நம்புகிறேன். அபிமானிகளான சிலரின் சந்தாவைக் கொண்டு பணமனுப்பாது மௌனம் சாதிக்கும் பலருக்கு நீடித்தகாலம் பத்திரிகையை அனுப்பி வருவதாலுள்ள சிரமத்தை அறிந்து இவ்வருஷமிருந்தாவது தமது பாக்கிகளைத் தீர்த்து, இனித்தேவை, அல்லது வேண்டாமென்பதைத் தெரிவிக்க வேண்டுகிறேன். தங்கள் வீட்டு விலாசமும் ஊர்விலாசமும் மாறுவதைத் தெரியப்படுத்தாமலிருந்துவிட்டு சந்தாகேட்கும்கால் தமக்குச் சரிவரப்பத்திரிகை கிடைக்கவில்லையெனக் குறைகூறி, கிடைத்தவரையில் பத்திரிகையைப் படித்து வருவதுபோன்ற குறைகள் இவ்வைந்தாம் ஆண்டில் நீக்கப்படுமென நினைக்கின்றேன். இவ்வைந்தாம் ஆண்டில்

தொடங்கிப் புதிய சந்தாதார்களின் சௌகரியங்கருதி ஆகஸ்டு (ஆவணி), நவம்பர் (கார்த்திகை), பிப்ரவரி (மாசி), மே (வைகாசி) ஆக இந்நான்கு மாதங்களும் சந்தா ஆரம்பமாக கருதப்படும். இதைக் கவனித்து புதிய சந்தாதார்கள் எழுதுவதுடன் சந்தாவையும் முற்பணமாயளிக்கும்படி கேட்டுக்கொள்ளுகிறேன். ஆரம்ப சந்தாதார்களும் மற்றவர்களும் 1928 ஜூலை மாதம் வரை கணக்கிட்டுத் தங்கள் சந்தாவைபாக்கியின்றி அனுப்பி ஐந்தாவது ஆண்டில் ''சிந்தாமணி'' நஷ்டமின்றி சிறப்புடன் நடக்கும்படி உதவிபுரியக் கடமைப்பட்டிருக்கிறார்கள். மலாயாவில் பத்திரிகைக்களவு அதிகமெனத் தெரிகின்றது. சந்தாகேட்டு எழுதுங் கடிதம் மட்டும் விலாச தாரில்லையெனத் திரும்புவதன்றிப் பத்திரிகைமட்டும் திரும்பாமல் எங்கோ ஒளிந்து விடுகின்றது.

பெண் சமூக ஊழியத்திற்கென முற்பட்டு ஸ்திரீ வித்தியாபிமானி களின் ஆதரவை எதிர் பார்த்துச் சுயநலங்கருதாது உழைக்கும் ''சிந்தா மணி''க்கு ஒருவிதத்தாலும் குறைச்சொல் ஏற்படாது போஸ்டாபீஸ் தவறுகளை நீக்கிக் கொள்ளும் வழியை எனக்குத் தெரிவிக்கும்படி மலாய் நாட்டிலும் மற்றும் வெளியூர்களிலுமுள்ள சந்தாதார்களை வணக்கத்துடன் கேட்டுக்கொள்ளுகிறேன். இவ்வருஷம் சில புதிய சந்தாதார்களைச் சேர்த்தனுப்பும்படிக்கும் கோருகிறேன். இதுவரை சாசுவத சந்தாதாராகச் சேராத ஆரம்ப சந்தாதார்களை சாசுவத சந்தாதாராகும்படிக்கும் போஸ்டாபீஸ் தவறுகளை உடனுக்குடன் நமது பத்திரிகாலயத்திற்குத் தெரிவித்து உள்ளூரிலும் விசாரிக்கவும் வேண்டுகிறேன். வழக்கமாக சந்தாவைத் தாமாகவே செலுத்தியும் புதிய சந்தாக்களைச் சேர்த்தனுப் பியும் ஆதரித்து வரும் பத்திரிகாபிமானிகளின் பேருபகாரத்திற்கு வந்தன மளித்து இவ்வைந்தாம் ஆண்டைத் தொடங்குகிறேன். எல்லாம் வல்ல இறைவனருள் புரிவாராக.

சிந்தாமணி, ஆகஸ்ட் - 1928.

சிந்தாமணி பத்திராதிபர்

சகோதரி வி. பாலம்மாள் அவர்களுக்கு

வரவேற்பு உபசாரப் பத்திரம்.

எங்கள் அன்புமிக்க நேய சகோதரியே! உங்கள் வரவு நல்வரவாகுக!

தாங்கள் இந்துப் பெண்களாகிய எங்களின் நன்மைக்காகவெனத் தாய்நாட்டை விட்டு அலைகடல் தாண்டி நெடுந்தூரங் கடந்து வந்து தமிழ்ப் பெண்கள் உயர்ந்த அந்தஸ்தும் சீரிய கல்வியறிவும் பூண்டு வாழ்வதற்கென வழியில் தாங்களெடுத்துள்ள நன்முயற்சிக்கு நாங்கள் யாவரும் எங்கள் மனமார்ந்த வந்தனமளித்து நன்றி பாராட்டுகிறோம்.

ஜனானுகூல பத்திராதிபரே! தாங்கள் எங்கள் சமூகத்தின் நன்மைக் கென்று ஊழியஞ் செய்வதையும் அதற்கென "சிந்தாமணி" யென்ற தமிழ் மாதப் பத்திரிகை நடத்துவதையும் கேள்வியுற்றதிலிருந்து தங்களை முக முகமாகத் தரிசிக்க மெத்த ஆவலுற்றிருக்குங்கால் தாங்கள் சைகோன் பட்டணம் வந்திருப்பதறிந்து இவ்விடமும் தவறாது விஜயஞ் செய்வீர்களென எதிர் பார்த்திருந்தோம். எங்கள் ஆர்வப்படி இன்று தங்களை நேரில் தரிசிக்கவும் உபந்நியாச மூலமாக உங்கள் அமுத மொழிகளைக் கேட்கவும் பாக்கியம் பெற்றோம்.

அன்பார்ந்த சகோதரியே! தங்கள் வரவினாலும் உங்களின் அரும் பிரசங்கத்தாலும் எங்களைக் கண்ணியப்படுத்திய தங்களை இந்த ஊரில் வசிக்கும் தமிழ்ப் பெண்களாகிய நாங்களனைவரும் மெய்யன்புடன் வரவேற்கின்றோம்.

அன்புமிக்க அம்மையே! இதுவரை ஆடவர்கள்தான் எங்கள் முன்னேற்றத்திற்காகப் பாடுபடுவதைக் கேட்டிருக்கிறோம். தற்போது பெண்மக்களுக்கென எங்கள் சகோதரியாகிய தாங்கள் பத்திரிகை நடத்தி அது விஷயமாகப் பிரசாரஞ் செய்வதும் தாங்கள் இவ்வாறு வெளி நாடுகளிலும் சுற்றுப்பிரயாணஞ் செய்வதும் இருபதாம் நூற்றாண்டில் நடைபெற்ற சிறந்த காரியங்களில் முதன்மை பெற்றதாகத் தேச சரித் திரத்தில் வரையப்படுமென்பது திண்ணம். இனம் இனத்தை நாடும் என்றபடி நமது பெண்ணினத்தின் நன்மைக்காக தங்களின் சிரமத் தையும் செலவையும் பிரயாணக் கஷ்டத்தையும் பொருட்படுத்தாது இவ்விடமும் விஜயஞ் செய்து எங்களை கௌரவிக்கும் எங்கள் அரிய சகோதரியாகிய தங்களுக்கும் தங்களால் எங்கள் நலன் கோரி நடத்தப்படும் "சிந்தாமணி"க்கும் எங்களாலியன்ற உதவி செய்யக் கடமைப் பட்டுள்ளோம்.

பிரிய சகோதரியே! ஊக்கங் குன்றாது உடல் வலிமை மாறாது உற்சா கங் குறையாது தாங்களெடுத்துள்ள இவ்வுத்தம கைங்கரியத்தை என்றும் நடத்தி வரும்படி கடவுள் கருணை புரிவாராக!

இங்ஙனம் கம்போஜாவில் வசிக்கும் தமிழ்ப் பெண்களின் சார்பாகத் தங்கள் சகோதரி

சிந்தாமணி, மதாம் பிரான்சீன்.

10-6-28.

*1-5-28*ல் சைகோன் மாடரன் தியேட்டர் ஹாலில் நடைபெற்ற பெண்மக்கள் மகாநாட்டில் "சிந்தாமணி" பத்திராதிபர் சகோதரி வி.பாலம்மாள் அவர்களுக்கு சைகோன் பெண்மணிகளளித்த.

உபசாரப் பத்திரம்.

வல்லமையானவர் நல்லறிவைத் தந்திட்ட சொல்லரிய நாளிதுவே.

மிகவும் மாட்சிமை தங்கிய சகோதரி பாலம்மாள் அவர்கட்கு எங்கள் மனப்பற்றுதலான நமஸ்காரம். சூரியனைக் கண்ட செந்தாமரை மலரும் வண்ணமாக எதிர் நோக்காமலிருந்த தங்களருமையான வருகையை எதிர் நோக்கவும் மனமகிழ்ச்சியைத் தந்த மஹேசுவரனுக்கு எங்கள் நன்றியறி தலை ஏராளமாகப் பொழிகின்றோம்.

வையகம் வாழ்த்த வன்மை மிகுந்த வல்லவனருளைப் பெற்ற வதனமே.

இக்கொச்சின் சீனவாசிகளாகிய எங்களைச் சந்தித்து எங்களுக்கு உங்களபரிமிதமான மொழிகளையும், அருமையான போதனைகளையும், பெருமையான யோசனைகளையும், ஒற்றுமையான உணர்ச்சி களையும், பற்றுதலான பல இனிய வசனங்களையும் இருத்திய எங்கள் இதய இன்பத்தையும் புகுத்திய செவியின் செருக்கையும் என்னென்று ரைப்போம்! இதற்குக் கைம்மாறாக எங்கள் இதய முற்றும் தத்தம் பண்ணுகிறோம். எங்களை முன்னிட்டு ஏற்படுத்திய "சிந்தாமணி" யென்னும் பத்திரிகையின் அபிவிருத்திக்கு எங்களின் பிரயாசை எடுத்துக் கொள்கிறோம். பெண்மணியாகிய பொன்மணியே! நீங்கள் செல்லும் நல்வழியில் தீயகாற்றணுகாது திரியேகன் உங்களுடன் தீவிரித்துச் சென்று அநேக ஆண்டளவும் இருத்திச் செய் நன்மைகளைச் செய்து ஜயம் பெறுவீராக.

ஓ ஸ்ரீமதி பாலம்மாளே! உங்களுக்கு எங்கள் அன்பார்ந்த வந்தனத்தைச் சாற்றி சர்வ ஈசுரன் உங்களையும் எங்களையும் ஆசீர்வதிக்கப் பிரார்த் திக்கின்றோம்.

பிராஞ்சு தேசம் வாழ்க!

ஸ்ரீமதி பாலம்மாள் இன்றும் என்றும் வாழ்க ! வாழ்க !

இங்ஙனம்,

இதய மெய்யன்புடன் உபசரிக்கும் சைகோன் வாசிகளான

உங்கள் சகோதரிகள்.

சிந்தாமணி, ஆகஸ்ட் - *1928.*

சகோதரி வி.பாலம்மாள்

கடித எண்-1.

சைகோன் நகரத்திலும் கம்போஜாவிலும் வசிக்கும் "சிந்தாமணி" யபிமானிகளான எனதன்பார்ந்த சகோதரி சகோதரர்களுக்கு வந்தனம். க்ஷேமம். கோருவதுமதுவே.

என் சகோதரிகளே! நான் உங்களிடையே வசித்த சில வாரங்கள் என்றென்றும் நான் மறவாத நன்னாட்களாகும். உங்கள் மெய்யன்பையும் பக்ஷம் வாய்ந்த உபசரிப்பையும் நான் நினைக்காத நேரமில்லை. "சிந்தாமணி" விஷயத்தில் நீங்கள் கொண்டுள்ள பிரியத்தை நான் வெளியிட்டுக் கூறாத சந்தர்ப்பங் கிடையாது. உங்கள் ஒவ்வொருவர் வீட்டிலும் நான் சந்தோஷமாகச் சம்பாஷித்தையும் நீங்கள் என்னிடம் வாஞ்சையுடன் நடந்துகொண்டதையும் நினைக்குங்கால் மீண்டும் அவ்வினிய சம்பவங் கிடைக்குமோவென ஏக்கமடைகின்றேன். பாசத்துடனும் நேசத்துடனும் கண்ணிறைந்த கண்ணீருடனும் நீங்கள் விடையளிக்கப் புறப்பட்ட நான் 18-6-28ல் சிங்கப்பூர் சுகமே வந்து சேர்ந்தேன். உங்கள் பேரன்பு மட்டும் என்னைத் தொடர்ந்து வந்தது.

நான் இன்னம் இரண்டு மூன்று வாரத்தில் இந்தியாவுக்குப் புறப்பட்டு விடுவேன். அனேகமாக இக்கடிதம் உங்களால் படிக்கப்படும் சமயம் நான் இந்தியாவில் என் வாசஸ்தலத்தில் இருப்பேன். என் க்ஷேமத்தையும் விசாரிப்பையும் அன்பையும் தனித்தனியே உங்களுக்கறிவிக்க சாவகாச மின்மையால் நேரில் சொன்னபடி "சிந்தாமணி" மூலமாகத் தெரிவிக்கின்றேன். உங்கள் க்ஷேமத்திற்குத் தனித்தனியே எனது சென்னை விலாசத்திற்கு அடிக்கடி எழுதக் கோருகிறேன். அழகிய கம்போஜாவும் சைகோனும் என் ஞாபகத்திலுரைந்துள்ளன. உங்கள் சகோதர வாஞ்சையை நான் கனவிலும் மறவேன். வசதியான இடமளித்தும் தேவைகளை விசாரித்தும் வேண்டிய உதவிபுரிந்த உங்கள் உபசரிப்புக்கு நான் என்றுங் கடமைப்பட்டுள்ளேன். உங்கள் விலாசங்கள் பிரெஞ்சில் இருப்பதால் அவைகளைத் தெரிந்து பதிவு செய்து உங்களுக்குப் பத்திரிகையனுப்பச் சாவகாசப்படக்கூடும். ஒருகால் இக்காரணம் பற்றி உங்கள் சந்தா ஆரம்பத்தை 1928 மே மாதத்துக்குப் பதிலாக ஜூன் மாதமிருந்தும் ஏற்படுத்தக்கூடும். இதுபற்றி மன்னிக்கக் கோருகிறேன்.

உங்களில் சிலர் இன்னம் சில சந்தா சேர்த்தனுப்புவதாக வாக்களித்தபடி உதவி செய்ய வேண்டுகிறேன் . உங்கள் க்ஷேமத்தைக் கடிதமூலம் அடிக்கடி தெரிந்துகொள்ள விரும்புகிறேன். என் சகோதரிகளின் பொருட்டு நான் எடுத்துள்ள ஊழியத்தை என்றும் சிறப்பாக நடத்தி வரும்படி

உங்கள் ஜபகாலங்களில் கடவுளைப் பிரார்த்தனை புரிய வேண்டுமாய்க் கேட்டுக்கொள்ளுகிறேன்.

உங்கள் பக்ஷம் மறவாத அன்புள்ள சகோதரி,
வி. பாலம்மாள்.
சிந்தாமணி, ஆகஸ்ட் - 1928.

சிந்தாமணிபற்றிய சில அபிப்பிராயங்கள்

இம்மாத சஞ்சிகையின் முதலாவதாண்டின் ஒன்பதாவது இதழ் எமது பார்வைக்கு வந்துள்ளது. இதன் ஆசிரியர் சகோதரி ஸ்ரீமதி பாலம்மாளை அறியாதவர் தமிழ் நாட்டிலிலர். பெண்களின் முன்னேற்றத்திற்குரிய பல நல்ல வியாசங்களும், கதைகளும் இதில் காணப்படுகின்றன. இதைத் தமிழ் நாட்டார் ஒவ்வொருவரும் ஆதரித்தலவசியம்:- குடி அரசு, 24-5-25.

மாதந்தோறும் மேன்மேலும் பலசீர்திருத்தங்கள் பெற்று, சுக்கில பக்ஷத்துச்சந்திரனைப்போல ஒளிபெற்று விளங்கிவரும் இப்பத்திரிகையின் பங்குனிமாத இதழ்கண்டு மிகவும் மகிழ்வுருகிறோம். இப்பத்திரிகை தோன்றியபொழுது வெகுகாலம் நடைபெறுமோ என நாம் ஐயுற்றதுண்டு. நமது ஐயம் தீர்ந்தது. நம் சகோதரி களிலொருவர் நம்மவர்க்காக உழைக்க முன் வந்திருப்பதைக் கண்டு உவகை கொள்கிறோம். முதலில் 32- பெரிய பக்கங்கள் கொண்டு வெளிவந்த இப்பத்திரிகை இப்போது 64- பக்கங்களைக் கொண்டுள்ளது. கட்டுரைகளுக்குத் தலைப்பில் அழகிய சித்திரப்படங்களும் விளங்குகின்றது. பத்திராதிபர் தமது கல்விச் செல்வத்தையும் அனுபோகத்தையுங் கொண்டு, அரிய வியாசங் களையும் இனிய கதைகளையும் எழுதி வருவதோடு, அறிவிற் சிறந்த பெண்மணிகளையும் தமது பத்திரிகைக்கு விஷயதானஞ் செய்யும்படித் தூண்டிவருவது மிகவும் மெச்சற்பாலது. உள்ளே 'தமிழ்நாட்டுப் பெண்மக்களின் முன்னேற்றத்தை முக்கியமாகக் கொண்டுள்ள பத்திரிகை' என வரையப்பட்டிருப்பினும், இப்பத்திரிகை சிறப்பாகப் பெண்மக் களுக்கும் பொதுவாக ஆண் பெண் ஆகிய இருபாலருக்கும் பயன் தருவதாகும்.

பங்குனி மாதத்து இதழிலே வெளிவந்துள்ள சில கட்டுரைகளை இங்கு குறிப்பிடுகின்றோம். பெண்கள் சுதந்திரம், மனைவிமக்களும் முக்திமார்க் கமும், இந்திய ஸ்திரீ ரத்னங்கள், பர்வத குமாரி, ஸ்ரீராதா கிருஷ்ண லீலைக் கும்மி, செலிமாபேகம் அல்லது மொகல் மன்னரின் அந்தப்புரம், கலாவதி, மஹாசிவராத்திரி.''

இவ்வுயர்தரப் பத்திரிகை இன்னும் பல வழிகளிற் சிறப்புற விளங்கித் தமிழ்நாடெங்கும் பரவவேண்டுமென்பதே எமது எண்ணம்.- ஸ்ரீராமகிருஷ்ணவிஜயம், குரோதன,சித்திரை

சிந்தாமணி, ஏப்ரல் - *1925.*

ය ———————— ස

Some Select Opinions on "Chinthamani."

I have read with pleasure the first chapter of your Journal. There is need for intensive work among the women of Madaras. I am glad you have taken up the task. The contents are very interesting. If the succeeding ladies take up the standard, it would be of great service to Madras ladies,& Mr. T.V.SESHAGIRI AIYAR, Retired High Court Judge, Madras, 24-8-24.

The Editor has taken much pains to present to the public a high class monthly journal, which is bound to attain a large measure of popularity among the Tamil speaking peoples of this Presidency: - West Coast Reformer, 22-8-24.

Though the Editor appears to be well versed in Sanskrit, it is a pleasure to note that the language is fairly free from Sanskrit, imports and is not pedantic. We wish every success to the new monthly.&Justice, 22-8-24.

Of the many magazines in Tamil I have come across, "Chintha mani" is by far the best. Let me tell you why. Its Tamil is simple, homely idiomatic. Its articles are well conceived and short, making it possible for the most laborious lady to read and finish one of them in a single day. The subjects written upon are such as our girls ought to be very much interested in.& Mr. S.V.RANGASWAMI AIYANGAR, B.A., Manager, Oxford University press, Madras, Sept. 4,1924.

It is with much pleasure that I heard of a new venture in Tamil journalism, Chinthamani, undertaken by that fine worker in the cause of literature and nationalism, Sister Balammal Garu. Her splendid scholarship in Sanskrit and Tamil is a guarantee that the "Chinthamani" will maintain a high standard of excellence. I trust that the Tamil public will liberally subscribe to the Magazine and thus show in a practical way their appreciation of the author's noble efforts and the duty they owe to their mother tongue. Mr. C.RAMALINGA REDDY, M.A.(CANTAB), M.L.C,Kilpauk, Madras.

The mere fact that "Chinthamani" is being edited by Sister V.Balammal is in itself a guarantee that it will prove to be of immense practical utility in dispelling the cloud of ignorance now enveloping our ladies, and leading them towards emancipation consistent with Sastraic propriety. -Arya Matha samvardhini.

The women of our Tamil land owe you a deep debt of gratitude for having started "Chinthamani" on their behalf. This is the first paper to be solely and wholly edited by a south Indian lady. I feel highly certain that through the medium of your excellent journal, you are capable of achieving much practical good to your sisters of this land - pandit Asalambigai Ammal.

The correct and clear grasp of our present&day needs, which she possesses to a remarkable degree, will easily enable her to diffuse valuable knowledge to the general public (women in particular) through the excellent medium of her priceless "Chinthamani" -Podujanamitran.

சிந்தாமணி, ஏப்ரல் - *1925.*

பெண் விடுதலை

பெண்கள் சுதந்திரம்

சுதந்திரமென்பது ஆண் பெண் என்ற வித்தியாசமின்றிக் கருதப் படுவதற்கு மென்று முன் சஞ்சிகையில் எழுதினோம். பெண்கள் சுதந்திரம் எத்தகையதாகுமென்பதை ஆராய்வோம். இந்தியாவில் இந்தியப் பெண்களின் வாழ்நாட்களும் மேன்மையும் கண்ணியமும் பொறுப்பும் சிந்தனையும் விவாக பந்தத்திலும் கணவன்கீழ் வாழ்க்கையிலுமே அடங்கி யிருக்கின்றனவென்பது சரித்திர ஆசிரியர்களும் மேதாவிகளும் ஒப்புக்கொண்ட விஷயங்களாகும். சாஸ்திர புராணங்களும் இதையே வற்புருத்துகின்றன. 'இல்லறமல்லது நல்லறமன்று' என்பதும் கவனிக்கத் தக்கதாம். இவ்வாறு மனித வாழ்க்கையின் உன்னதலக்ஷியங்களைக் கடைபிடித்துத் தர்மார்த்த காமமோக்ஷமென்ற புருஷார்த்தங்களை யடைவதே கிருகஸ்த லக்ஷணம்.

மீக்ருஹிணீ க்ருஹ முச்யதேல என்றபடி மனைவியுடன் இல்லறம் நடத்து பவனே கிருகஸ்தன் எனப்படுவான். சஹதர்ம சாரிணீ என்றும் அர்த்தாங்கி என்றும் கணவனுக்கு மனைவி கருதப்படுகிறாள். ஜீவராசி களில் மனித ஜன்மம் துர்லபமென்று ஆண்றோர் மொழிந்திருக்கின்றனர். இவ்வாறு பலவழியிலும் சிறப்புற்றிருக்கும் மனித வாழ்க்கையில் சமத்துவமாகப் பங்கு பெற்றிருக்கும் பெண்கள் சுதந்திர மில்லாது எவ்வாறு வாழ முடியும்? எவ்வாறு அக்குடும்பம் நிலைபெறும்? ஆனால் பூர்வீகர்கள் ஸ்திரீ சுதந்திர மித்தகையதென்று அறிந்தவர்களாகையால் அவர்... (மூலப்பிரதியில் சில வார்த்தைகள் இல்லை). நவீன காலத்தில் நவநாகரிக வாழ்க்கையில் ஆழ்ந்து கிடக்கும் ஆடவர்கள் ஸ்திரீ சுதந்திரத்தைப் பற்றி ஆக்ஷேபிக்க இடமிருக்கிறது. ஏனெனில் அவர்கள் வாழ்க்கை முழுவதும் பூர்வீகத்தையும் மதானுஷ்டானங்களையும் பெரிதும் துறந்ததாயிருக்கிறது. தாங்கள் ஏதோ உத்தியோகப் பேய்பிடித்து நாகரிக தோரணையி லாழ்ந்து அரை வயிர் அன்னம் கிடைத்தாற் போதுமென்று அவதிப்படும் சமயத்தில் இதையனுசரித்தே பெண்கள் சுதந்திரமும் இருக்குமானால் இவ்வனர்த்தத்தை எவ்வாறு கண்டு சகிப்பது என்று தற்காலத்தியவர் அஞ்சலாம். சூடுண்ட பூனை அடுப்பங்கரை செல்லாதல்லவா? பெண்கள் சுதந்திரம் என்றால் என்ன வென்பதை இனியும் தீர்மானப்படுத்தாமல் இருந்துவிடும் பக்ஷத்தில் உலகத்தாரால் போற்றற்குரிய இந்திய நாகரிகம்

இந்தியப் பெண்களை விட்டும் சிறுகச் சிறுக விலைகிவிடக் கூடுமென்பதை சிலர் உணரவாரம்பித்திருக்கின்றனர். பெண்மக்களுக்கு முற்காலப் படிப்பு, பூர்வீக அனுஷ்டானம் இவைகளை நிலைநிறுத்துவதற்காகத் தற்காலம் நவீன வழியில் முற்படும் சுதந்திரத்தையும் ஆடவர்கள் ஆதரிக்கக் கடமைப்பட்டிருக்கிறார்கள். தங்களுடைய வாழ்நாளைச் சீரும் சிறப்புமாகவும் சந்தோஷமாகவும் மேன்மையுடனும் கல்வியறிவுடனும் கற்றோர் போற்றத்தக்கதாக நியாயமான வழியில் உண்மையுற்ற நோக்கத்துடன் பரிசுத்தத் தன்மையில் பெண்கள் நடந்து கொள்ளக்கூடிய வழிகள் பெண்கள் சுதந்திரமெனப்படும். இத்தகைய சுதந்திரத்தையே தற்காலத்திலும் இந்தியப் பெண்மணிகள் பெரும்பாலர் விரும்புகிறார்கள். முற்காலத்தில் சர்வ சாதாரணத்திலிருந்த பெண்கள் சுதந்திரம் தற்காலம் மலினமுற்றிருப்பதால் அதைச் சிறிது நவீன முறைகளைக் கைக் கொண்டு புத்துயிர் பெறச் செய்தல் அவசியமாயிருக்கிறது. அவைபற்றி அடுத்த சஞ்சி கையில் கவனிப்போம்.

சிந்தாமணி, ஏப்ரல் - 1925.

ஃ ———————— ஃ

பெண்கள் சுதந்திரம் பெறும் வழி

இந்தியப் பெண்மணிகள் முற்காலத்திய சுதந்திரத்தையே கோரிவரு கின்றனர். ஒரு சிலர் நவீனவழிகளைப் பின்பற்றிய சுதந்திரத்தைக் கோரு வதாக இருப்பின் நவநாகரிகத்திலாழ்ந்து கிடக்கும் ஆடவர்கள் அதற்குக் காரணமன்றி வேறில்லை. தவிர ஆராய்ச்சி செய்யப்படாமலிருக்கும் தற்கால நிலைமையும், சிந்திக்கப்படாமலிருக்கும் கல்விமுறைகளும் இதற்குக் காரணங்களாக இருக்கின்றன. பெண்மக்களுக்குத் தாங்களே தலைவர்கள் என்று பெருமை பேசிக்கொண்டு சூத்திரதாரர்களாய்ப் பின்னிருந்து ஆட்டிவைக்கும் ஆடவர்களின் அறியாமையாலும் அவர் களிடத்துள்ள அயல்நாட்டு அனுஷ்டானத்தாலும் பெண்கள் அடைந் துள்ள தாழ்ந்த நிலை பற்றி விரிவாயுரைத்தல் அனாவசியம். ஆடவர்கள் இயற்றும் பிழை இம்மட்டுமல்ல. பெண்களைப் பூர்வீக வழியில் இருக்கவும் விடாமலும் நாகரிகத்துறையில் தாராளமாகச் செல்லவும் விடாமலும் சிலர் குறுக்கிட்டு நிற்பதை விசனத்துடன் குறிப்பிடவேண்டியதாயிருக்கிறது. பூர்வீக வாழ்க்கையிலுள்ள மாதர்கள் மூடர்களென்று ஆடவர்கள் இகழ் வதையும் நாகரிகத்துறையில் செல்பவர்களை அதிகப்பிரசங்கிகளென்று நினைப்பதையும் நாம் இக்காலத்திலும் காணலாம்.

சிலருக்குத் தாங்கள் தலைகால் தெரியாது நாகரிகத் தோரணையில் ஆழ்ந்திருக்கும்கால் பூர்வீக அனுஷ்டானத்திலிருக்கும் பெண்மணியைக் கண்டால் வெறுப்புண்டாகிறது. அயல் நாட்டுக் கதைகளையும் விவரங் களையும் ஊன்றி நோக்கும் சமயங்களில் கண்ணியம் வாய்ந்த இந்தியப்

பெண்மணிகளுக்குத் தற்கால நாகரிக வழிகள் சிறிதும் ஒவ்வாதென்று இவர்கள் மனம் துடிதுடிக்கின்றது. இந்தியாவில் இந்திய நாகரிகம் இந்திய ஆடவர்களிடம் மீண்டும் நிலைபெறும் வரை இவ்வாறே பூர்வஞானம் சற்றும் நவநாகரிகவாசை சற்றுமாக இவர்களை ஆட்டிவைப்பதில் சந்தேகமே இல்லை. நாகரிக வழியில் லாப மற்றுப் போகும் பொழுது பூர்வீகத்தையும், பணத்தட்டும் உத்தியோக வாஞ்சையும் ஏற்படுங்கால் நவநாகரிகத்தையும் மனதில் நினைத்துப் பெரும்பாலான ஆடவர்கள் ஒரு நிலையின்றி தடுமாறிக் கொண்டிருக்கும்போது இவர்களால் பெண்மக்களின் சுதந்திரமும் அதற்கேற்ற சாதனங்களும் கிடைக்குமென்று இனியும் எண்ணியிருத்தல் கூடாத காரியம். இன்றளவும் இயன்றவரைப் பூர்வீக வாழ்க்கையைக் கைவிடாதும் ஆடவர்களையும் மிதமீறி நாகரித் துறையில் செல்லவிடாதும் காப்பாற்றி வருபவர்களான இந்தியப் பெண் மணிகள் தாங்களே முன்வந்து தங்கள் நியாயமான சுதந்திரத்தையும் இந்திய நாகரிகத்தையும் மீண்டும் புத்துயிர் பெறச் செய்யக்கூடிய காலமிதுவேயாகும். பெண்கள் தங்கள் சுதந்திரத்தை நிலை நிறுத்துங்கால் சில நவீன வழிகளைக் கைக்கொள்ள வேண்டியிருப்பதாக முன் சஞ்சிகையில் கூறியிருக்கிறோம். பூர்வீகம், நவநாகரிகம் இரண்டின் வழியை யனுசரிப்பவர்களும் ஒரே பாதையில் செல்லவேண்டிய யிருப்பதாகவும் சொல்லியிருக்கிறோம். தாங்கள் இன்னார்; தங்கள் கடமை இன்னது; தங்களுக்குத் தேவை எவை; தாங்கள் எத்துறைகளில் சுதந்திரம் பாராட்டல் வேண்டும் என்பதைப் பெண்மக்கள் நன்கறிவதற்குக் கல்வியே ஏற்ற சாதனமாயுள்ளது. ஆனால் தற்காலக் கல்விமுறை இவைகளுக் கேற்ற தாயில்லை. பெண்மக்கட்குரிய படிப்பு இதற்கு அவசியமாயிருக்கிறது பெண்மக்கட்குரிய படிப்பை நிலைநிறுத்துவதற்குத் தற்சமயம் ஸ்தலசுய ஆட்சி ஸ்தாபனங்களும் சட்டசபைகளுமே சாதனங்களாக விருக்கின்றன. நடைபாதை ஒன்றாயிருப்பினும் பலர் பல்வேறு நோக்கத்துடன் அதில் நடந்து செல்வதுபோல. மேற்கண்ட சாதனங்கள் பூர்வீக வாழ்க்கையையும் கல்வியையும் முக்கிய லக்ஷியமாகக்கொண்ட பெண்மணிகளால் கைப்பற்றப்படுமாயின் புதிய வழிகளை வளரவிடாமல் தடுப்பதற்கும் பழைய கொள்கைகளைச் சிறிதேனும் உயிர்பெறச்செய்யவும் இட முண்டென்பதை மறுக்க முடியாது. இந்தியப் பெண்மணிகளில் அனேகமாக அனைவரும் பூர்வீக வாழ்க்கையையே விரும்புகின்றமையால் இதற்கு மாறாகவும் இவைகளைக் கெடச்செய்கின்றன வாயுமுள்ள விவகாரங்கள் ஜனப்பிரதிநிதிஸ்தாபனங்கள் மூலமாக நடைபெறாது தடுப்பது நியாயமான செய்கையாகும். ஒரு சமூகத்தையே கட்டுப் படுத்தக்கூடிய பல விஷயங்கள் சட்ட சபைகளில் தீர்மானிக்கப்பட்டு விடவும் கூடும். ஆகையால் பெரும்பாலர்களின் லக்ஷியம் மேலோங்கி நிற்கும் படியான வழியைத் தேடல் வருமுன் காப்பது போலாம். கிருதயுக தர்மத்தையே வாயால் மட்டும் பேசிப் பொழுது போக்குதலும், பெண் சுதந்திரமென்றால்

இந்தியப் பெண்களின் நிலமையை அடியோடு மாற்றிவிடல் என்று எண்ணிவிடுதலும் தற்சமயம் சிறிதும் ஒவ்வாத செய்கை என்பதில் ஆக்ஷேபமில்லை. பெண்மக்கள் நிலைமையானது முற்காலம் போலில்லை என்று வாய்பேச்சால் மட்டும் பலர் அனுதாபங் காட்டு கிறார்களன்றி அதற்கு வேண்டிய வழியைத் தேடுவாரின்றி இருக்கும் இச்சமயம் பெண்மக்கள் முன்நின்று ஜனப்பிரதிநிதி ஸ்தானங்களில் தம்மினத் தவர்களை இடம் பெறச்செய்வதில் தங்களுடையவும் தமது வீட்டிலுள்ள ஆடவர்களுடையவும் வாக்குரிமைகளை உபயோகப்படச் செய்தல் வேண்டும்.

சிந்தாமணி, மே - *1925.*

மேரிட்ஸ்பர்க் இந்து வாலிபர் சங்கத்திற்கு

வி. பாலம்மாள் விடுத்த செய்தி

26-7-25 -ல் எழுதிய கடிதம் கிடைத்தது. *11-10-25*-ல் நடக்கவிருக்கும் தங்கள் சபையின் இருபதாம் ஆண்டுத் திருவிழாவில் என்னுடைய செய்தி யொன்றைப் படிக்க விருப்பமுற்றிருப்பதாக எழுதியிருக்கிறீர்கள்.

உயர்ந்த நோக்கத்தையும் ஒப்பற்ற உழைப்பையும் கைக்கொண்டு ஜனசமூக ஊழியத்தைக் கல்வித்துறையில் சிறப்புடன் செய்து கொண்டு வரும் நமது சங்கத்திற்கு புதிதாக நான் விடுக்கவேண்டிய செய்தி ஒன்று மிருப்பதாகத் தெரியவில்லை. மனித வாழ்க்கைக்கும் சமூக ஊழியத்திற்கும் எவை இன்றியமையாத சாதனங்களா யிருக்கின்றனவோ அவை யனைத் தையும் நீங்கள் நன்கறிந்து சமூகத் தொண்டு புரிந்து வருகிறீர்கள். சகோதரர்களே, தங்கள் சங்கத்தின் தலைப்பெயரில் வாலிபர் சங்கம் என்று இருப்பதால் இந்து வாலிபர்களுக்கு மட்டுமே அச்சங்கம் உழைத்து வரக்கூடுமென்று நான் நினைக்கிறேன்.

வாலிபர் என்றால் அவர் யார்? உலக வாழ்க்கையில் இளம் பிராயத் தினர் என்பதே அதன் கருத்தாம். வாலிபர் என்ற பதம் நம்மில் அனேகமாக ஆடவர்கள் பால் உபயோகிக்கப்படுகின்றது. வாலிபர் என்ற பதத்தில் ஆண், பெண் இருபாலும் அடங்கியிருக்கின்றனவா, இல்லையா வென்பதைப்பற்றி நான் தர்க்கம் புரியப்போவதில்லை. வாலிபர் என்ற சொல்லுக்கு ஆடவர்கள் என்றே வைத்துக்கொள்வோம். நமது பூர்வ கிரந்தங்களிலும் மதக் கிரந்தங்களிலும் பொதுப்படையாக உபயோகிக்கப்பட்டிருக்கும் சொற்கள் பெரும்பாலும் ஆண்பாலையே குறிப்பிடுகின்றன. இதனால் அனாதிகாலமாகப் பெண் சமூக முன்னேற்றம் கைவிடப்பட்டிருக்கின்றதென்று நாம் நினைத்து விடல் கூடாது. ஜீவவர்க் கங்களிற் சிறந்த மனித ஜன்மத்தை யடைந்த ஆடவன் தனக்குரிய

புருஷார்த்தங்களாகின்ற அறம், பொருள், இன்பம், வீடு அல்லது தர்மார்த்த காமமோக்ஷம் என்ற நான்கு வகைப் புருஷார்த்தங்களடைவதற்குக் கிருகஸ்தாச்சிரமத்தையே மூலாதாரமாகக் கொண்டிருக்கிறான். ''இல்லற மல்லது நல்லற மன்று'' என்பது தெய்வீகச் சொல்லாம். இவ்வாறு இல்லறத்திலிருந்தே புருஷார்த்தத்தை யடைய வேண்டியவனாக விருக்கும் ஆடவன் தன்னைப்பற்றி மட்டுமே பலவழிகளிற் பிரஸ்தாபிக்கப் பட்டிருக்கிறதென்று நினைப்பது எங்ஙனம் பொருந்தும்? மனிதன் என்றும் ஆடவன் என்றும் சொல்லும் சொற்களிலேயே கிருக தேவதைகளாகின்ற பெண்மக்கள் அடங்கியிருக்கின்றார்கள் என்பதே எனது தீர்மானம்.

ஆனது பற்றி இந்து வாலிபர் சங்கம் ஆடவர்களுக்கு மட்டுமன்றிப் பெண் மக்கள் விஷயத்திலும் சிரத்தை யெடுக்கக் கடமைப் பட்டுள்ள தென்பதை வணக்கத்துடன் தெரிவித்துக் கொள்ளுகிறேன். அதிலும் சமூக முன்னேற்றத்திற்கும் நன்னடத்தை, அடக்கம், ஒற்றுமை இவைகளுக்கும் முக்கிய ஆதாரமாக விருக்கும் தாய்மொழியின் அபிவிருத்தியை நாடிப் பல்லாண்டாக உழைத்துவரும் நமது சங்கமானது ஏற்கனவே இந்துப் பெண்களின் கல்வியபிவிருத்தியிலும் சிரத்தை யெடுத்து வந்திருக்கவும் கூடும். அவ்வாறு இருப்பின் என் சமூகத்தின் அபிவிருத்திக்கும் உழைத்து வரும் வாலிபர் சங்கத்திற்கு என் மனமார்ந்த வந்தன மளிக்கிறேன். தற்கால நாகரிக தோரணையில் ஜன சமூகம் பெரும்பாலும் மூழ்கிக்கிடக்கும் இத்தருணத்தில் தமிழ் நாட்டிற்கு வெகு துலையில் வசிக்கும் சகோதரர்கள் தமிழ்த் தாயை வளர்ப்பதில் பயபக்தியுடன் சிரத்தை யெடுத்துத் தமிழ்க் கல்வியை இலவசமாகப் போதித்துப் புத்தகசாலை மூலமாயும் தமிழ் நூல்களை ஆதரித்துச் சுமார் இருபது வருட காலங்களாகத் தமிழ்க் கல்வியை ஆதரித்து வருகின்றதைக்கேட்டு மனங் குளிராத தமிழ் மக்கள் இரார் என்பது திண்ணம். தமிழ் நாட்டின் நடுவில் வசிக்கும் தமிழர் களுக்குத் தமிழ் மொழியில் அதிக ஆர்வத்தை விளைவிப்பதற்கு நமது இந்து வாலிபர் சங்கம் சிறந்த ஆசானைப்போல் விளங்குகிறதென்ற சொல் மிகைச் சொல் ஆகுமா? தமிழ் மொழியின் வளர்ச்சியில் ஒப்பற்ற ஊக்க மெடுத்துழைக்கும் நமது சங்கத்திற்கு எனது சமூகத்தின் சார்பாகச் சில விஷயங்களை எடுத்துரைத்தல் பொருந்து மென நினைக்கிறேன். அதாவது, தாய் மொழிப் பயிற்சியானது ஆடவர் கல்வித்துறையில் ஒரு அம்சமாகவும் பெண் மக்கட்குரிய படிப்பில் முக்கியமாகவும் ஒரே அம்சமாகவும் இருக்கின்றது. பெண் மக்கள் அதிக காலதாமதமின்றியும் அவசியமாகவும் கற்கக் கூடியது தாய் மொழி ஒன்றே. இளமைப் பருவமிருந்து குடும்பக் காரியங்களில் சிறிதேனும் சம்பந்தப்பட வேண்டியவர்களாக விருக்கும் பெண்மக்கள் ஆடவர்போலப் பகல் நேரம் முழுவதையும் பாட சாலையிற் கழிக்க முடியாதவர்களாயிருப்பதினாலேயே தற்காலம் பெண்கல்வியானது தலை தூக்காமலிருந்து கொண்டிருக்கிறது. ஆனது பற்றிப் பெண்மக்களின் கல்விப் பயிற்சி நேரத்தைச் சரிவர அமைத்து,

அதாவது பகல் இரண்டு மணியிலிருந்து மாலை ஐந்து மணிவரை என்று திட்டப்படுத்தி, கல்வி பயிற்றப்பட வேண்டும். இரண்டாவதாகச் சிறிதளவு தாய் மொழியில் பயிற்சி பெற்றுள்ள பெண் மக்கள் தமக்குள்ள ஓய்வு நேரத்தில் வீட்டிலிருந்தவாறு உயர்ந்த நூல்களைப் படித்தறிந்து கொள்ளுமாறு சிரத்தை எடுக்கவேண்டும். மூன்றாவதாகப் பெண் மக்களுக்கென அடிக்கடி கூட்டங்கள் கூடச் செய்து இயன்றால் பெண்மணிகளையாவது அல்லது கற்றறிந்துள்ள பெரியோர்களையாவது கொண்டு அடிக்கடி நற்போதனைகளைப் போதித்தல் வேண்டும். இம்மூவகையிலும் தனது பாடசாலையையும் புத்தக சாலையையும் பெரிய மண்டபத்தையும் நமது வாலிபர் சங்கம் உபயோகப்படுத்தல் அவசியம்.

தேச முன்னேற்றத்திற்குச் சமூக முன்னேற்றமும் பெண்கள் முன்னேற்றமுமே மூல காரணமாயிருக்கின்றன. நம் நாடு நன்னிலையடைய வேண்டுமாயின், நாம் முன்னேற்றமடைய வேண்டுமாயின், நமது சகோதரிகளுக்குத் தாய்மொழியில் தக்க பயிற்சியை யேற்படுத்தி நமது பெரியோர்களால் இயற்றப்பட்ட சிறந்த நூல்களைப் படிக்கச் செய்தல் அத்தியாவசியமென்பதை ஞாபகப்படுத்துகிறேன். எந்தப் பெண்பால் பெற்ற தாயாகவும் உடன் பிறந்த சகோதரியாகவும் இல்லக் கிழத்தியாகவும் கிருகத்திற்கு தேவதையாகவும் ஏற்படுகின்றாளோ அந்தப் பெண் சமூகத்தை அனாவசியக் கல்வியும் ஒவ்வாத நாகரிகமும் சிறிதும் அணுகவிடாதபடி முன் ஜாக்கிரதையுமெடுத்து, அவர்களுக்கேற்ற கல்வி போதிப்பதிலும் அவர்களுக்கு இயற்கையாக ஏற்பட்டுள்ள குடும்ப பாரத்தைச் சுமப்பதைத் தமக்குப் பெருமையாக நினைக்கச் செய்வதிலும் அவர்கள் மனங்கசிந்து கண்ணீர் உதிர்க்காது ஆன்ம சாந்தியுடனும் அமைதியுடனும் சிக்கனத்துடனும் காலங்கழிப்பதற்கான நல்லுபதேசங்களாகச் செய்வதிலும் அதிக சிரத்தை எடுக்கவேண்டுமென்பதே நமது இந்து வாலிபர் சங்கத்தின் இருபதாம் ஆண்டுத் திருவிழாவிற்கு நான் விடுக்கும் செய்தியாகும்.

''பொங்கும் மங்களம் எங்கும் தங்குக.''

சிந்தாமணி, டிசம்பர் - **1925.**

இந்தியப் பெண்களின் பெருமை

நவநாகரிக முதிர்ச்சியின் பயனாக நம்மில் சிலருக்கு ஏற்பட்டுள்ள உணர்ச்சி பலவற்றில் இந்தியப் பெண்மணிகள் அடிமை வாழ்க்கையிலாழ்ந்து கிடப்பவர்கள் என்பது ஒன்றாம். இவ்வுணர்ச்சி ஆடவர்களிடையே மட்டுமின்றி பெண்களிடையேயும் பரவிவிடுமோ வென்று அஞ்சவும் இடமுண்டாகின்றது. அன்னியநாட்டுப் பெண்மணிகளின் நிலைமையையும் ஆசார அனுஷ்டானங்களையும் இந்தியப் பெண்மணி

களின் நடவடிக்கைகளையும் ஒப்பிட்டு பார்க்குங்கால் இந்தியப் பெண்கள் விவாக மென்ற சங்கிலியால் கட்டுண்டு அடுப்பங்கறை என்ற சிறைச்சாலையில் அடைப்பட்டுக் குடும்பக் காரியங்களாகின்ற கொடிய வேலைகளைப் புரிந்து வாழ்நாள் முழுவதையும் அடிமை வாழ்க்கைக் குள்ளாக்கிக் கண்ணீரும் கம்பலையுமாகக் காலங்கழித்து வருகின்றார்கள் என்று சிலர் நினைத்து வருந்துவதுடன் இந்தியப் பெண்களின் நிலைமையை இந்திய ஆடவர்களுக்கு சமானமானதாகச் சீர்த்திருத்தவும் நினைக் கின்றனர். ஆட்டைச் சுமந்து செல்லும் ஒருவன் வழியிடையே சிலர் ''நாயை ஏன் சுமந்து போகிறாய்'' என்று வினவியதில் சந்தேகமுற்றுத் தோளின் மீதுள்ள ஆட்டை விடுத்துச் சென்றான் என்ற பழங் கதைக்கிணங்க இந்தியப் பெண்களுக்கு சுதந்திரமில்லை. சமத்துவமில்லை, தேகதிடனில்லை, கல்வி யறிவில்லை, பாலிய விவாகத்தால் இவர்களுக்கேற்படும் கஷ்டம் அதிகம், ஆடவர்கள் பெண்களை அடிமைகளாகப் பாவிக்கின்றனர் என்று ஆங்காங்கு பிரஸ்தாபிக்கப்படுவதைக் கேட்குங்கால் நமது பெண் மணிகள் சில சமயங்களில் தங்களது இத்தகைய தாழ்ந்த நிலையை நினைந்து அதைரியப்படவும் இடமுண்டாவது சகஜந்தானே, தற்காலம் இந்தியப் பெண்களின் நிலைமையில் சில முன்னேற்றமும் சீர்திருத்தமும் செய்தல் அவசியமாயின் அது எத்தகையதாயிருக்க வேண்டுமென்பதே நமது ஜனங்களிடையே உண்டாயிருக்கும் ஒரு பெருத்த பிரச்சனை யாக விருக்கிறது. பெண்களின் முன்னேற்றத்திற்கு மூலாதாரமாக விருக்கும் கல்விப் பயிற்சி எவ்விதமிருக்க வேண்டுமென்றும் பலர் வினவுகின்றனர். பெண்களின் தேகவலிமையை எவ்விதம் அபிவிருத்தி செய்வது, அநேகமாகப் பிரசவகாலத்தில் ஏற்படும் அகால மரணத்தின் நின்றும் அவர்களை எவ்விதம் மீட்பது என்றும் பலர் சிந்திக்கின்றனர். பெண்கள் கவுரவிக்கத்தக்கவர்கள்தானா, அவர்களை நாம் இப்பொழுது மதித்து அன்புடன் நடத்துகின்றோமோ இல்லாள் என்ற பதம் இல்லறத்தைச் சிறப்பாக நடத்துவதற்கான கருத்துடன் ஏற்படுத் தப்பட்டிருக்கிறதா என்றிவ்வாறெல்லாம் சிலர் தமக்குள்ளேயே சந்தேகங் கொண்டிருப்பதாயும் ஊகிக்க இடமுண்டாயிருக்கின்றது. ஸ்திரீகள் என்றால் உயர்ந்தவனாகக் கருதப்படும் ஆடவனுக்கு அடிமைப்பட்டு வாழக்கூடியவர்தான் என்று சிலர் பேசுவதுடன் இதற்கு ஆதாரமாக இவர்கள் கூறும் உதாரணம் என்னவென்றால் முற்காலத்தில் பெண்கள் அடுப்பங்கரை வேலைகளுண்டு அவர்களுண்டு என்று சாதுக்களாய் அடங்கிக்கிடந்தார்கள் என்கிறார்கள். இன்னம் சிறிது அதிகமாகப் பரிக சிக்க விரும்பின் 'பெண்களுக்கென்னதெரியும்; எவை தெரிந்தாலென்ன தெரியா விட்டாலென்ன? பெட்டைக்கோழி முட்டையிடும்; இவ்வளவு தானே' என்று ரைக்கின்றார்கள். பெண்கள் சாதாரணமாக வீட்டு வேலைகளைச் செய்வதும் மக்களைப் பெற்றுவளர்ப்பதும் தாழ்வுற்ற பெருத்த முடச்செயல்களாகவும் இவைகளுக்காகப் பெண்கள் கல்விப்

பயிற்சி பெறல் அனாவசிய மென்றும் ஆடவர் நினைப்பாராகில் ஆடவரின் ஆதரணையிலிருக்கும் பெண்கள் தாங்கள் இத்தகைய முடவாழ்க் கையினின்றும் தப்பித்து ஆடவர் மதிக்குமாறு அவர்க்குச்சரியான நிலை மையைப்பெறல் அவசியமெனக் கருதவும் இடமுண்டாகிற தன்றோ. பெண்கள் வீட்டுவேலை செய்யவும் மக்களைப் பெறவும் மாத்திரம் பிறந்தவர்களென்றும், இவை பெண்களுக் கேற்ற தாழ்ந்தநிலையைக் குறிப்பிடுகின்றன வென்றும் இதைக் காட்டிலும் பெண்கள் வேறு தெரிந்துக் கொள்ளக் கூடிய புத்தி சூக்ஷ்மத்தையோ உரிமையையோ அணுவளவும் பெற்றிருக்கவில்லை என்றும் சிலர் பேசுவது பற்றிச் சிறிது ஆராய்வோம். பெண்கள் செய்யும் வீட்டு வேலைகள் ஆடவர்கள் செய்யும் தற்கால உத்தியோகங்களைப் போல் அவ்வளவு சுலபமானதன்று. ஒரேபடிப்பைப் படித்து ஒரே உத்தியோகத்தை ஆடவர்செய்வது போலல்லாது கால தேசவர்த்தமானங்களுக் கேற்றவாறில் பெண்கள் தங்கள் கிருக கிருத்தியங்களை நிறைவேற்றும் புத்தி கூர்மையைப் படைத்திருக்கின்றார்கள். ஒரு மேலதிகாரியின் கீழ்ப்படிந்து ஆடவர் நடப்பின் கணவன், மாமி, மாமன், நாத்தி, பெரியோர் முதலிய பலருக்கும் அடங்கி நடக்கக்கூடிய பொறுப்பையும் பொறுமையையும் பெண்கள் பெற்றிருக்கின்றார்கள். பிரஜைகளின் நிர்வாக விஷயத்தில் ஆடவர் உத்தியோகத்தில் அமருகின்றனர். அத்தகையப் பிரஜைகளை மெத்த கவனத்துடன் வளர்த்து நற்பிரஜைகளுக்கும் ஊழியத்தைப் பெண்கள் செய்கின்றனர். ஆடவர்களுக்கு ஐம்பதுவயதிற்கு மேல் ஒருகால் உண் டாக்கக் கூடிய ஞானவைராக்கியங்கள் பெண்களிடையே வாலிப வயதிலிருந்தே அமைந்திருக்கின்றன. எவ்வழியிலேனும் பொருள் தேடும் சாமர்த்தியத்தை ஆடவர் பெற்றிருந்தாலும் அதைவைத்துக் குடித்தனம் செய்து வேளைக்கு உண்டியிட்டு உதவக்கூடிய தன்மை பெண்களிடையே தானிருக்கின்றது. சமூகஊழியம் சிறந்ததென்றும் சில சமயங்களில் தானும் அதைச் செய்ய முற்படப் போவதாகவும் ஆடவர் பெருமைப் பேசிக் கொள்வாராயின் அத்தகைய சமூக ஊழியத்தைப் பெண்கள் குடும்ப நிர்வாகத்தின் மூலமாகச் செய்யும் பெருந்தகைமை பெற்றிருக்கின்றார்கள். நாட்டிற்குச் சிறிது தொண்டு செய்யப் போவதாய் ஆடவர் பெருமை பேசிக் கொண்டால் வீட்டிற்குத் தொண்டு செய்வதையே பெண்கள் விரதமாகக் கொண்டிருக்கிறார்கள். எதிர்க்க முடியாத சந்தர்ப்பங்களில் பொறுமையை ஆடவர் கைகொண்டால் வாழ்நாளில் தமக்கு ஏற்படக்கூடிய எத்தகைய கஷ்டநிஷ்டூரங்களையும் பொறுக்கும் பொறுமையையே பெண்கள் பூஷணமாகக் கொண்டிருக்கிறார்கள். சுயநலத்தியாகமும் பிறர் நலத்திறக் குழைத்தலும், கற்பு என்ற கட்டுக் காவலுக்கடங்குதலும் அபகீர்த்திக்குக் கனவிலும் ஆளாக்கிவிடக்கூடாதென்ற அடக்கமும், சாந்தசுபாவமும், சஞ்சலமற்ற மனப்போக்கும் கொண்டிருத்தலே இந்தியப் பெண்களின் பெருமையை இந்நாட்டிலும் பிறநாட்டிலும் உள்ள மேதாவிகள் புகழ்ந்

துரைக்கக் கூடியதா யிருக்கின்றது. இதுவே இந்தியப் பெண்களின் பெருமையாகும். இப்பெருமையை வளர்ப்பதற்கும் இதர வழிகளில் பெண்கள் ஈடுபடுவதற்குமான நியாயங்களை வேறொரு சமயம் ஆராய் வோம்.

சிந்தாமணி, ஏப்ரல் - **1926**

மனவுறுதியும் பெண் மக்களும்

தற்காலம் பல விஷயங்கள் திரித்துக் கூறப்படுவதுபோலவே பெண்கள் நிச்சயபுத்தி யில்லாதவர்கள் என்றும், சபலசித்தமுடையவர்கள் என்றும் பகிரங்கமாகக் கூறப்படுகிறார்கள். பெண்மக்கள் ஒரு காலத்தில் கல்வி யறிவிற் சிறந்தவர்களாக வாழ்ந்துவந்த காலம்போக மத்திய காலத்தில் கவிவாணர்களாகிய ஆடவர்கள் தங்கள் மனம்போனபடிக்கெல்லாம் பெண்களை இகழ்ந்துரைத்து வரையலானார்கள். தங்களுக்குரிய கல்விப் பயிற்சியற்று குடும்ப வாழ்க்கையிலேயே பலவாறு இடுக்கண் பட்டுக்கொண்டிருக்கும் தற்காலப் பெண்கள் இதையறிவதெங்ஙனம்? உலக சிருஷ்டியில் ஒப்பற்றவர்களாயும் தாய்மார் என்ற உயர்பதவி யிலிருப்பவர்களாயும் இல்லறத்திற்குத் திலகம் போல் விளங்குபவர் களாயுமுள்ள பெண்மக்களிடத்தில் மனவுறுதி கிடையாதென்றால் ஆடவர்களிடத்தில் மனவுறுதி யிருக்க நியாயமே இல்லை. உண்மையை உள்ளபடி உரைப்பதாயின் ஆடவர்கள் மனவுறுதி யற்றவர்கள் என்பதைப் பல காரியங்களிலும் நிரூபிக்கலாம். பூர்வீக புராணக் கதைகளையும் தேச சரித்திரங்களையும் ஆராய்ந்தால் பெண்கள் தங்கள் மனவுறுதிகொண்டு பல காரியங்களை முடித்திருப்பதைக் கண்டுகொள்ளலாம். பெண்களின் வாழ்க்கையே மனவுறுதியை அஸ்திவாரமாகக் கொண்டுள்ளது. காதலன் ஒருவனைக் கைபிடித்து அவனிடத்தில் தனதுள்ளன்பைச் செலுத்தித் தனது வாழ்நாளைப் பயனுள்ளதாகவும் இம்மை மறுமை யிரண்டிலும் கண்ணியமுள்ளதாகவும் சந்தோஷமயமாகவும் காலங்கழிக்கக்கூடிய சக்தி படைத்துள்ள பெண்மணிகளிடத்தில் மனவுறுதி யில்லாமலிருத்தல் சாத்தியமில்லை. சில சந்தர்ப்பங்களில் பெண்களின் மனவுறுதி தவறான வழியிற் சென்றிருக்குமாயின் அதற்குக் காரணமும் ஆடவர்களே. பெண்களிடத்தில் அடக்கங் கண்டு பேதையெனப் புகலுதலும் இரக்கமுற்ற மனங்கண்டு சபலசித்தமுள்ளவர்களெனச் சொல்லுதலும், அவர்தம் மெல்லிய உடல் கண்டு அபலைகளெனச் சாற்றுதலும் மனவுறுதி கண்டு பிடிவாத முள்ளவர்களெனச் சாதித்தலும் வழக்கமாய் விட்டுள்ளது. மனவுறுதியை அடிப்படையாகக் கொண்டிருத்தலால் முற்காலம் முதல் இன்றுவரை தாங்கள் செல்லும் வழியில் பெண்கள் ஒருகாலும் அபஜயப்பட்டதே கிடையாது. மைந்தனுக்குப் பட்டங்

கட்டித் தீரவேண்டுமென்றெண்ணிய கைகேயியுடையவும், கடுங் கானகத்தில் பின்தொடர்ந்து வருவேனெனக் கூறிய சீதாப்பிராட்டி யுடையவும், துரியோதனாதியர் மடிந்தாலின்றித் தலைமுடியை எடுத்துக் கட்டேனெனத் தீர்மானித்த பாஞ்சாலியுடையவும், கணவனுயிரை மீட்டு வருவேனெனத்துணிந்த சாவித்திரியுடையவும், மூவரையும் இளங் குழவிகளாக்கிய அநுசூயா தேவியுடையவும், பொழுது விடியாமற் சபித்த நளாயினியுடையவும், காட்டில் பிரிந்தோடிய கணவனைக் கண்டுபிடிக்க முற்பட்ட தமயந்தியுடையவும், சுடுகாடு காப்பவன் கணவனெனத் தெரிந்தும் கத்தி வீச்சிற்குத் தலைகுனிந்து நின்ற சந்திரமதியுடையவும், நின்றவிடத்தில் மாங்கனி தருவித்த காரைக் காலம்மை யுடையவும், உடன்பிறந்தானைச் சைவசமயத்தில் சேர்த்த திலகவதியாருடையவும், திருநீற்றின் பெருமையை எம்மிடத்தே நிலை நிறுத்திய மங்கையர்க்கரசியாருடையவும், நியாயம் வழங்கா மன்னனைச் சபித்த கண்ணகியாருடையவும், இன்னும் பல ஸ்திரீ ரத்தினங்களின் மனவுறுதி சாமானியமானதோ? தேசத்தையும் மதத்தையும் காப்பாற்று என்று தமது மைந்தனுக்கு ஜீஜாபாய் சொல்லிவந்திராத பட்சத்தில் சிவாஜி மன்னருக்குச் சரித்திரமேது? சாரதாமணி தேவியாரின் மனவுறுதி யாலன்றோ பரமஹம்ஸதேவரின் பெரும்புகழ் இரட்டிப்பாக விளங் கியது! ராணி பத்மினி, சிறுமி கிருஷ்ணகுமாரி, அரசி லக்ஷ்மீபாய், வீரமாது தாராபாய், அகல்யாபாய் இவர்களுடைய மனவுறுதியாலன்றோ இந்திய சரித்திரமும் இந்தியர்களும் பெரும்புகழ் கொண்டு இன்றும் சிறிதும் மாசுபடியாதிருப்பதற்கும், பெருந்தகைமையும், உதாரபுத்தியும், தியாகத்தன்மையும், மனவடக்கமும், கலங்கா மனவுறுதியும், பொறு மையும், பெருமையும் கொண்டு விளங்கும் இந்தியப் பெண்மக்கள் தங்களுக்காக வேண்டிய சகல காரியங்களையும் ஆடவர்களை முன்னிட்டு அவர்களுக்குப் பெருமை வைத்து இன்றளவும் நடந்துகொள்வதற்கும் அவர்களின் மனவுறுதியே போதிய சான்றாகும்.

இதுபற்றி விஸ்தாரமாக எடுத்துரைக்கும் பொறுப்பை நமது பத்திரிகையின் நிருப சகோதரி சகோதரர்களிடம் ஒப்புவித்து இவ்வியா சத்தை இத்துடன் முடிக்கிறோம்.

சிந்தாமணி, டிசம்பர் - **1927.**

பெண் மக்களின் அந்தஸ்து

இந்தியப் பெண்கள் கணவன்கீழ் மனைவியாக வாழ்வது அடிமைத் தனமன்று. தங்களிடம் அமைந்துள்ள அந்தஸ்தை ஆடவர்களின் வாழ்க் கையில் ஈடுபடச்செய்து, அதனால் தங்கள் நாட்டிற்கும், முன்னோர்

களுக்கும் எதிர்கால சந்ததியார்களுக்கும் பேருபகாரம் புரிகின்ற புண்ணிய வதிகள் இந்தியப் பெண்களே. கல்வியும், பழக்க வழக்கங்களும் அயல் நாட்டினுடையதாக இந்தியாவில் ஏற்பட்ட அளவில் ஆடவர்கள் இத்தகைய ஒப்பற்ற ஒத்துழைப்பைப் பெண் சமூகத்திடமிருந்து பெறமாட்டாது போனதுடன் அறிவை வளர்க்கும் கல்வியை அறவே விட்டொழித்ததினால் பெண் மக்களையும் கல்வியறிவற்றவர்களாகச் செய்து விட்டார்கள். புண்ணிய பூமியாகிய இப்பாரத நாட்டில் சில நூற்றாண்டுகளுக்குமுன் பெண்கள் மகிமையுள்ளவர்களாயும் பரோபகார சிந்தையுள்ளவர்களாயும் தன்னலம் மறுத்தவர்களாயும் ஆன்ம விசார முள்ளவர்களாயும் ஞானிகளாயும் சன்னியாசினிகளாயும், பண்டிதை மார்களாகவும் வேந்தர்களின் சபையிலும் ஜனசமூக மத்தியிலும் உயர் மதிப்புக்கொண்டு வாழ்ந்து வந்தார்கள் என்பதை அயல் நாட்டுச் சரித்திரங்களிலும் கதைகளிலும் பயிற்சி பெறுவதால் தெரிந்துகொள்ள முடியாது. உலக க்ஷேமத்திற்கும் செங்கோலுக்கும் மக்களாபி விருத்திக்கும் பெண்மக்களின் கற்பு மூலகாரணம் என்ற தத்துவத்தை இந்தியச் சரித் திரங்களில் மட்டுமே காணக் கிடைக்கும். அச்சம், மடம், நாணம், பயிர்ப்பு என்ற நற்குணத்துடன் பெண்கள் இளமைப்பருவ முதல் பழக்கப்படுவதை இந்தியக் குடும்பங்களில் தான் காணலாம்.

ஆரம்பமுதல் அமைதிவாழ்க்கையி லீடுபட்ட பெண்மணிகள் சாஸ்திரப் பயிற்சிகளிலும் அதிகாரம் பெற்று சுதந்திரத்துடன் குடும்பத் தலைவிகளாக நன்மதிப்புற்றிருந்தனர். ஜனாங்கத்திற்கு அதிகாரியாயுள்ள பெண்மகளுக்குக் கல்வியிலும் அறிவிலும் சாஸ்திர ஆராய்ச்சியிலும் சமபாத்தியமில்லாதிருக்குமாயின் தாய்க்கில்லாத உரிமை இவள் வயிற்றில் பிறந்த மகனுக்கு எவ்வாறு ஏற்படக்கூடும்? இவளை இல்லக்கிழத்தியாகக் கொள்ளும் கணவனுக்கு எப்படிக் கிடைக்கும்? இந்தியாவில் ஆங்கிலப் படிப்பும் அயல் நாகரிகமும் பரவியதின் பெரும் பயன் பெண்மணிகள் தலையில் சுமத்தப்பட்டிருப்பதை எவ்வாறு சகிப்பது? தங்களுக்கேற்ற கல்வியும் சுதந்திரமும் பெற்ற பூர்வீக வாழ்வுமற்று எந்தவழியிலும் எதேச் சாதிகாரமுற்ற நாகரிக முற்போக்குமற்று அறிவிலிகளாக, ஆற்றலற்றவர் களாகச் சுயத் தீர்மான மில்லாதவர்களாக, ஆடவர்கள் தங்கள் மனம் போல் ஆட்டுவிக்கும் பதுமைகளாக, குடும்ப நிர்வாகத்தில் மந்தமதிகளாக, மகிமையற்றவர்களாக, ஆடவர்களுக்குக் கால்கட்டாக, பெரும் சுமையாக வாழ நேரிடுமாயின், இல்வாழ்க்கையில் பெண்களுக்குத் தக்க அந்தஸ்து கிடைப்ப தெங்ஙனம்? இளம்பருவத்தில் தாயின் அன்பு மொழிகளால் வீரம், தீரம், தேசாபிமானம் முன்னோர்களின் உயர்வு இவைகளை போதிக்கப்பெறாது தாயின்கீழ் வளர்ப்பிற்கும் அறிவின் வளர்ச் சிக்கும் அணுவளவும் சம்பந்தமற்ற வழியில் மக்கள் வளர்வார்களாயின் பெண்மக்களிடம் தனிப்பட்ட அந்தஸ்து உண்டென்பதை நிரூபிக்க முடியுமோ?

மக்களை நல்வழியில் வளர்க்கவும் குடும்பத்தைச் சிக்கனமாக நடத்தவும் கஷ்ட நிஷ்டூரங்களைப் பொறுத்துக் காலங் கழிக்கவும் என்றைக்கும் எந்தப் பாதையிலும் தன்னையும் தன் கண்ணியத்தையும் காப்பாற்றிக்கொள்ளவும் கூடிய நற்படிப்பு பெண்மக்களுக் களிக்கப் பட்டால் பெண்மக்கள் அவர்களுக்குரிய அந்தஸ்தில் நன்மதிப்புடன் வாழ்வார்களென்பதில் சந்தேகமில்லை. ஈதன்றி அயல் நாட்டின் பழக்க வழக்கங்களையும் நாகரிகத்தையும் கல்விப் பயிற்சியையும் சுதந்திரத் தையும் பெண்களுக்களிப்பதே அவர்களுக்கு ஏற்ற அந்தஸ்தைப் பாரபட்ச மின்றி அளிப்பதாகுமென்று நினைத்தால் இதனால் இந்தியப் பெண்களின் அந்தஸ்து சீர்குலைந்து விடுமென்ற உண்மையை தீர்க்கதரிசனத்தால் கண்டறிந்து புராதன இந்தியப் பெண்களின் அந்தஸ்தைப் பெறுவதற்கு நம் பெண்கள் முயற்சிப்பார்களாக. தேசாபிமானிகள் இதற்குற்ற உதவி புரிவார்களாக!

சிந்தாமணி, ஜூலை - 1928.

ෆ ─────── ෲ

மாதர் உயர்வு

மங்கையராகப் பிறப்பதற்கே - நல்ல
மாதவம் செய்திட வேண்டுமம்மா
பங்கையக் கைநலம் பார்த்தல்லவோ - இந்தப்
பாரில் அறங்கள் வளருமம்மா
என்றார் ஸ்ரீ தேசிகவினாயகர்.

தற்காலம் சில தீவிர சீர்திருத்த வாதிகள் இந்திய மாதரின் நிலையை உயர்த்தவேண்டு மென்றும், இந்தியப் பெண்கள் உயர்வுற வேண்டுமானால் அயல் நாட்டு சம்பிரதாயங்களையும் அந்நாட்டார் கைக்கொள்ளும் முற்போக்குச் சாதனங்களையும் முறையே கைக்கொள்ள வேண்டுமென்றும் நினைக்கின்றார்கள். பெண்களின் சீர்திருத்தமும் உயர்வும் அவர்களணியும் உடைகளிலும் நடக்கும் நடைகளிலும் அமைந் துள்ளதென்று நினைப்பார் சிலர். ஆங்கிலத்தில் தீவிரமாய்ப் பயின்று ஆடவர்களைப்போல் உத்தியோகக் கல்வி கற்றுப் பட்டப் பரீட்சைகளில் தேர்ச்சி பெற்றுஎல்லாம் ஆங்கில மயமாக விருத்தலே மாதர் உயர்வுக்கு மூல காரணமெனக் கருதுவாருமுளர். அன்னிய நாடுகளில் சுற்றுப்பிரயாணம் செய்யும் மேதாவிகள் சிலர் அந்நாட்டுப் பெண்மணிகளின் உயர்வைப் பற்றிப்புகழ்ந்துரைக்குங்கால் அங்குப் பெண்கள் வியாபாரச்சாலைகளிலும் அரசாங்க உத்தியோகங்களிலும் டிராம் ஓட்டுவதிலும் மோட்டார் விடு வதிலும் நடன சாலைகளில் நடிப்பதிலும் போலீஸ் நிர்வாகத்திலும் வேடிக்கை வினோதசாலைகளிலும் அமர்ந்துள்ள வைபவம் பற்றி வாசாம கோசரமாக வர்ணிக்கின்றனர்.

அந்நாட்டிலுள்ள காதல் மணமும் அதற்கடுத்து விளங்கும் விவாக பந்த விலக்கும் ஆங்காங்கு விளங்கும் அனாதைச்சாலைகளும் கணவன் மனைவிக்கிடையே பகிரங்கமாகக் கோர்ட்டில் நடக்கும் பல அதிசய விவகாரங்களும் தமர் பிறர் என்ற பேதமின்றி ஆணும் பெண்ணுமாகக் கைகோர்த்து மார்போடணைந்து கூத்தாடும் நர்த்தனக் கச்சேரிகளும் கண்டு அதிசயித்து அகமகிழ்ந்து, இந்தியாவும் இந்தியரும் இந்தியப் பெண்மணிகளும் உயர்வுற்று வாழவேண்டுமாயின், மேனாடுகளில் இந்தியர் சம அந்தஸ்து பெறவேண்டுமாயின் மேனாட்டாரை மேற் கோளாகக்கொண்டு நடக்க வேண்டுமென்று பகிரங்கமாய்க் கூற முற்படுவாரும் உளர். மேனாடு கீழ்நாடு ஒற்றுமைக்கு நடையுடை பாவனைகளின் சீர்திருத்தத்துடன் அங்குள்ள மாதரைப்போலவே நம்மிந் திய மாதரும் சீர்திருத்தம் பெறாதவரை, உயர்வுறாதவரை இந்தியா சுயராச்சியத்திற்குக் தகுதியுள்ளதன்றெனக் கனவு காண்பர் சிலர். ஆனால் இவைகளுக்கிடையே நம் இந்திய மாதர்களுக்கு இனிமேற்றான் உயர்வு ஏற்படுத்தப்படவேண்டுமா அல்லது இயற்கையிலேயே அவ்வுயர்வு அமைந்துள்ளதா வென்பதை ஆராய்வோம்.

இந்தியப் பெண்களிடையே பிறவியிலேயே உயர்வு ஏற்பட்டுள்ளதால் அவ்வுயர்வுள்ள பொருளைப் பாதி உடலாக அமைத்துக்கொண்டு தம் வாழ்வைச் சீரும் சிறப்புமாக நடைப்பெறச்செய்வதில் இந்திய ஆடவர் முற்படுவது தொன்றுதொட்டு வழக்கமாக விருந்து வருகின்றது. தம்பதி களின் வாழ்க்கையை இல் வாழ்க்கையெனக் கூறி அதை இல்லறம் என்று நமது உயர் நூல்கள் சிறப்பித்து கூறுகின்றன. மனிதன் நன்மை புரியப் பிறந்தவன், அறம் புரிய வேண்டியவன், இம்மை மறுமைக்குரிய நல்லறங் களைப் புரிவதில் இல்லறமே முக்கிய சாதனம் என்பது நம் முன்னோர்களின் உபதேச மொழிகளாகும். இல்லறம் என்பது இல்லாள் என்ற மாதரசியால் ஏற்படுமாயின் அவளிடம் பிறவியிலேயே உயர்வு ஏற்பட்டு அவ்வுயர்வை இல்வாழ்கை மூலம் பிரகாசிக்கச் செய்கின்றாள் என்பதில் தடையுளதோ?

இந்தியாவில் விவாகமென்பது சிற்றின்பக் கொள்கைக்காகவே ஏற்பட்ட தன்று. இந்தியப் பெண்கள் பலர் தம் உயர்வை இல்லறத்திலும் துறவறத் திலும் நன்கு விளங்கச் செய்திருக்கின்றனர். உலகில் நல்லறம் வளர வேண்டுமாயின் அவை நம் பெண்மக்களிடத்தில் அடங்கியிருக்கின்ற தென கூறப்படுமாயின் இதை மீறிச் செல்ல வல்லார் யார்?

இந்திய மாதர் தமக்குள்ள உயர்விற்கேற்ற ஒளியற்று மங்கிக் கிடப்பதற்கு அன்னிய நாகரிகமே முதற் காரணமாகும். அன்னியக் கல்வியிலும் நாகரிகத்திலும் நமதாடவர் முற்பட ஆரம்பத்திலிருந்து தமது குடும்பத்திலுள்ள பெண்மக்களின் உயர்வைப் பிரகாசிக்கச் செய்யமாட்டாத நிலையை யடைந்ததுடனில்லாது தம் பெண்களின் உயர்வைக் கர்னாடக முறையன்று பழித்து இகழ்ந்து மொழிந்தவர்கள்

சிலருமுண்டு. பெண்கள் உயர்வுற வேண்டுமானால் அவள் அழகிய தலைமுடி எவ்வாறு வெட்டிவிடப்பட்டிருக்க வேண்டும், அவள் கால்களில் அணியும் பாதாட்சை (பூட்ஸ்) யின் குதிகால் எவ்வளவு அங்குலம் உயர்ந்திருக்க வேண்டும், அவள் எவ்வளவு தூரம் ஆங்கிலம் பயின்று தாய்மொழியை அறவே மறந்திருக்கவேண்டும் என்று நாம் கவலைப்பட்டுத் தீர்மானித்தலனாவசியம். இயற்கையாயவளிடத் தமைந் துள்ள உயர்வைப்பற்றி அடுத்த இதழில் ஆராய்வோம்.

சிந்தாமணி, ஆகஸ்ட் - 1928.

ෲ ————— ෲ

மாதர் உயர்வு

கா.சி. சிவசங்கர முதலியார்

சிந்தாமணியில் சகோதரி ஸ்ரீமதி பாலம்மாள் எழுதியிருக்கும் 'மாதர் உயர்வு' என்னும் உரையைப் படித்தேன். மேனாட்டு மாதரின் நடை உடை உணவு நாகரிகத்தை விரும்பி அதற்கிசைந்த கல்வியை, அதற்கிசைந்த சொற்பொழிவை இந்நாட்டு மாதர் பெற முயலும் இக்காலத்தில் இந்திய மாதர்க்கு இயற்கையாகவே அமைந்துள்ள உயர்வை இவ்வம்மையார் நன்கு எடுத்து விளக்கியிருக்கிறார்கள். இல்லறத்திற்கின்றியமையாத தலை வன் தலைவி இருவருள் யார் உயர்ந்தவர் யார் தாழ்ந்தவர். திருவாத வூரடிகள் திருக்கோவையாரில்

"காகத் திருகண்ணிற் கொன்றே மணிகலந் தாங்கிருவர்

ஆகத்தி லோருயிர் கண்டனம்"

என்று கூறிய பாட்டை ஊன்றிப் பார்த்தால் இருவரும் ஓரளவு நிலையுடையார்களே என்பது விளங்கும். தலைவன் தலைவி இருவர் உடம்பு வேறாகக் காணப் பெறினும் இருவர் உயிரும் ஒன்றாய்க் கலந்து றைவதே நமது நாட்டு வழக்கு. இரண்டு உயிரும் ஒன்றாய் கலக்கு மாயின் தலைவன் இன்பம் தலைவி இன்பமாகவும் தலைவன் துன்பம் தலைவி துன்பமாகவும் ஆகும். அப்படிப்பட்ட தலைவனும் தலைவியும் கலந்திருப் பதே உண்மையின்பம். அவர் பிரிய நேருவதே கொடிய துன்பம். தலை வனுக்கும் தலைவிக்கும் உள்ள நட்பை விளக்கிக் காட்டுவதே தமிழில் காணப் பெறும் அகப்பொருள். அகப்பொருள் நூல்களைப் படிக்கவல்ல அவ்வளவு பெருங் கல்வியை இக்காலத்து நமது ஆண்களும் கற்பதில்லை, பெண்களும் கற்பதில்லை.

தமிழுலகத்தில் தலைவனும் தலைவியும் கொடுப்பாருங் கொள் வாருமின்றித் தாமே தம்முள் உள்ளமொத்துப் பெரியார்க்கறிவித்து மணஞ்செய்துகொள்ளும் ஒரு வழக்கம் முற்காலத்திலிருந்தது. அவ்

வொழுக்கம் இக்காலத்து மாறிவிட்டது. அக்கல்வியும் இக்காலத்தில் இல்லை, செய்தித் தாள் படிக்கவும் நிருபம் எழுதவும் தெரிந்துவிட்டால் கல்வி நிரம்பிவிட்டது என்று நினைக்கின்றார்கள். ஆங்கில நாகரிகமுடைய தலைவனுக்குப் பண்டை நாகரிகமுடைய தலைவி வாய்த்தால் எங்ஙனம் உள்ளங்கலக்கும், உயிர் கலக்கும்?

மிருக இன்பத்திற்காகவா இவர்கள் மணஞ்செய்து கொண்டார்கள்? நகரத்து ஆடவர்கள் பெரும்பாலும் ஆங்கிலங் கற்று பிறரிடம் அடிமைத் தொழில் செய்ய ஆரம்பித்து விட்டனர். அவர்களுக்கு அகப்பொருள் படிக்க நேரமில்லை. பழைய நூல்களின் பேர்களைக் கேட்கக்கூட நேரமில்லை. மாதர்களில் பலர் சிறிது படிக்கத் தெரிந்து நாவல்களும் செய்தித்தாள்களும் படித்து போலி நாகரிகத்தைப் போற்றி வருகின்றார்கள். இவ்விதமான சோற்றுக்கல்வி, வயிற்றுக்கல்வி, அடிமைக்கல்வி, போலிக்கல்வி நிரம்பினால் உண்மை அன்பை, உண்மை அருளை, உண்மை அறத்தை, உண்மை நட்பை, உண்மைக் காதலை எப்படி மக்கள் உணரமுடியும்? பழைய சங்க இலக்கியங்களாயுள்ள அகப் பொருள் சால்களைப் படிக்கா விட்டாலும் தலைவன் தலைவி இருவரும் திருக்குறளில் உள்ள மூன்றாவது பாலாகிய காமத்துப் பாலையாவது படிக்கக்கூடாதா? அதில் இருக்கும் உண்மைக்காதலின் தன்மையை உணரக்கூடாதா? தலைவன் தலைவியைத் தன்னுயிராகக் கருதுகிறான். தலைவி தலைவனை தன்னுயிராக கருது கின்றாள். இவர்களில் யார் உயர்ந்தவர் யார் தாழ்ந்தவர்?

ஒரு மனைவி தன் கணவனுக்குத் தாயாகவும் மந்திரியாகவும் மனைவி யாகவும் பணிப்பெண்ணாகவும் உதவுகிறாள் என்றால் அவள் கணவனால் அடிமையாகக் கருதப்படுகிறாள் என்று எப்படிச் சொல்லலாம்?

ஒத்த அழகும், ஒத்த கல்வியும், ஒத்த அறிவும் உடைய ஆணும் பெண்ணும் பண்டைத்தவத்தால் தலைவன் தலைவியாக வாய்க்குமேல் அவர்களிடை உண்மைக் காதல் தோன்றி உயர்வு தாழ்வற்ற பெரிய நிலை நிலவும். போலிக் கல்வியும் போலி நாகரிகமும் பரவுவதால் உயர்வு தாழ்வும் உண்டாயிருப்பதாக எண்ணங்கள் உண்டாய்விட்டன. ''பெருமையுஞ் சிறுமையுந் தான்தர வருமே'' என்று ஔவையார் கூறினார்கள். ''பெருமைக்கும் ஏனைச் சிறுமைக்குந் தத்தங் கருமமே கட்டளைக் கல்'' என்று திருவள்ளுவனார் கூறினார்.

உயர்வையும் தாழ்வையும் தாம்தாமே தத்தமது எண்ணங்களாலும் சொற்களாலும் செயல்களாலும் பெறுகிறார்களேயன்றிக் கணவன் மனைவிக் காவது மனைவி கணவனுக்காவது அவைகளை யுண்டாக் குவதில்லை. உண்மையன் பில்லாத மனைவியைக் கணவன் விரும் பாதிருப்பது நியாயமே. அங்ஙனமே உண்மையன்பில்லாத கணவனை அவன் மனைவி விரும்பாதிருப்பதும் நியாயமே. அக்காரணம் பற்றி மாதர் இந்தியாவில் தாழ்த்தப்படுகிறார்கள் என்பது நியாயமல்ல.

இந்தியர் வணங்கும் கல்வித் தெய்வம் கலைமகளாகிய பெண். அவர்கள் வணங்கும் செல்வத் தெய்வம் திருமகளாகிய பெண். அவர்கள் ஊர்களிற் காவற்றெய்வம் மாரியம்மனாகிய பெண். அவர்கள் புகழ்வதும் கற்புத் தெய்வமாகிய பெண்ணையே. குழந்தையாயிருக்கின்ற வரை அன்னையாதரவில் இருக்கின்ற ஒவ்வொருவரும் பின்னர் மனைவியாதரவையே நாடி இன்புறுகின்றார்கள். உண்மைக் கல்வியும் உண்மை நாகரிகமும் புத்துயிர் பெற்றால் உண்மைக் காதலும் உண்மை இன்பமும் உண்டாகும். அப்போதுதான் இந்திய மகளிரின் இயற்கை உயர்வு தோன்றும்.

சிந்தாமணி, டிசம்பர் - 1928.

பெண் கல்வியும் பெற்றோரும்

பெண் மக்களைக் கல்விப் பயிற்சியின் நிமித்தம் பள்ளிக்கூடத்திற்கு அனுப்புதல் கூடவே கூடாதென்ற தீர்மானம் முன்னொரு சமயத்தில் நம்மிடையே நிலைத்திருந்தது. ஆடவர்கள் தற்காலக் கல்வித் துறையில் அதிகம் செல்ல வாரம்பித்ததிலிருந்து பெண்கள் ஒன்று மறியாமூடர்களென பாவிக்கப்படுதல் கூடாதென்ற எண்ணத்தினால் முன்னொருகால் வேண்டாமென்று தடுத்ததைத் தாமாகவே கைக்கொண்டு தமது பெண் குழந்தைகளைப் பள்ளிக்கூடங்களுக்கு அனுப்புவதில் பெற்றோர் முற்படலாயினர். காலக்கிரமத்தில் தற்கால நாகரிக முறைப்படி கல்வி போதிக்கும் பெண் பாடசாலைகள் ஆங்காங்கு ஏற்படுத்தப்பட்டு நாளுக்குநாள் அவைகள் பரவி வருகின்றன. தற்கால கல்வி முறையானது ஆண் பெண் இருபாலார்க்கும் ஒரே மாதிரியாக அமைக்கப்பட்டிருப்பதன்றிப் பெண் மக்கட்க் குரிய கல்வியை போதிக்கக் கூடிய பெண் பாடசாலைகளும் கிடையா. அதற்கேற்ற பாட புத்தகங்களும் கிடையவே கிடையா வென்பதை மறுத்துரைக்கமுடியாது.

கல்வி கற்றல் அவசியமென்ற காரணத்தாலும் பெண் மக்கட்க்குரிய கல்வியை போதிக்கும் ஸ்தாபனங்கள் இல்லாமையாலும் ஆண் என்றாலும் பெண் என்றாலும் கல்விப் பயிற்சி ஒன்றுதான் என்ற தீர்மானம் ஆங்காங்கு ஏற்பட்டிருப்பதாலும் தமது பெண் மக்களைப் பெற்றோர் தாராளமாகக் கல்விச் சாலைகளுக்கு அனுப்பி வருகின்றனர். மக்களைப் பள்ளிக்கூடத்திற் கனுப்பிவிட்டால் கல்விப் பயிற்சி முழுதும் ஏற்பட்டு விடுமென்று தற்கால பெற்றோர் எண்ணியிருப்பதன்றிக் கல்விப் பயிற்சியில் வீட்டளவில் குழந்தைகளைப் பழக்குவதில் தங்களுக்குள்ள பொருப்பு எத்தகையதென்பதை இன்றளவும் கருதுகிறார்களில்லை. பொய் சொல்லல், எதிர்த்துப்பேசல் முதலிய பல துர்க்குணங்களும் இளமைப் பருவமிருந்தே சிறுவர்களுக்குப் பழகிவிடுகிறதென்பதையும் இதற்குத்

தங்கள் கவனக்குறைவும் சில சமயம் தாங்களே காரணமென்பதையும் சிறிது உணருவரேல் மக்களுக்குக் கல்விச் சாலைகளைக் காட்டிலும் வீட்டில் போதிக்க வேண்டிய நற்போதனைகள் முக்கியமென்பதையும் இதில் தங்களுக்குள்ள முழுப் பொருப்பையும் தெரிந்து நடக்க முற்படுவார்கள். தற்காலக் கல்வியானது ஏதோ ஒரு சிறு வருமானத்தையாவது மாதா மாதம் அளிக்கக்கூடும் என்ற ஆர்வத்தினால் படிப்பிக்கப்படுவதன்றி இக்கல்வியில் இம்மை மறுமைக்குரிய பயன் அணுவளவும் கிடையா தென்பது வெளிப்படை. ஆண் பெண் இருவகுப்பும் நற்குணம், நல் லொழுக்கம், நன்னிலை, நற்கருமம், நற்புகழ் இவைகளுடன் தமது வாழ் நாளைக் கழிக்க வேண்டுமாயின் இளமையிலிருந்து சூது வாது சற்று மறியாத பேதைப் பருவமிருந்து பெற்றோரால் நன்கு பராமபரிக் கப்படுதல் மெத்த அவசியமாகும். இதை யனுசரித்தே ‘‘மக்களுக்குச் சத்துரு மாதாபிதா’’ என்ற பழமொழியும் நம்மிடையே உலவுகின்றது. தமதருங்குழந்தைகளைச் செவ்வையாய் வளர்ப்பதில் தாய் தந்தை இருவருக்கும் பொருப்பிருக்கிறதாயினும் பெற்ற தாய் இக்கடமையைச் செலுத்துவதில் தலைமை வகித்திருக்கின்றாள். அதிலும் பெண் குழந்தையைப் பற்றிய சிரத்தை தாய்க்கு இரட்டிப்பாக ஏற்பட்டுள்ளது. இவ்வளவு பொருப்பை ஏற்றிருக்கும் தாய் தன் மகளைப் பாட சாலைக்கனுப்பி விடுவதினாலேயே தன் பொருப்பு நீங்கிவிட்டதென்று நினைத்துப் பெருமை பாராட்டிக் கொள்ளுவாளாயின் இதைக் காட்டிலும் பெண்ணுலகத்திற்கு வேறு துர்ப்பாக்கிமுளதோ? சிக்கனம், தன்ன டக்கம், வீட்டு வேலை முதலியவைகளைப் பெற்ற தாய் பழக்கினாலன்றி மற்றவரால் போதிக்க வியலுமோ? பெண் மக்களைத் தாராளமாகப் பள்ளிக்கூடங்களுக்கனுப்பக் கூடியதான பன்னிரண்டு வயதிற்குள் உபாத்திமார்கள் மாணவிகளுக்கு எவ்வளவு பாடங்களைத்தான் கற்பிக்க முடியும். ஒரு பெண்மகள் இல்லாளென்ற உயர் பதவியில் வைக்கக்கூடிய தன்மையைத் தாயின் உபதேசத்தாலடைகிறாளன்றி எண்ணும் எழுத்தும் கற்கக் கூடிய கலாசாலைகளால் அடைந்து விட முடியுமோ ? ‘‘இளமையிற் கல்’’ என்ற முதுமொழி ஏற்பட்டிருக்கும் காரணந்தானென்ன?

வீட்டளவில் போதிக்கக் கூடியவற்றில் தாய்மார் தக்க சிரத்தை யெடுக்காமலிருப்பதுடன் இதற்கு மாறாகவும் சிலர் நடந்து கொள்ளல் அறியாமையாகும். சிக்கனமென்பது பெண்களுக்குரிய அணிகலனாயிருக்க ஆடம்பரமே ஆரம்பம் முதல் போதிக்கப்படுமாயின் அப்பெண்மகளின் எதிர்கால நிலை எவ்வாறிருக்கு மென்பதைப் பெற்றவள் சீர்தூக்கிப் பார்க்கக் கடமைப்பட்டிருக்கவில்லையா?

இது விஷயத்திலுள்ள பல குறைகளை விரித்துரைப்பதென்றால் சாத்தியமில்லை. காலப்போக்கையும் மக்களின் நிலைமையும் ஆராய்ந்து நமது சகோதரிகள் இனியேனுங் கண் விழித்துத் தமது பெண் குழந்

தைகளின் கல்விப் பயிற்சியில் தங்களுக்குள்ள முழுப்பொருப்பை உணர்ந்து கொள்ளுவார்களென்று நம்புகிறோம். தற்காலத்தியப் பெண்கல்வி முறையில் பெண் சமூகத்திற்கேற்றதான அம்சம் சிறிதும் அமையாதிருப் பதுபோலவே அக்கல்விச்சாலைகளுக்குப் பெற்றோர் அனுப்பும் தோரணைகளும் பல. பள்ளிக்கூடம் செல்வதென்றால் அதற் கென்று ஒரு வேஷம், ஒரு உடை எனப் பலவித ஆடம்பரங்களும் மலிந்துவிட்டன. சிறு வயதிலாரம்பிக்கப்பட்ட இவ்வழக்கம் ''தொட் டிற்பழக்கம் சுடுகாடு மட்டும்'' என்று ஏற்பட்டு விடவும் கூடுமன்றோ. ஆகையால் கல்விப் பயிற்சி யென்பது அறிவைத் தெளிவுப்படுத்தக் கூடியதென்பதையும், அறிவானது அடக்கமான முறையிலே முதிர வேண்டுமென்பதையும், தன்னடக்கம் அளிக்கக்கூடிய முறையிலேயே கல்வி புகட்டவேண்டுமென்பதையும், எதிர் கால வாழ்க்கை எவ்வித மமைந்திருப்பினும் பெண் மகளை ஆரம்பம் முதல் ஆடம்பரமற்ற வாழ்க்கையில் பழகச் செய்தல் இன்றியமையாத தென்பதையும், வாழ் நாளைச் சிறப்பிப்பதே கல்வியின் முக்கிய நோக்கமென்பதையும், இத்தகைய கல்வியைக் கலாசாலைகளிலிருந்தே முழுதுங் கற்றுவிட முடியாதென்பதையும், இதற்குப்பெற்றதாயின் பராமரிப்பு முக்கியமென் பதையும் தாய்மார்கள் சிந்தித்து அதற்கேற்ற முறைகளைக் கை கொள்வார் களாக.

சிந்தாமணி, பிப்ரவரி - 1927.

பெண் திருமணம்

பெண்களின் சம்மதவயது

உலகில் ஜனசமூகம் நன்னெறி கைப்பற்றி இனிது வாழ்வதற்குச் சட்டங்கள் இன்றியமையாதனவாகும். சட்டங்கள் இருவகைப்படும். 1. அரசாங்கத்தினரால் ஏற்படுத்தப்படல். 2. ஜனப்பிரதிநிதிகளால் சட்டசபைகளில் தீர்மானிக்கப்படல். அரசாங்கம் ஏற்படுத்தும் சட்டங்களுக்கும் ஜனப்பிரதிநிதிகளால் கொண்டுவரப்படுவனவற்றிற்கும் பிரஜைகளாகும் ஜன சமூகத்தின் ஆதரவு முக்கியமாகும். சாதாரணமாக ஒரு சட்டம் இயற்றப்பட வேண்டுமாயின் அதன் நோக்கங்களைப் பற்றி சில வருஷங்கள் ஜனங்களிடையே பிரசாரம் செய்தும் தக்கவர்களுடைய ஆலோசனைகளைக் கேட்டும் தீரவாலோசித்தும் முடிக்காவிடின் அச்சட்டத்தை ஜனங்களிடையே அமலுக்குக் கொண்டுவருதல் சிரமசாத்தியமாய்விடும.; ஜனப்பிரதிநிதிகளால் கொண்டுவரப்படும் சட்டங்களுக்குப் பல நிர்பந்தங்களுள்ளன. பொது ஜனங்கள் ஏற்றுகொள்ள முடியாத ஏற்பாட்டை ஜனப்பிரதிநிதிகள் சட்டமாக்க முயல்வார்களானால் வேலியே பயிரை மேய்ந்ததற்குச் சமானமாகும். எவர்களுடைய வாக்குரிமைகளைக் கொண்டு ஸ்தானம் பெறுகிறார்களோ அவர்களின் மனக் கொள்கைக்கு வேறாகச் சிலவற்றை இவர்கள் முடிக்க விரும்புதல் பிடிவாதச் செயல்களில் ஒன்றாம். அதிலும் பெண்மக்களைப்பற்றிய விஷயங்களை மெத்த அவசரத்துடன் விவாதித்து முடிவு செய்தல் விசனகரமானது. பெண்கள் இப்பொழுதுதான் சற்று கண்விழிக்க ஆரம்பித்திருக்கின்றனர். இவர்கள் முழுதும் முன்னேற்றமடைவதற்குள்ள சாதனங்கள் இன்னமேற்படாமலிருக்கின்றன. இருப்பினும் இவர்களுக்கான சீர்திருத்தங்களைப் பற்றி ஆடவர்கள் சட்ட சபைகளில் சிரத்தை யெடுப்பதற்கு ஒரு வகையில் வந்தனமளிக்கக் கடமைப்பட்டிருக்கின்றோம். ஆனால் சீர்திருத்தங்கள் படிப்படியாக ஆரம்பமிருந்து வருதல்வேண்டும். வெகுதூரம் நவ நாகரிக முறையிலேனும் முன்னேற்றமடைந்து முன்னணியில் நிற்கும் ஆடவர் தங்களனுபவங் காரணமாகச் சில சீர்திருத்தங்களைப் புதிய வழியில் புக விடுதல் பொறுத்தமானதே. பெண்மக்களிடையேயும் இத்தீவிரச் சீர்திருத்தங்களைப் புகச் செய்தல் சரியல்லவென்பதே எமது வேண்டுகோள். பெண்மக்களிடையே சீர்திருத்தங்களை விரும்புவோர் இந்தியாவின் எதிர்காலத்தைச் சிறிது நிதானித்தல் வேண்டும். பலர் எதிர்கால இந்தியாவானது நாகரிகக் கோலாகலத்திடையே ஆரவாரிக்கப் போகின்றதென்று நினைக்கிறார்கள். ஆனாலும் இந்தியாவானது தனது பூர்வீகக்கொள்கைகளைக் கடைப்

பிடிக்காதவரை ஒரு சிறிதும் முன்னேற்றமடைய மாட்டாதென்பதே தீர்க்கதரிசிகளின் தீர்மானமாயிருக்கின்றது. ஒருகால் எதிர்காலத்தில் நவநாகரிக எழுச்சியானதும் நம் பெண்மக்களிடத்திலும் சர்வசாதாரண மாக வேரூன்றிவிடுமாயின் அச்சமயம் அவர்கள் தமக்குத் தேவை களை நிர்த்தாரணஞ் செய்துகொள்ளல் கஷ்டமன்று. பூர்வீக வாழ்க் கையே இந்தியாவில் இனி நிலைப்பதாயினும் இச்சமயத்தில் தீவிரமான சீர்திருத்தங்களை யேற்படுத்தலெதற்கு? சீர்திருத்தங்களில் தீவிரபுத்தியுள் ளவர்கள் ஓரடி முன்னுக்குப் போகுங்கால் உள்ள வற்றை எடுத்துரைத்து அவர்களை ஆலோசிக்கச் செய்தல் பொருத்தமானதென்பதை மறுப் பாரில்லை.

பெண்களின் சம்மத வயதைப்பற்றிப் பிரஸ்தாபமொன்று சின்னாட் களாக இந்திய சட்டசபையில் நடமாடி வருவதைப் பலர் அறிவார்கள். பெண்களுக்குச் சம்மத வயது பன்னிரண்டாக விருப்பதைப் பதினான்காக உயர்த்தவேண்டுமென்ற பிரஸ்தாபம் அடுத்த செப்டம்பரிலும் வரப் போவதாகத் தெரிகிறது. பெண்களின் சம்மத வயதை ஆடவர்கள் தமது புத்தியையும் மனவடக்கத்தையும் முன்னிட்டு நிலைநிறுத்தமாட்டாது சட்டப்பூர்வமாக்கக்கூடிய நிலையை யடைந்திருப்பார்களேயானால் இதைக்காட்டிலும் பரிதாபகரமான நிலை தேசத்திற்கு வேறு வேண்டுமோ? சுயராச்சியத்திற் கருகதையுள்ளவர்களாக நினைக்கும் ஆடவர்களுக்குப் பெண்களின் சம்மத வயதை யறிந்து நடந்துகொள்ளக்கூடாமற் போகுமோ? இதற்கு ஒரு சட்டமும் தேவையோ? இத்தகையசட்ட மியற்றப்படுவதால்மட்டும் பெண்களுக்கேற்படக்கூடிய துன்பங்கள் தூர விலகிவிடுமோ? முற்காலத்திய புருஷ தர்மங்களை ஆடவர் சிலர் அறவே ஒழித்துவிட்டிருப்பதுபோன்று பெண்மக்களும் தற்சமயம் பார்ய தர்மத்தை கைவிட்டவர்களல்லவே. சம்மதவயதைமீறித் தன் கணவன் செய்யக்கூடிய அடாத செய்கையையோ அல்லது மிருகத்தன்மை வாய்ந்த ஆடவனாலேற்படும் துன்பத்தையோ அவள் எவ்வாறு வெளி யிடத்துணிவாள்? பெண்களின் சம்மத வயது அவரவர்களின் வாசஸ் தானத்தையும் வளர்ச்சியையும் பொறுத்திருப்பினும் ஆடவர்கள் சற்று சீர்திருந்துவார்களானால் அனுஷ்டானத்தில் இதைப் பதினாறு பதினெட்டு வயதளவும் கொண்டுபோதல் சிரமமன்று. இதைவிடுத்துச் சம்மத வயதைச் சட்டத்திற்குள்ளாக்கும் பக்ஷத்தில் இக்குற்றத்திற்கு ஆடவன் காரணமாகவும் பெற்றோர் உடந்தையாகவும் ஏற்படுவது டனில்லை. ஒன்றுமறியாப் பேதைப் பெண்ணே இவ்வனீதியை வெளிப் படுத்த வேண்டியவளாகின்றாள். கோர்ட்டு முன்னிலையில் சாக்ஷியம் கூறி வைத்திய விற்பன்னரின் சோதனைக்கும் ஆளாகவேற்படும் இப் பெண்ணின் துர்த்தசையை எடுத்துரைக்கவும் வேண்டுமோ. தற் சமயம் வரதக்ஷணையின் கொடுமையால் தக்க வரண் கிடைக்காது பெண்களின் வயதைச் சில பெற்றோர் குறைத்துக் கூறிவரவேண்டி யிருக்கிறது. இத்தகைய சட்ட மியற்றப்படின் இனி பெண்கள் வயதை

உயர்த்திக் கூறிவரத் துணிவார்களன்றி இதனால் இளஞ் சிறுமியர் பாடு புத்தியற்ற தாய் தந்தையர் நின்றும் முரட்டுச் சுபாவமமைந்த கணவனிடத்தின் நின்றும் காப்பாற்றப்படுவது நிச்சய மில்லையே. சம்மத வயதைச் சீர்திருத்த எண்ணுவோர் தற்கால நிலையை ஊன்றிக் கவனிப் பார்களானால் சின்னாட்களில் இத்தகைய சீர்திருத்தம் தானாகவே ஏற்பட்டுவிடுமென்பதை யுணரலாம். அனேகமாகப் பெண்களுக்கு இப்போது பனிரண்டு வயதிற்குமேலாகவே விவாகம் முடித்தல் சகஜமாயிருந்து வருகிறது. சிலர் பதினான்கு வயதிற்குள் பெண்களுக்கு விவாகம் முடிக்க நினைப்பதுமில்லை. காலாந்தரத்திற் பல காரணங்களைக் கொண்டு பாலிய விவாகமுறை அடியோடு நிறுத்தப்பட்டுப் பதினான்கு வயதிற்குமேல் பெண்களுக்கு விவாகம் முடித்தல் சம்பிரதாயமாகவும் சௌகரியமாகவும் ஏற்பட்டுவிடக்கூடுமென்றும் ஊகிக்க இடமிருக்கிறது.

இதற்குள் இத்தகைய சட்டமொன்று அனாவசியமாகும். இச்சட்ட மியற்றப்படுமானால் பொறாமைக்கும் சத்துருபாதைக்கும் ஆளாயிருக் கக்கூடிய குடும்பங்கள் வீண்கஷ்டத்திற் குள்ளாக்கப்படு மென்று அஞ்ச இடமிருக்கிறது. எவ்வாறு இருந்தாலும் கணவனாலேற்படுங் கஷ்டங் களை வெளியிட்டுக்கொள்ள இந்தியப் பெண்மக்கள் ஒருகாலுந் துணி யார்கள். எவ்வளவு தாழ்ந்த நிலைக்குக் கணவன் காரணமாயிருப் பினும் 'அது என் தலைவிதி' என்றே சொல்லுவார்கள். இதனாலேயே குடும்பங் களிலுள்ள பல பெருத்த மனஸ்தாபங்களும் தீர்ந்து அன்னியோன்னி யத்தன்மை குறையாது இல்லற வாழ்க்கையானது இந்தியாவில் இனிது நிறைவேறக் காண்கிறோம். சம்மத வயதை மீறி நடந்தான் என்ற குற்றத்தைக் கணவன்மீது சுமத்தி அவனைத் தண்டனைக்குள்ளாக்கியபின் அப்பெண்ணின் வாழ்நாள் எவ்விதம் சிறப்புறக்கூடுமென்பதை ஆலோசித் தலவசியமாகின்றது. எந்த நாடுகளில் ஜனசமுகம் எத்தகையசட்ட திட்டங்களால் அபிவிருத்தியடைந்திருப்பினும் இந்தியாவிற்கு மட்டும் அதுவும் தற்சமயம் இத்தகைய பிரஸ்தாபங்களும் அவசியமன் றென்பதே நமது அபிப்பிராயம். அன்னிய நாடுகளுடன் சமத்துவத்தையும் இந்தியா கோரி நிற்கும் இவ்விருபதாம் நூற்றாண்டில் ஆடவர்கள் மனவடக்கமற்றவர் என்பதை நிரூபிப்பதுபோல இச்சட்டம் எதற்கு? ஆடவர்கள் அவ்வளவு அறிவிலிகளாகவும் காணப்படவில்லையே. மிருகத்தன்மை வாய்ந்த இரண்டொருவர் செய்யக்கூடும் அனீதத்திற்கு ஆடவர் சமூகத்தைப் பழித்துப் பெண்மக்கள் நிலைமையைப் பாழ் படுத்தக்கூடிய சட்டமொன்று வேண்டுமோ. சம்மத வயது சட்டதிட்டத் தைத் திருத்துவதால் எதிர்பார்க்கும் நன்மை கிடைக்குமென்ற நிச் சயமில்லை. ஒருகால் இதற்குமாறாகப் பல பிரதிகூலங்களும் ஏற்பட்டு விடவும் கூடும். வயது உயர்த்தப்பட வேண்டுமானாலும் அதற்குச் செய்யவேண்டிய சீர்திருத்தம் வேறுவகையன்றிப் பெண்களின் சம்மத வயதை உயர்த்தக்கூடிய சட்டமொன்றை இந்தியா சட்டசபையில் கொண்டுவருவதால் ஒருவித நன்மையும் ஏற்படமாட்டாது. சிசுமரணம்

தடுக்கப்பட வேண்டுமானாலும் பாலிய விவாகம் ஒழியவேண்டு மானாலும் என்னென்ன செய்யப்படவேண்டு மென்பதைப் பற்றி அடுத்த சஞ்சிகையில் கவனிப்போம்.

சிந்தாமணி, ஆகஸ்ட் - **1925.**

பெண்களின் விவாக வயது

பெண்களின் விவாக வயதை நிச்சயப்படுத்தாவிடில் தம்பதிகளுள் நேசப்பான்மையும் குடும்ப வாழ்க்கையில் ஐகமத்தியமும் குறைந்துவிடும் என்றதோர் உணர்ச்சி ஜனங்களில் சிலரிடையே உண்டாயிருக்கிறது. இதுபற்றி பால்யவிவாகம் என்று ஓர் வியாசமும் மகாத்மாகாந்தி அவர்களால் ''யௌவன இந்தியா''வில் எழுதப்பட்டு அதை நந்தமிழ் நாட்டு தினசரி வாராந்திரப் பத்திரிகைகளும் வெளியிட்டு வருகின்றன.

விவாகமென்பது பெண்களுக்கு அவர்கள் வாழ் நாளை இகபர சாதகமான உயர் வழியைக் கைப்பிடித்து நடத்துவதற்கு ஓர் ஒப்பற்ற முக்கிய சாதனமாயுள்ளது. விவாகமில்லாத பெண்ணின் நிலைமை ஆதாரமற்ற பூங்கொடிபோல ஓங்கி வளராது தரையிலேயே சுழன்று வளர்ச்சியற்று ஒளிகுன்றி மங்கலடைந்து விடுகின்றது. ஈதன்றி ஆடவனுடைய வாழ்க்கையும் ஒரு பெண்பாலை மணந்து இல்லற தர்மத்தை நடத்தினாலன்றி சிறப்படைவதில்லை. இவ்வுண்மையை நவ நாகரிகம் நாளுக்கு நாள் பெருகிக்கொண்டிருக்கும் இக்காலத்திலும் பலர் ஒப்புக் கொள்ளுகின்றனர். விவாகமின்றி தமது வாழ் நாளை நடத்தக் கூடு மென்ற ஆற்றலை ஒரு சில ஆண் பெண் பாலார் அடையக்கூடுமன்றி ஜன சமூகப்பொது விதியில் ஆண் பெண் இருபாலருக்கும் விவாகம் அத்தியாவசியமாக ஏற்பட்டிருப்பதை ஒருவரும் மறுக்கமுடியாது.

சாஸ்திரவாதத்தையும் சம்பிரதாயத்தையும் நடப்பதுபோல் பெண்ணுக்குப் பத்து வயதும் மணமகனுக்கு இருபது வயதுமாக இருந்ததில்லை. இதைக் கவனிக்குங்கால் மணமகனுக்கும் மணமகளுக்கும் சமவயதாக இருப்பதும் சில காரணங்களை முன்னிட்டு சிலாக்கியமாகவே இருக்குமென்பதில் தடை இல்லை. இதுவரை பால்ய விவாகத்தால் பெண்கள் விதவைகளாய் விடுகிறார்களென்று சொல்லப்பட்டது. சிறு வயதிலேயே பெண்கள் பிரசவித்து அகால மரணத்திற்குள்ளாவது பால்ய விவாகத்தினாலென்றும் கூறப்பட்டது. இச்சமயம் தம்பதிகளுள் மன வேற்றுமைக்குப் பால்ய விவாகமே காரணமெனப்படுகிறது. இக் காலத்தில் நடைபெறும் விவாகங்களை பால்ய விவாகமென்றும் சொல்ல இடமில்லை. தவிர தற்காலம் குடும்ப வாழ்க்கையிலேற்பட்டுள்ள பல கஷ்ட நிஷ்டூரங்களுக்கு விவாகத்தைக் காரணமாகக் கொள்ளவும் முடியாது.

இக்குறைகள் நீங்கவேண்டுமாயின் ஆடவனுக்குப் பதினெட்டு வயதிற்குள் விவாகம் செய்யக்கூடாதென்றும் வரதக்ஷிணை வாங்கக் கூடாதென்றும் சமூகக்கட்டுப்பாடுகள் ஏற்படவேண்டும். பெண்மக் கட்குரிய படிப்பு பரவ வேண்டும். எல்லோரும் பெரும் பணச்செலவில் உயர்தரப் பரீட்சைகளுக்குப் படிப்பதென்பதில்லாது ஆடவனுக்கு இருபதாவது வயதில் ஜீவனோபாயமளிக்கக் கூடிய தொழிற் கல்வி பெருகல்வேண்டும். சிற்றின்ப எண்ணங்களைப் பெருகச்செய்வதான ஆடல், பாடல், ஆடைகள், கதைகள், படங்கள், பழக்க வழக்கங்கள் ஜன சமூகத்தால் அறவே பகிஷ்கரிக்கப்பட வேண்டும். கற்பு எனப்படுவது ஆண் பெண் இருபாலார்க்கும் முக்கியமான தென்பதை வற்புறுத்தவேண்டும். பெண்கள் கேவலம் விளையாட்டுப் பொருள் களல்ல வென்பதை யுணரவேண்டும். இவ்வாறாயின் பெண்களுக்கு விவாகம் எவ்வளவு வயதில் நடைபெற்றாலும் ஒரு விவாகமில்லாமலே இருந்தாலும் பெண்கள் நிலைமை ஒரு விதத்திலும் பாதிக்கப்படாமல் மேன்மையுற்றிருக்க முடியும். ஈதன்றி நாகரிகக் கோலாகலத்தில் நடை யுடைபாவணைகளிலெல்லாம் சிற்றின்பப்பேய் தாண்டவமாடிக் கொண்டிருக்கும் சமயத்தில் பெண்களின் விவாக வயது முற்காலம் போலுயர்த் தப்படல் எங்கனம் பொருந்துமென்பதை அறிவிற்சிறந்த மேதாவிகள் ஆராயவேண்டுமென்பதே நமது வேண்டு கோள் ஆகும். தற்சமயம் நடைபெறும் விவாகங்கள் ஆண் பெண் இரண்டிற்கும் முற்காலம் போல் இளம் வயதாக இல்லாமலும் தற்காலம் கோருவது போல இருவருக்கும் தக்க வயதாகவும் இல்லாமலும் வரதட்சிணையின் ஏற்றக்குறைவிற்கும் பெற்றோர்களின் மனப்போக்கிற்கு ஏற்றதுபோல நடைபெற்று வருவதையும், பெண்கள் கேவலம் பிரஜைகளை விருத்தி செய்யும் யந்திரங்களாகவே நடத்தப்படுவதையும் நம்மவர்கள் கவனிப் பார்களா? பெண்களின் விவாக வயதை உயர்த்துவதால் மட்டும் இக் குறைகள் நீங்கிவிட மாட்டா என்பது நிச்சயம்.

சிந்தாமணி, செப்டம்பர் - 1926.

ଔ ———————— ଚ

பெண்மக்களின் விவாக வயது

(இக்கட்டுரையின் முதல் பகுதி கிடைக்கவில்லை)

பெண்களின் விவாகம் வேறு. சம்மத வயது வேறு என்று பிரித்துப் பார்ப்போமாயின்பெண்களுக்குப் பன்னிரண்டு வயதே விவாகத்திற் கேற்ற வயதெனக்கூறுவோம். காதல் மணமென்றும் கடிமணமென்றும் கூறப்படும் சொற்கள் செவிக்கு இன்பம் விளைவிப்பனவா யிருத்தலன்றித் தற்காலம் காதல் மணம் சாத்தியமாவென்பதை ஆலோசித்தலவசியம். நடை உடை பாவனைகளும் தோற்றமும் ஆடம்பரமாக அமைந்துள்ள இந்நாளில்

வயதடைந்த பருவப்பெண் தனக்கேற்ற கணவனைத் தேர்ந்தெடுத்தல் எளிதல்ல. காதல் என்பது ஒருமைப்பட்ட மனப்போக்கை ஆதாரமாகக் கொண்டதன்றி அழகையோ, அந்தஸ்தையோ பொருளையோ பட்டப் பரீட்சையையோ மதித்து ஏற்படுவதன்று. நெடுநாட் பழக்கத்தால் இரு மனம் ஒன்றுபடுமன்றி திடீரென ஒன்றுபடல் சாத்தியம். இது பற்றியே மேனாட்டார் தம்மில் கோர்ட்ஷிப் என்ற முறையை வைத்து அதனால் சில சமய மேற்படக்கூடிய அபாயங்களையும் நிர்வகிக்கக்கூடிய மனத் துணிவையும் சமூக வழக்கத்தையும் பெற்றிருக்கின்றனர். ரைனால்ட்ஸ் என்ற மேனாட்டு நாவலரின் நூல்கள் பெரும்பாலும் இக்கொடுமையை வெளிக்காட்டிச் சீர்திருத்தம் கோரி எழுதப்பட்டுள்ளன என்பதைக் கண்டு கொள்ளலாம். நம்மில் இவ்வழக்கம் கைக்கொள்ள முடியவே முடியாது. இவ்வாறாயின் வீட்டிலிருக்கும் பருவப்பெண் தன் மனதிற் கிசைந்த ஆடவனைத் தேர்ந்தெடுத்தல் எங்ஙனம் சாத்தியப்படும்? உலகம் அன்பு மயம். உலக வாழ்க்கை அன்பு மயம். மானிட வாழ்வின் முன்னேற்றம் அன்பு மயம். இவ்வன்பை ஆதாரமாக்கி சுயநலம், பிறநலம் இரண்டிற்குமுழைத்தல் மனிதர் கடமை. எக்காரியத்திலும் கோபம், தைரியம், அதிகாரம், சுயேச்சையென்ற குணங்களுடன் வாழும் ஆடவனுக்குச் சாந்தம், அமைதி, பொறுமை, அடக்கம், என்ற பெண்ணினத்தின் சக்தியைக் கூட்டுறவாக அடைந்தாலன்றி மேன்மையுற முடியாது. பெண்களும் இவ்வாறே பிறவிக் குணமாயுள்ள இவைகளுடன் ஆடவர் குணங்களை ஏற்று நடக்கவேண்டியவர்களாயிருக்கின்றார்கள். மனவொற்றுமைக்குச் சில அம்சங்கள் சமானமாக இருத்தல் அவசியம். பெற்றோர்களாலே இப்பொறுப்பு இனிது நிறைவேற்றக்கூடியதாக விருக்கின்றது. கணவனின் தொழில், முயற்சி, ஊக்கம் இவைகளை அனுசரித்து நடத்தலே இல்லாளின் கடமையாயிருப்பதால் பெண்மகள் பன்னிரண்டு வயதிற்குமேல் பெற்றோரால் தக்கவரனுக்களித்து விவாகிக் கப்பட்டுப் பதினெட்டு வயதிற்குமேல் குடும்ப நிர்வாகத்தை ஏற்று நடத்துவாளாயின் அத்தம்பதிகளிடையே காதலும், ஒற்றுமையும் பூரண மாயமைந்திருக்கத் தடையே கிடையாது. தன் நிலைமைக்கேற்ற இடத் தில் பெற்றோரால் விவாகம் செய்து கொடுக்கப்பட்ட பெண்பால் தனக் கேற்பட்ட கணவனின் குடும்பத்தை நிர்வகிக்கக்கூடிய பயிற்சி பெறுவதற் குச் சிலகாலம் ஏற்படல் வேண்டுமாகையால் இம்முறையில் குறைந்தது ஐந்து வருடங்களேனும் பயின்று தன் கல்வியை ஒரு முறையாக முடித்து, பருவ வயதடையுமுன்பே தனக்கென ஏற்பட்டுள்ள கணவன்பால் தனது பூரண அன்பையும் காதலையும் செலுத்தி ஒற்றுமையாக ஒருயிரும் ஈருடலுமாக வாழ்க்கையில் ஈடுபடக் கூடிய காலம் பதினெட்டு வயதளவே ஆகும். ஈதன்றி பதினாறு வயதில் முதற்பிரசவம் பதினேழு வயதில் இருபது வயதுக்குள் நான்கு குழந்தைகள். முடிவில் தேக பலமற்று ஒளியற்று உற்சாகமற்று சவக்குழியை எதிர் பார்த்தவண்ணமிருப்பதால் மட்டும் பெண்ணுலகம் முன்னேற்றப்பட்டுவிட்டதாக நினைத்தல் சரியன்று. வயதுமுதிர்ந்த ஆண் பெண் இருவரும் தமக்குள் ஒன்றிரண்டு

விஷயங்களின்றி எல்லாவற்றிலும் ஒரே நோக்கமுள்ளவர்களாக ஏற்படல் அரிதிலும் அரிது. சிறு வயதில் கலியாணமும் பதினெட்டு வயதிற்குமேல் குடும்ப வாழ்க்கையும் என்ற முறையே பெண்களுக்கேற்றதாம். உண்மையான பல தத்துவங்களையும் அனுபவத்தையும் உணராது பெண்களின் விவாக வயது பருவ வயது கடந்து இருக்க வேண்டுமாயின் இந்நவீன முறையில் இந்தியப் பெண்களின் வாழ்க்கை உயர்வுறுமாவென்பதைச் சீர்திருத்த வாதிகள் நன்கு ஆலோசிப்பார்களாக.

*சிந்தாமணி, மார்ச் - **1928.***

பெண்கள் விவாக வயதும் வரதட்சிணையும்

தற்சமயம் பெண்களின் விவாக வயதைப் பற்றி எங்கும் விசேஷமாகப் பேசப்படுகின்றதைப் பத்திரிகைகளிலும் பிரசங்கங்களிலும் காணலாம். பெண்களுக்கு விவாகம் அவசியமா? பெண்கள் ஆடவர்களுக்காகவே படைக்கப்பட்டனரா? பெண்கள் ஆடவனை மணக்காது தனியே ஜீவிக்க முடியாதா? என்ற விஷயங்களைப் பற்றி இவ்வியாசத்தில் நாம் ஆராயப்போவதில்லை. பாலிய விவாகத்தினால் விதவைகளின் தொகை பெருகி வருவதால் விவாக வயதை உயர்த்தவேண்டு மென்று சிலர் நிருபிக்கின்றனர். விவாக வயதை உயர்த்துவதால் மட்டும் பெண்கள் விதவையாகாமல் தடுத்து விடலாமென்ற நம்பிக்கை நமக்கில்லை. பெண்களின் விவாக வயதை உயர்த்த முடியாமலுள்ள சில காரணங்களை மட்டும் கவனிப்போம். ஒரு குடும்பத்தில் ஆண் குழந்தை பிறந்தால் தக்க வயதடைந்து வாலிபனான பின்பும் அவன் படிப்பிற்காகவோ பொருளீட்டுதல் நிமித்தமோ பிரிந்து செல்லச் சகியாத தாய் தந்தையர் தம் வயற்றிற் பிறந்த பெண்மகவுக்கு மட்டும் சீக்கிரம் மண முடித்து அப்பெண்ணைப் பிறன் பொருளாகச் செய்வதில் ஆத்திரப்படுவதேன்?

பெண்மகளை அவளுக்கேற்ற கணவனுக்களித்தாலல்லது தங்கள் கடமை செவ்வனே நிறைவேற்றப்படமாட்டாது என்ற காரணத்தினால் பெண் பிறந்தது முதல் கலியாணப் பேச்சைப்பேசி தக்க வரன் கிடைக்கும் சமயம் விவாகத்தை முடித்து விடுகின்றனர். பெண் பருவமடைவதற்கு முன் விவாகம் முடித்திருக்க வேண்டும் என்ற நிபந்தனை சில சமூகத்தினரிடம் மதக்கட்டளையாக ஏற்பட்டு மிருக்கின்றது. பெரியோர்கள் கண்டு களிக்கவேண்டுமென்ற காரணத்தினால் பலர் தம் மகனுக்கு விரைவில் விவாகம் முடிக்கின்றனர். ஆங்கிலக் கல்வியும் அயல் நாகரிகமும் நம்மிடையே பரவியகாலத்து, தக்க இடமும் படித்த மருமகனும் கிடைத்த சமயத்தில் அதைத் தவறவிடாது பெண்களுக்குச் சின்ன வயதில்தான் விவாகம் முடிப்பதென்ற தீர்மான மின்றிப் பெண்ணுக்கு விவாகம் நடத்துவது சகஜமாயிற்று. ஒரு பெண்ணை விவாகம் செய்விப்பதென்றால்

அப்பெண்ணின் நல்வாழ்க்கைக்கும் ஒரு குடும்ப ஸ்தாபனத்திற்கும் இல்லறத்திற்கும் விவாகம் முக்கியமென்ற தத்துவம்போக ஆண்மகனின் படிப்பிற்கும் அப்படிப்பின் செலவிற்குமாகவே விவாகமென்பது ஒரு வருமானமாக ஏற்பட்டுவிட்டது.

ஒன்றாவது பாரம் படித்தால் இன்னவிலை, ஒன்பதாவது படித்துக் கொண்டிருந்தால் இன்ன கிரயம், பீ.ஏ. படித்து விட்டால் இவ்வளவு வரையில் ரொக்கம், உயர்தரப் பரீட்சை தேறிவிட்டால் உயர்ந்த விலைக்கே ஏலம் என்றிவ்வாறு ஆண்பிள்ளைகளுக்குக் கிராக்கி ஏற்பட்டுப் பணம் வருவாயையே முக்கியமாகக் கொண்டு விவாகம் நிச்சயிக்கப்படுகின்றது. படிப்பு உயர உயர வரதட்சிணை உயர்த்தப்படுமாதலால் இந்த ஒரு காரணத்தை முன்னிட்டே பெண்களின் விவாகத்தில் பெற்றோர் பெரிதும் அவசரப்படுகின்றனர் என்ற உண்மையை ஒளிக்கமுடியாது. வரதட்சிணை யென்பது பெண்ணைக் கட்டும் மருமகனுக்கு ஏற்பட்ட கிரயமாகும். இந்தக் கிரயத்தைப் பலர் பலவிதமாக வாங்குகின்றனர். மருமகன் கையில் ரொக்கமாக அளித்தல், வரிசைகளாகச் செய்தல், மேற் படிப்பிற்கு மாதாமாதமனுப்புதல் இவை போன்றதுடனல்லாது பெண்ணுக்கு இவ் வளவு நகை யளிக்கவேண்டும், இவ்வளவு நிலம், வீடு போன்றவை கொடுக்கவேண்டுமென்றும் ஏதேனும் ஒருவிதத்தில் இவ்வரதட்சிணை வசூலிக்கப்பட்டு விடுகின்றது.

ஆங்கிலக்கல்வி நம்மிடையே வராததற்கு முன் பெண்ணுக்குப் பரிசுப் பணமளித்து ஆடவன் விவாகம் செய்துகொள்வதென்ற பழக் கமிருந்ததென்பதை மறுக்கமுடியாது. பரிசளித்து ஒரு பெண்ணைத் தேடவேண்டியிருப்பதால் தக்க வயதடைந்த பெண்ணையே விவாகம் முடிப்பதென்ற வழக்கமு மிருந்தது. பொருள் தேடக் கூடிய சக்திவந்த பின்பே கலியாணம் செய்து கொள்ளவேண்டு மென்று அக்காலத்திய ஆடவர் நினைத்தனர். தன் சக்திக்கும் அறிவுக்கும் ஏற்றபடி பயின்று ஏதேனு மொரு தொழில் முறையில் பொருளீட்டுதலென்ற வழக்க மிருந்ததால் அவர்கள் படிப்பிற்கு அதிகச் செலவுமில்லை. அச்செலவைப் பெண் வீட்டாரிடமிருந்து வசூலித்தாகவேண்டுமென்ற கஷ்டமும் அவர்களுக் கிருந்ததில்லை. இக்காரணங்களால் முற்காலத்தில் பெரும்பாலும் ருதுமதீ விவாகமே நடைபெற்று வர ஏதுவாயிருந்தது இக்காலத்திலோ படிப்பு ஏற ஏற நல்லபாம்பின் விஷமேறுவது போல ஆடவனுடைய வரதட் சிணையும் ஏறிவிடுவதால் கூடிய சீக்கிரம் குறைந்த விலையில் மருமகன் தேடுவதில் பெண்ணைப் பெற்றோர் துரிதப் படுகின்றனர்.

இக்காரணத்தால் பெண்களுக்குப் பாலிய விவாகம் ஏற்படுகின்றது என்பதுண்மை. இதைக்கண்டு தீவிர சீர்திருத்தக்காரர்கள் பெண்களின் விவாக வயதைச் சட்ட மூலமாக நிர்ணயம் செய்ய வேண்டு மென்று மன்றாடுகிறார்கள். இவ்வாறு சட்டமியற்றல் எங்கள் (மூலப்பிரதியில் இவ்விடத்தில் இரு வார்த்தைகள் தெளிவற்று இருக்கின்றன) ஏற்காத தென்று சிலரும் இது போன்ற விஷயங்களை அரசாங்கச் சட்டதிற்

குட்படுத்துதல் தகுதியன்றெனச் சிலரும் ஓலமிடுகின்றனர். எப்படி யிருப்பினும் தக்கவயது வந்த பின்பே பெண்மகளுக்கு விவாகம் முடிப்பதென்ற கட்டுப் பாடுள்ளவர்கள் இதைப் பெரிதும் ஆமோதிக் கின்றார்கள். பாலிய விவாகம் சாஸ்திரமுறைப்படிக்கானாலும் அல்லது சமூக சம்பிரதாயமாக இருந்தாலும் சிறிது நாளில் பாலிய விவாக மென்பது தானாகவே நின்று விடுமென்பதில் தடையில்லை. வேலை யில்லாத் திண்டாட்டம் பெருகுவதிலிருந்து பெண்களுக்கு இனி நல்ல காலமென்றே நிச்சயிக் கலாம். கூலி வேலை தேடிக்கங் காணிமூலமாக வெளிநாட்டில் பொருளீட்டலாமென்று ஏழை மக்கள் ஏராளமாகக் கப்பலேறிய காலம் போக, கையிலுள்ள பணத்தைப் படிப்பிற்குச் செலவழித்துவிட்டு வேலை கிடைக்காது. ஜீவனோபாயம் தேடி வெளிநாடுகளுக்கு ஈசல் புற்றைப் போல் தொடர்ந்து செல்லும் வாலிபர்களின் கூட்டம் கப்பலுக்குக் கப்பல் அதிகரித்துக் கொண்டிருப் பதால் படிப்பை மதிப்பிட்டு வரதட்சிணை ஏலம் போடுவதென்பது இனி முடியாத காரியமாகும். படித்தவனுக்கு உள்ளூரில் வேலை கிடைக்குமென்ற நம்பிக்கை இல்லாததால் பெண்ணைப் பெற்றோர் இனி படித்த மருமகளைத் தேடிப் பெண்ணுக்குச் சீக்கிரம் விவாகத்தை முடித்து வரதட்சிணைச் செலவை குறைத்துக் கொள்ளவேண்டு மென்று அவசரப்படப் போவது மில்லை. பாலிய விவாகத்தையும் வரதட்சி ணைக் கொடுமையையும் ஒழிக்க வேண்டுமென்று எண்ணும் உண்மைச் சீர்திருத்தக்காரர்களின் நன்னோக்கத்தை வேலையில்லாத் திண்டாட்ட மென்ற நற்காலம் கூடிய சீக்கிரம் நிறைவேற்றி வைக்குமென்பதில் அணுவளவும் ஐயம் கிடையாது. இந்தியத் தாயின் நற்காலத்திற்கு இதுவே முதற்படியாகும்.

*சிந்தாமணி, நவம்பர் - **1928**.*

பெண்களும் விவாகச் சட்டமும்

நெடுநாட்கள் தன்னிலை மறந்து உறங்கிக் கிடந்த இந்தியாவானது தற்சமயம் உறக்கம் தெளிந்து கண் விழித்ததுடன் நில்லாது தனது ஒப்பற்ற அந்தஸ்தை மீண்டும் பெறுவதற்கான வழியில் ஈடுபட்டு உழைத்து வருகின்றது. இந்தியாவின் உயர் நிலைக்கு என்னென்ன செய்யவேண்டு மென்பதைப்பற்றி பேரறிவாளிகளான மாப்பெருந்தலைவர்கள் முதல் அரைகுறை படித்த கற்றுக்குட்டிகள் வரை தங்கள் அபிப்பிராயங்களைத் தாராளமாக வெளியிட்டு வருகின்றார்கள். தத்தமது கொள்கைகளை ஸ்தாபிப்பதற்காக ஏராளமான பத்திரிகைகளும் விடாமுயற்சியுடன் வேலை செய்கின்றன. இதற்கிடையில் இந்தியாவில் ஒருகால் ஒற்று மையும் சுதந்திரமும் நிலவிவிட்டால் இந்தியர்கள் அநியாயமாய்க்

கெட்டுப்போய் விடுவார்களோ என்ற பரிதாபத்துடனும் பிறநாட்டினரின் பொழுது போக்கிற்காகவும், ஓழிந்த நேரத்தில் தோன்றியதை எழுதினால் பணங்கிடைத்தவரை லாபமென்ற புத்தி சூட்சுமத்துடனும் நமது அருமை சகோதரி மிஸ் மேயோவும் இதுவே தக்க நேரமென ''இந்தியத் தாய்'' என்ற உயர் திரு புத்தகம் ஒன்றை வெளியிட்டிருக்கிறார். (இவ்வம்மையாரின் புத்தகம் வாங்குவதற்கு நம்மவர்கள் செலவழித்துள்ள தொகையைக் கணக்கிட்டால் அதைக்கொண்டு பல சகோதர சகோதரி களை வெளி நாடுகளுக்கனுப்பி இந்தியாவின் உயர் நடவடிக்கை களைப் பிரசாரம் செய்வித்திருக்கலாம்.) இவ்வாறு பலவித நடவடிக் கைகள் நடந்து கொண்டிருக்கும் சந்தர்ப்பத்தில் இந்தியப் பெண் உலகமும் தனக்கேற்ற முன்னேற்றத்தை நாடுவது நியாயமான செய்கை தான். தேச முன்னேற்றத்திற்குத் தாய்மார் என்ற பொறுப்புள்ள அந்தஸ்தை வகிக்கும் பெண்மக்கள் திருத்தமடைந்தாலன்றி தேசம் சீர்திருந்தமாட்டாது. பொதுவாக மானிடர்கள் முன்னேற்ற மடைவதும் சீர்திருத்தங் கோருவதும் அறிவின் வளர்ச்சியினாலேயே யன்றி வேறில்லை. தக்க அறிவையடைந்து தமக்குத் தாமாகவே நன்குணர்ந்து கோரும் திருத்தத்தையே சீர்திருத்த மெனச் சொல்லலாம். மனிதன் அறிவைக் கல்வியினால் பெற்று அவ்வறி வினால் தன் நிலையையும் அயலார்களின் நிலையையும் ஒப்பிட்டுப் பார்த்துத் தன்னிடத்திலுள்ள குறைகளை நீக்கிக்கொள்ளப் பாடுபடுதலே சீர்திருத்த மெனப்படும். அயல்நாட்டுச் சரித்திரங்களில் மக்களுக்கு அறிவு முன்னும் சீர்திருத்தம் பின்னுமாக இருப்பதைக் காணலாம். இந்தியாவில் உயர் தரக்கூலிகளைத் தயாரிக்கும் கல்வி மேலோங்கி அறிவை வளர்க்கும் கல்வி மறைந்து விட்டதினாலேயே பணச் செருக்கும் அபிப்பிராய பேதமும் ஏழை மக்களின் கண்ணீரும் அனாவசியமான போராட்டங்களும் ஏற்பட ஏதுவாயிருக்கின்றன. மனிதன் என்றிருப்பவன் ஒவ்வொருவனும் அறிவை வளர்க்கும் கல்வியைப் பெறக்கூடிய சாதனம் இன்றளவும் இம்மியளவும் காணமுடியாமலிருக்கின்றது. ஆடவர் கல்விப்பயிற்சி இந்த லட்சணத்தில் இருக்கும் போது இந்தியப் பெண்கள் தக்க அறிவை யடைந்து அவ்வறிவின் மூலமாகச் சீர்திருத்தம் கோருகிறார்களென்று சொல்வதெப்படி? லட்சத் தில் ஒருவர் படித்திருந்த போதிலும் தங்கள் சமூகத்திற்குத் தாங்களே பிரதிநிதிகளென்று தற்காலக் கல்வியைக் கொண்டு நிச்சயித்து விட முடியாது. தற்காலக் கல்வி வேறு. பெண் மக்களின் கோரிக்கை வேறு. இந்தியப்பெண்களில் ஒரு சிறு பகுதி தவிர்த்து மற்றவர்கள் எல்லாம் தற்காலக் கல்விப் பயிற்சியிலும் நவீன வாழ்க்கையிலும் ஈடுபடாதவர்கள் என்பது திண்ணம். அன்னார்கள் தற்கால நாகரிக சம்பிரதாயத்திலீடுபட்டுத் தங்கள் கோரிக்கைகளை வெளியிடக் கூடியவர்களல்ல. படித்த பெண்கள் தீவிர சீர்திருத்தங் கோருவார்களாயின் அதை ஜனங்களிடையே பிரசாரம் செய்து தக்க ஆதரவைப் பெற முயற்சித்தல் சிலாக்கியமான வழியாகும். இதைவிட்டு ஆரம்பத்திருத்தத்தையே சட்டமூலமாகக் கட்டுபடுத்த லென்பது ஒரு காலத்திலும் ஒவ்வாத காரியமாகும்.

ஒரு சிலர் செய்யும் கிளர்ச்சியையும் அவர் தம் வாக்குமூலத்தையும் கொண்டு பெரும்பகுதி கட்டுப்பட்டு நடக்கும்படி சட்டமியற்றல் நீதியன்று. மூடநம்பிக்கையாலோ அல்லது தக்க காரணங்கொண்டோ பூர்வீக வாழ்வைக் கோருபவர்களை காலக்கிரமத்தில் வழிபடுத்துதல் விடுத்துக் கடுமையான சட்ட மொன்றை இயற்றி மற்றவர்களை நெருக்கிப் பிழிதல் அநீதச்செய்கையாகும். வருவாய்க்கு வழியற்ற படிப்பைப் படித்து விட்டு உத்தியோகம் உத்தியோகமென்று தெருவழி திரியும் வாலிபர்களைப்பெரும் பணமளித்து ஆடுமாடுகளைப்போல் விலைக்கு வாங்கி மகளின் விவாகத்தை முடிக்க வேண்டியவர்களாயிருக்கும் பெற்றோர்களை இச்சட்டம் கொண்டும் துன்புறுத்தல் வேண்டுமோ?

தற்சமயம் இந்தியா கோரும் சுயராச்சிய திட்டம் அதிகாரவர்க்கமியற்றும் சட்டதிட்டங்களை ஜனப்பிரதிநிதிகள் பெயரால் நடத்த வேண்டும் என்ற கொள்கையுடன் கூடியதாக இருக்குமாயின் அத்தகைய சுயராச்சியம் இந்தியாவுக்கு என்றைக்கும் தேவையே இல்லை. ஒவ்வொரு மனிதனும் தன் அறிவைக்கொண்டு தன் வாழ்நாளின் நோக்கத்தைப் பூர்த்தி செய்து கொள்ளலே பூரண சுதந்திர மெனப்படும். மதத்திலும் சமூகத்திலும் சீர்திருத்தப்படவேண்டிய அம்சங்கள் பல என்பதை நாம் ஒப்புக்கொள்ளுகிறோம். அவைகளைச் சட்டமூலமாகத்தான் திட்டப்படுத்த வேண்டுமாயின் அதற்கேற்ற நிலை தற்சமயம் நம்மிடத்தில் இல்லை என்பதே நமது வாதம். உண்ணவும் உடுக்கவும் வழியின்றி லட்சக்கணக்கான ஜனங்கள் அவதிப்படுவதைத் தடுக்கவும் தொழிலாளர்களின் ரத்தக் கண்ணீரைத் துடைக்கவும் ஏழை மக்களுக்கு ஏராளமாகப் பணச் செலவு செய்து இலவசக் கல்வி அளிக்கவும் மாட்டாதவர்களாகக் குடியேற்ற நாட்டின் அந்தஸ்துக் கிடைத்தால் அதுவே ஆனந்தமெனக் கையேந்தி நிற்கும் நாம் மதத்திலும் சமூகத்திலும் தலையிட்டு அவதிப்படவேண்டிய அவசரம் யாது?

நமது அனுபவத்தில் நாளுக்கு நாள் பெண் உலகம் தானாகவே முன்னேறி வருகின்றதைக் காண்கிறோம். பெண் கல்வியைத் திட்டப்படுத்த வேண்டுமென்ற ஊக்கம் ஆங்காங்கு உண்டாகி வருகின்றது. பெண் மக்கட்க்குரிய கல்வி பரவிவிடுமாயின் பெண் சமூகம் தனக்கேற்ற சீர்திருத்தங்களைச் சட்டமூலமாகவோ சம்பிரதாய மூலமாகவோ தேடிக் கொள்ளுமென்பதில் சந்தேகமே இல்லை. இவ்வாறிருக்க இந்தியாவானது சுதந்திரமடைவதற்குத் தகுதியுள்ளதாவென்று ‘சைமன் கமிஷன்’ பரிசீலனை செய்துகொண்டும், பூரண சுதந்திரத்திற்குத் தாங்கள் அருகர்கள் என்று தேச மகா ஜனங்கள் முறையிட்டுக்கொண்டும், கன்னி மேயோவின் புத்தகம் லட்சக்கணக்காக வெளியிடப்பட்டுக் கோடிக் கணக்காகப் பணம் சேர்த்துக் கொண்டும் இருக்கும் இச்சமயத்தில், இந்திய வாலிபர்களுக்கு அறிவில்லாதிருப்பதால் இந்தியப் பெண்களின் விவாக வயதைத் திட்டப்படுத்திச் சட்டமியற்றிவிட வேண்டுமென்று நாம் மன்றாடுவது இந்தியர்களின் மதிப்பைக் குறைத்து அயலார் எள்ளி

நகையாடவும் இடமளிப்பதாகும். தவிர ஆரம்பவேலைகளில் முக்கிய வேலையாகவும், அரசியல் நிர்மாண வேலைக்கு அடிப்படையாகவும் சீர்திருந்துதலுக்கு மூலகாரணமாகவும் இருக்கும் கல்விப் பிரசாரத்தில் ஒரே மனதுடன் உழைப்போமாயின் சீர்திருத்தம் தானாகவே பரவி விடாதா? அறிவினால் தமக்குத் தாமாகவே சீர்திருந்தவேண்டிய விஷயங்களில் சட்டங்களின் உதவிகோரி அவதிப்படுவதேன்? அசம்பாவித நாவல்களையும் ஆபாசக்கண்காட்சிகளையும் அனாவசியசித்திரப்படங்களையும் தடுக்க வழியற்ற நாம் பெண்களின் விவாக வயதையும் சம்மத வயதையும் சட்டமூலமாகக் கட்டுப்படுத்துவதில் யாது பயன்? சட்டசபைகளில் ஸ்தானம் வகிக்கலாமென்று பெண்கள் அனுமதிக்கப்பட்டதும் தாங்கள் ஓரடி பின் நின்று பெண்களை முன்னேறச் செய்யவேண்டுமென்ற உதார புத்தியற்ற ஆடவர்களை நம்பி இத்தகைய சட்ட மியற்றிக்கொள்வதால் பெண்ணுலகம் பேராபத்திலாழ்ந்து விடுமென்பதில் தடையில்லை. பெண்களின் முன்னேற்றத்தில் செய்யவேண்டிய ஆரம்ப வேலை ஆயிரக்கணக்காக விருக்குங்கால் அன்னாரின் பிறவி லட்சியமும் வாழ்க்கை நிலையுமாகிய விவாக விஷயத்தில் முற்பட்டு வாதாடுவது எதற்கு? இதைக் காட்டிலும் இந்தியா சுயராச்சியமடையும்வரை இந்தியப் பெண்கள் இந்திய ஆடவனை மணம் புரிந்து கொள்ளவும் அடிமை சந்ததியை அபிவிருத்தி செய்யவும் கூடாதென்று சட்டமியற்றல் தேச முன்னேற்றத்திற்கேற்றதாயிருக்கு மென்பது நமது அபிப்பிராயம்.

சிந்தாமணி, டிசம்பர் - 1928.

பெண் ஆரோக்கியம்

கிருக கிருத்தியங்கள்

தற்காலத்தில் பெண்களுக்கு கல்வி கற்பிக்கும் விஷயமாய் கல்வி இலாகாவைச் சேர்ந்த உத்தியோகஸ்தர்களும் அநேக பிரமுகர்களும் பலவழிகளில் முயன்று வருகிறார்களென்பது தெரிந்த விஷயம். படிப்பாகிய வெறும்மனோப்பயிற்சி மட்டும் கவனிக்கப்படுதலில் யாதொரு பிரயோஜனமுமில்லை. மனோப்பயிற்சிக்கேற்ற தேகப் பயிற்சி அவசியமானது. இதையறிந்தோ அறியாமலோ பலர், மனோப்பயிற்சிக் கவசியமான கல்வியைக் கவனித்து தேகவிருத்திக்கு அவசியமான வைகளை கவனியாதிருக்கிறார்கள். நம் தாய்மார்கள் கிருககிருத் தியங்களைக் குழந்தைகளுக்குக் கற்றுக்கொடுக்க வேண்டும். வீட்டுக் காரியங்களில் பழக்கப்பட்ட பெண்கள் நல்ல திடகாத் திரர்களாகவும் நோயற்றவர்களாகவும் வாழ்கிறார்கள். மேலும், அவர்கள் நல்ல மனைவி மார்களாகவும் சகோதரிகளாகவும், வேலைக்காரிகளாகவும், தாய்மார் களாகவும், வீட்டெஜமானிகளாகவும் சுகமே வாழ்கிறதை அனுபவத்தில் நாம் காண்கிறோம். கிருக கிருத்தியங்களையே செய்வ தொழித்துசுக மேவாழ்கிறோமென்று கருதியிருக்கும் அந்தஸ்துள்ள வீட்டுஸ்திரிகள் சதா நோயாளிகளா யிருக்கிறார்கள். இவர்கள் உண்பதிலும் உறங்கு வதிலேயுமே காலத்தைக் கழிக்கிறார்களாதலால் உண்ட உணவு ஜீரண மாகாமல்போக நோயால் பீடிக்கப்படுகிறார்கள். ஐஸ்வரிய குடும்பங் களில் நோய் குடியிருப்பதற்கும் எளிய குடும்பங்களை நோய்கள் நாடாம லிருப்பதற்கும் காரணங்களை ஆராயப்புகுந்தால் கிருகித்தியங்களை முந்திய குடும்பத்தார் செய்யாமலிருப்பதும், பிந்திய குடும்பத்தார் செய்வதும் என்று புலப்படும்.

பாகசாஸ்திர ஞானம் கிருகித்தியங்களுல் முக்கியமானது. ஒவ்வொரு வருக்கும் இஞ்ஞானம் இன்றியமையாதது. பெண்களைச்சமையல் வேலை களில் பழக்க நம்மவர்கள் ஏதேனும் விசேஷப் பிரயத் தனங்கள் செய் கிறார்களா? இல்லை, பாருங்கள்.

அமெரிக்கர்களும், மற்ற நாகரீகமடைந்த தேசத்தார்களும் பாக சாஸ்திர அபிவிருத்தியில் நாளுக்கு நாள் கவனம் செலுத்தி, அநேகப் பள்ளிக்கூடங்களை ஸ்தாபித்து, பெண்களுக்கு போதித்து வருகிறார்கள். இதற்காகப் பத்திரிகைகளும் நடத்தப்பட்டு வருகின்றன. அநேக ஸ்திரீகள்

இதில் பயின்று சம்மானங்களும் பட்டங்களும் பெற்று வருகிறார்கள். இப்படியிருக்க, நம் தேசத்தில் சற்றே கல்விகற்ற பெண்கள் சமையல் வேலை செய்வது கௌரவத்துக்குக் குறைவென்று நினைத்து சும்மா இருக்கிறார்கள். இது சுத்தப் பிசகு என்று சொல்லத் துணிவோம். கல்வி கற்று நாகரீகமடைந்ததாகச் சொல்லும் நம் நாட்டு ஸ்திரீகள் வீட்டு வேலைகளை அசட்டை செய்யலாமா? வீட்டு வேலை செய்யாமலிருக்கிறதின் தீங்குகள் பல.

ஐஸ்வர்யமுள்ள ஒருபெரிய குடும்பத்தில் அதிர்ஷ்டஹீனத்தால் தரித்திரம் வந்துவிட, அவ்வீட்டு ஸ்திரீகள் வேலைக்காரர்களின்றிக் குடும்ப வேலைகளைத் தாங்களே செய்யும்படி நேர்ந்தது. அவர்கள் மிகவும் கஷ்டபட்டார்க ளென்றும், இப்படிக் கொஞ்ச காலம் உழைத்தால் அவர்கள் முன் அடைந்திராத பலத்தையும் தேக சுகத்தையும் பெற்று, சிக்கனத்தை யறிந்து முன்னிருந்த நிலைமைக்கு கிரமேண வந்தார்களென்றும் ஒரு சிறுகதை வழங்குகிறது.

'நல்ல ஊழியனே நல்ல எஜமானன்' என்ற பழமொழிப்படி ஒரு கெட்டிக்கார ஸ்திரீயானவள் இன்னின்ன காரியத்திற்கு இவ்வளவு நேரம்பிடிக்கு மென்று தெரிந்து கொள்வாள். தன் வேலைக்காரிகளை சோம்பலின்றியும் அவர்களுக்கு யாதொருவிதமான கெடுதியுமின்றியும் சரியாக நடத்தச்சக்தியுடையவளா யிருப்பாள். காரியங்களையும் அறை குறையாய் நடத்தாமல் செவ்வையாய் முடிப்பாள். வேலை ஒன்று தெரியாத எஜமனியோ எப்பொழுதும் வேலைக்காரிகளிடம் குற்றம் குறை சொல்லிக்கொண்டும், தினம் ஒரு வேலைக்காரி வேணுமென்று தன் புருஷனைத் தொந்திரவு செய்துகொண்டு மிருப்பாள்.

செல்வவான்கள் வேலைக்காரிகளில்லாமலே வேலை செய்ய வேணு மென்பது எமது அபிப்பிராயமல்ல. சமைக்கவும் மற்ற வீட்டு வேலைகளைச் செய்யவும் தெரிந்திருந்தால் அவர்கள் பலமும் சுகமும் பெற்று நல்ல குடும்பிகளாய் குடும்பங்களைத் தக்கபடி நடத்துவார்களென்பதே. அவர்களின் வீடும் வாசலும் நன்றாய் விளங்கும். குடும்பமும் தளைத்துப் பெருகும்.

பெண்கல்வி, நவம்பர் - டிசம்பர், **1911.**

பெண் மக்களும் அங்கசாதனையும்

கடவுள் சிருஷ்டியில் படைக்கப்பட்டிருக்கும் ஆண், பெண் இரு சமூகத்தினர்க்கும் சுக சரீரமும் தீர்க்காயுளும் இருக்கவேண்டியது அவசியம். மனிதன்திட சரீரத்துடன்நீண்ட நாள் ஆரோக்கியமாய் வாழ்ந்து வருவதற்கு அநுகூலமான முறைகள் முற்காலத்திற்கும் தற்காலத்திற்கும் ஏற்றதுபோல

மாறிவருகின்றன. முற்காலத்தில் ஆடவர்களுடைய அங்க சாதனைகள் முழுதும் நித்ய கர்மாநுஷ்டானங்களிலேயே அடங்கி இருந்தனவென்பது ஆன்றோர்களின் கொள்கை. நவநாகரிகம் இந்தியாவில் தலைதோன்ற ஆரம்பித்து தற்காலக் கல்விமுறைகள் பிரபலமடைந்து அதனால் பெரும் பாலார் சொந்த ஊர்களை விடுத்து நகர வாழ்க்கையில் ஈடுபட்டு இருக்கும் இக்காலத்தில் அங்க சாதனை என்றால் என்ன? அது எப்படி இருக்கும்? அதை யாரிடங் கற்பது? அதை எவ்விதம் அநுஷ்டிப்பது? அது அவசியந்தானா? என்ற இத்தகையை கேள்விகளெல்லாம் பிறக்கின்றன. ஆடவர்களுடைய நிலைமையே இவ்விதம் தட்டித் தடுமாறி இருக்கையில் பெண் மக்களின் அங்க சாதனையைப் பற்றி ஒவ்வொருவரும் தத்தமக்குத் தோன்றியவிதம் அபிப்பிராயப்பட்டு வருகின்றனர். ஆடவர்கள் விஷயத்தில் எவ்விதப் புதுமையான சீர்திருத்தங்கள் ஏற்பட்ட போதிலும் பாதகமில்லை; பெண் மக்கள் விஷயத்தில் சிறந்ததாகவும் பெரியோர் களின் அநுஷ்டானத்தை அநுசரித்ததாகவும், பயனளிக்கக் கூடியதாக வுமுள்ள வழிகளை நன்கு ஆராய்தல் அவசியம். நாகரீக வாழ்க் கையில் பெண்கள் பள்ளிக்கூடங்களிலும் அங்க சாதனைக்காக ட்ரில் என்னும் வழக்கம் அனுஷ்டிக்கப்படுகிறது. சுக வாழ்க்கை யென்பது பொதுவாக ஏழைகள், எளியவர்கள், தனவந்தர்கள் எல்லோர்க்கும் சமமேயன்றி ஒரு சிலருக்கு மட்டுமல்ல. தற்காலம் நூதன முறையில் கண்டுபிடிக்கப்படும் நூதன விஷயங்களால் ஆயிரத்தில் ஒருவருக்கு ப்ரயோஜனமேற்படுவதும் துர்லபமாக விருக்கின்றது. கலாசாலை செல்பவர்களுக்கு படித்தவர்களுக்கு, படிக்கத் தெரிந்தவர்களுக்கு என்று உபயோகப்படக்கூடிய கார்யங்கள் நடைபெறுமானால் நூற்றில் இரண்டரைப்பேருக்கு மட்டுமே படிக்கத்தெரிந்த இவ்விந்தியாவில் வைதிக லௌகிக முறையில் கிடைக்கக்கூடிய சீர்திருத்தங்கள் பல யுகங்களானாலும் கிடைப்பது துர்லபம். ஜனசமூகம் சீக்கிரத்தில் முன்னேற்றமடைய வேண்டுமென்று உண்மையில் சிந்திக்கும் தேச ாபி மானிகளுக்குப் பூர்வகாலத்திய பழக்க வழக்கங்களிலேயே மனம் செல்வது வழக்கம். ஸ்திரீகள் அங்கசாதனை விஷயத்திலும் சிரத்தையும் ஆதரவும் இருக்கவேண்டியது அவசியமானாலும் முற்காலத்தில் அவை எப்படி இருந்தன என்பதை ஆராய்தல் உசிதமாக இருக்கும். நாகரிகத் துறையில் கழுத்தளவு இறங்கிச்சென்ற நமது ஆடவர்களே இப்பொழுது மீண்டும் பூர்வீகருடைய நடையுடை பாவனைகளில் பெரிதும் ஆவல்கொண்டு அவ்வழிக்குத் திரும்பி வந்துகொண்டிருக்கிறார்கள். இச்சந்தர்ப்பத்தில் பெண் மக்களின் விஷயத்தில் நாகரிக முறையிலேயே கவனித்தல் தற்காலத்திற்குச் சுலபமாகவும் அவசியமாகவும் தோன்றிய போதிலும் எதிர்காலத்தில் அவைகள் நமது சந்ததியாரிடையே சற்றும் நிலைத்திருக்கமாட்டா வென்பதை நாம் இப்பொழுதே ஊகித்து அறியலாம். பூர்வகாலத்தில் பெண்களின் அங்கசாதனை குடும்ப நிர்வாகத் திலும் கார்யங்களிலும் அடங்கி யிருந்தன. அக்காலத்தில் ஏழை களென்றும் தனவந்தர்களென்றும் இருந்திருப்பார்களானாலும் ஏழைகள்

தனவந்தர்களுக்கு ஊழியம் செய்தே காலங்கழிக்கக்கூடிய நிலைமையில் இருந்திருக்கவில்லை. அவரவர்கள் சக்திக்கேற்றவாறு சொந்தத்தில் உழைத்துப் பிழைத்துத்துக் கொண்டிருந்ததனால் ஏழைகள் என்ற அலக்ஷ்யபாவம் தனவந்தரிடையே இல்லாமல் சகோதரத்துவமும் சமத்துவமும் அன்பும் அமைதியும் ஜனங்களிடையே நிலவியிருந்தன.

ஆரோக்கிய தீபிகை, ஏப்ரல் **1924.**

(தொடரும்). இக்கட்டுரையின் இறுதியில் 'தொடரும்' எனக் குறிக்கப்பட்டிருந்தது ஆனால் பின் வந்த இதழ்களில் தொடர்ச்சி இல்லை.

சுகாதாரம்

சாதாரணமாக "சுகாதாரம்" என்று சொன்னால் நகரவாசிகள் அது முனிசிபாலிடியில் இருக்கும் ஒரு வஸ்துவாயும் அதை ஆளுக்குக் கொஞ்சம் எடுத்துக் கொடுப்பதற்காகவே சுகாதார உத்தியோகஸ்தர் இருப்பதாகவும் நினைப்பது ஸகஜமாயிருக்கிறது. அசுத்தங்களைச் சுத்தி செய்விக்கவும், விளக்கு வெளிச்சம், சாலைகள், வைத்திய சாலைகள், கல்விச்சாலைகள் இவைகளை ஏற்படுத்துவதிலும், நகர பரிபாலன சபைக்கும் அதிலுள்ள நிர்வாகிகளுக்கும் பொறுப்பு இருத்தல் அவசியமானாலும் சுகாதாரம் என்பது நகரவாசிகள் தமக்குத் தாமாகவே கவனிக்க வேண்டியது முக்கியமாகும். நோயணுகாமலிருப்பதற்கு ஆரோக்கியம் காரணமாயிருப்பதால் சுகாதார வழியை ஒவ்வொருவரும் கவனித்து நடத்தல் ஜனங்கள் கடமையல்லவா? குடியிருப்பு வீட்டையும் உடுக்கும் உடைகளையும் சுத்தமாக வைத்துக் கொள்ளுவதுடன் ஆகார விஷயங்களிலும் மிதமாகவும் ஜாக்கிரதையாகவு மிருத்தல் சுகாதாரத்திற்கேற்றதென்பதுபலரறிந்தவிஷயம்.ஜனங்களின்பேராசையும் வணங்கா முடித்தனமும் அசட்டுச் செட்டும் ஆடம்பர வாழ்க்கையுமே சுகாதாரத்தைக்கெடுத்து விடுகின்றன. வீட்டைக்காற்றுவெளிச்சங்களின்றி நெருக்கமாகக் கட்டி அதிகக் குடித்தனங்களை வைத்துப் பணம் சம்பாதிக்க வேணடுமென்ற பேராசை யுள்ளவர்களின் வீட்டைக் கவனிப்போம். கட்டடங்கட்டுவதில் சில நிபந்தனைகளிருப்பினும் அவ்வதிகாரிகள் வந்து பார்த்துப் போமளவும் ஒரு விதமாகக் காண்பித்துப் பிறகு ஓர் அறையை ஓன்பது தடுக்குக் கட்டிக் குடிக்கூலி சம்பாதிப்போர் சிலர். சுமார் ஐந்து ஆறுபேர்கள் வசிக்கக்கூடிய விடத்தில் ஐம்பது பேர்களை குடிவைப்பார் பலர். குப்பைவாரிகளுக்குச் சம்பளம் பேசும் போது பத்துப்பேர்கள்தான் என்று சொல்லி முப்பது நாற்பதுபேர்கள் உபயோகிக்கும் கக்கூஸ்கள் எவ்வளவு. பணத்தாசை மேலிட்டுப் பலரைக் குடிவைக்கும் வீடுகளில் சுத்தமென்பது காணக் கிடைக்காது. முற்றத்திலுள்ள குப்பையை எடுக்காமலும் தெருப்பெருக்காமலும் கக்கூஸ் சுத்தம் செய்யத் தண்ணீர்

வார்க்கப்படாமலும் உனக்கென்ன எனக்கென்ன என்ற போட்டியிலும் துர்நாற்றம் வீசும் வீடுகளில் சுகாதார மெங்கிருக்கும்? வீட்டைச் சுத்தி செய்து நன்றாக வைத்துக் கொள்ள வணங்காத வீடுகளிலும் சுகாதார மிருக்குமா? வீசைக்கு அரையணா லாபமென்று காய்ந்த அழுகிய காய்கறிகளை வாங்குவதாலும் மக்கிப்போன அரிசி ரூபாய்க்கு நான்குபடி விற்பதால் அதைப் பணியாரங்களுக்கு உபயோகிக்கலாமென்ற அசட்டுச் செட்டினாலும் ஏற்படும் அனாரோக்கியம் எவ்வளவு!

நாள் தவறாமல் சினிமா செல்லுவதும் நாடக சாலைகளில் கண் விழிப்பதும் அங்குள்ள தின்பண்டங்களைக் குழந்தைகளுக்கும் கூசா மல் வாங்கிக் கொடுப்பதுமான ஆடம்பரக்காரரிடமும் சுகாதாரம் ஏது? ஆனால் இத்தகைய குணங்கள் படித்தவர் படியாதவர் ஏழை பணக்காரர் என்ற வித்தியாச மென்பதில்லாமல் சமானமாகப் படிந்திருப்பதை நமது சென்னை நகரில் சிறப்பாகக் காணலாம். காப்பி ஹோட்டல் களும் போஜன விடுதிகளும் ஜனங்களுக்கு உபயோகமானவைகள் தான். அயலூரார்களுக்கும் அலைச்சல் மிகுதியால் வேளாவேளைக்கு ஆகார மில்லாதவர்களுக்கும் குடும்ப சௌகரிய மில்லாதவர்களுக்கும் இவைமெத்த உபகாரிகளாயிருப்பது உண்மை. ஹோட்டல் காப்பிதான் ருசியென்றும் அங்குள்ள தின்பண்டங்கள்தான் இனிப்பென்றும் கருதும் படிப்பாளிகளை என்னென்று சொல்வது! சாதாரணமாகக் காப்பி தேயிலை பானம் செய்யக்கூடிய நேரங்களை விடுத்து அர்த்தராத்திரி வரையில் ஹோட்டல்களில் காப்பி சாப்பிடுவதும் சிற்றுண்டி தின்பதுமாக இருப்பார்களானால் இவர்களுக்கு இராப்போஜன மெப்பொழுது? ஜீரணிப்பதெங்ஙனம்? பிறகு காப்பி ஹோட்டல் களால் சுகாதாரம் கெட்டுவிடுகின்ற தென்றால் இதன் பொறுப்பு யாரைச் சேர்ந்தது? தின்பண்டங்களைச் சரியாகத் தயாரிக்கிறார்களா என்பதைக் கவனிக்க இன்ஸ்பெக்டர்கள் இருக்கிறார்கள். அவர்கள் லஞ்சம் வாங்குகிறார்களென்ற அவட்தூறு, நன்றாயிருக்கிறதாவென்று ருசி பார்ப்பதாலும் நல்ல பெயர் வாங்கவேண்டுமே என்ற பயத்தால் ஹோட்டல்காரர் செய்யும் உபசாரத்தாலும் இன்ஸ்பெக்டர்களுக்கு ஏற்படும் அஜீரணம் இவைகளுக்கு உத்திரவாதி யார்? இன்னும் சில காலம் சென்றால் சிற்றுண்டி சாலைகளுக்கு லைசன்ஸ் அளிப்பதில் சட்டங்களும் அவைகளை இவ்வளவு நேரந்தான் திறந்து வைக்கவேண்டுமென்ற நிபந் தனைகளும் உண்டாகலாம். ஆனால் இவைகளால் நகரில் சுகாதாரம் விருத்தியாகப் போகிறதில்லை என்பது நிச்சயம். இவ்வாறு ஜனங்களும் சுகாதாரத்தைப் பற்றித் தாமாக சிரத்தை யெடுக்காததுடன் நகர பரிபாலன நிர்வாகிகளின் சில காரியங்களாலும் சுகாதாரம் இருக்குமிடம் தெரியாமல் ஓடி ஒளிப்பதைப் பற்றி அடுத்த சஞ்சிகையில் கவனிப்போம்.

சிந்தாமணி, ஆகஸ்ட் - **1924.**

குடியிருப்பு வீடும் சுகாதாரமும்

மனித வாழ்க்கையில் முக்கியமாக வழங்கும் இல்லற மென்ற சொல் வீட்டில் குடும்பத்துடனிருந்து செய்யும் காரியங்களுக்கெனப்படும். இவ்விதம் மனிதன் தனது பிறவியைப் பயன் படுத்தும் வண்ணம் நடந்துக் கொள்ளக்கூடிய வழிக்குச் சொந்த வீடு ஒன்றென்பது ஏற்றுக்கொள்ளக் கூடிய காரணமாகும். இதையனுசரித்தே நமது பூர்வீகர்களும் அவர்களைப் பின்பற்றியே பெரும்பாலும் நடந்துவரும் கிராம வாசிகளும் குடியிருப்பு வீட்டில் மெத்த சிரத்தை யுள்ளவர்கள் என்று தெரிந்து கொள்ளுகிறோம். பூர்வ காலத்தவர்களுக்கும் தற்காலத்துக் கிராமவாசிகளுக்கும் ஊர் ஊராகச் சுற்றியலைய வேண்டிய கஷ்டமில்லை. பரம்பரையாகப் பெரியோர் வாழ்ந்திருந்த வீடுகளிலேயே தங்கள் வாழ்நாட்களைக் கழித்து சந்தோஷிப்பவர்களை இக்காலத்திலும் கிராமாந்தரங்களில் காணலாம்.

கிராமவாசிகள் தங்கள் கஷ்ட நிலைமையில் உள்ள சொத்துக்களை விற்க நேரிட்டாலும் சொந்த வீட்டைமட்டும் விற்கத் துணியார்கள். சௌகரியமாய்க் காலங்கழிப்பதற்கு சொந்த வீடு முக்கியமென்று அவர்கள் நினைக்கிறார்கள். காற்றும் வெளிச்சமுமுள்ள தனி வீடுகளில் வசிப்பதினாலேயே கிராமாந்தரங்களில் சுகாதாரம் கெடாமலிருக்கிறது. தெளிந்து ஓடும் ஆற்றுத் தண்ணீரும், வீட்டில் குத்திய அரிசியும், காற்றோட்டமும் ஜன நெருக்க மின்மையுள்ள வீடும், வீட்டில் கறக்கும் பாலும் அவர்களை திடசரீரிகளாக இருக்கச்செய்கின்றன. நாகரிக தோரணையில் கைவிடப்பட்ட சௌகரியங்களில் குடியிருப்பு வீடும் ஒன்றாக நம்மில் இருந்து வருகிறது. நகர வாழ்க்கையில் குடியிருப்பு வீட்டை ஒவ்வொருவரும் சொந்தமாக வைத்துக்கொள்ள முடிவதில்லை. சாதாரண சம்பளத்தில் ஊர் ஊராகச் சுற்றியலைய வேண்டியவர்கள் குடியிருப்பு வசதியற்று கஷ்டப்படுவதை எடுத்துரைக்கவும் முடியா மலிருக்கிறது. நகர வாழ்க்கையில் தனவந்தர்கள் மட்டுமே சுகவாசி களாக இருப்பதன்றி சாதாரண வருமான முள்ளவர்கள் படுந் துன்பமளவற்றதாகும். குடும்ப நிர்வாகத்திற்கே பற்றும் பற்றாததாக விருக்கும் மாதவருவாயை யுள்ளவர்கள் குடியிருக்கு மிடங்கள் மிகக் கேவலமாகவும் ஆரோக்கியமற்றும் இருக்கின்றன. ஒரு சிறிய அறைக்கும் பெருத்த குடிக் கூலி வாங்கப்படுவது நகரங்களில் சகஜம். சிறிய அறை ஒன்றிலேயே குடித்தனம் செய்பவர் பலர். அடியிற் கண்ட பாடங்கள் போல குடும்பம் நடைபெறுமாயின் அங்குச் சுகாதாரமிருக்க நியாயமுண்டா? இத்தகைய குடியிருப்பை சென்னை, பம்பாய், கல்கத்தா முதலிய நகரங்களிலும் விசேஷமாகக் காணலாம். இக்குறை நீங்கவேண்டுமானால் இதன் பொறுப்பு நகர நிர்வாகிகளைச் சேர்ந்ததாகும். மனிதன் ஆரோக்கியத் துடனிருந்தால்தான் அதைக் கொண்டு அவன் மற்ற சௌகரியங்களை யடைய இடமுண்டு. தற்காலம் நகர நிர்வாக ஸ்தானங்களில் போட்டி போடுவோர் ஜனங்களுக்கு நன்மை செய்யப்போவதைப்பற்றி வாசாகமோ சரமாக வர்ணிக்கிறார்கள்.

ஒரு சிலர் தங்களாலான உதவிகளை நகர சபைமூலம் செய்வதற்குத் தயாராயிருக்கவும் கூடும். இதை நன்கு கவனித்து நகர மகா ஜனங்கள் தங்களுக்குக் குடியிருப்பு வசதியிலுள்ள குறைகளை நீக்கிக் கொள்ள முன் வந்தாலன்றி நடுத்தர வருமான முள்ளவர்கள் நகர வாசத்தில் குடியிருப்பு வசதியற்றும் அதனால் சுகாதார வாழ்க்கையற்றும் நோய் வாய்பட்டு வருந்துவதில் நின்றும் தப்பமுடியாது. ஒட்டுச் சேர்க்கும்போதும் வீட்டுவரி உயர்த்தும் சமயங்களிலும் சந்து பொந்துகளிலும் மூலை முடுக்கிலும் சுற்றிவரும் நகர நிர்வாகிகள் சாதாரண சமயங்களில் ஒவ்வோரிடமும் சென்று குடியிருப்பு வசதியும் சுகாதாரமும் எப்படியிருக்கின்றன வென்பதைக் கவனித்து வருவார்களானால் கூடிய சீக்கிரம் குடியிருப்பு வசதிகள் சௌகரியத்துடனிருக்கும் படிக்கும் சுகாதாரம் நகரில் நிலைக்கும்படிக்கும் தொத்து நோய்கள் பரவிவிடாவண்ணமும் செய்யலாம். நகரவாசிகளை சுகஜீவிகளாக்கி நகர சுகாதாரத்தை நிலை நிறுத்தி நகர பிதாக்கள் என்ற பட்டத்தைப் பொருள்படும்படி செய்து கொள்ளலவசியம்.

சிந்தாமணி, டிசம்பர் - 1924

தேகாரோக்கியமும் பெண் மக்களும்

மானிட வாழ்க்கைக்கு தேகாரோக்கியம் அவசியம். அறம் பொருள் இன்பம் வீடு என்ற நான்கு வித புருஷார்த்தங்களை யடைவதற்கு தேகாரோக்கியமின்றி முடியாது. இதையறிந்த பெரியார் "நோயற்ற வாழ்வு நான் வாழவேண்டும்" என்று பாடியுள்ளார். தேகத்தில் சுகமில்லையேல் மனதில் உற்சாகமில்லை மன உற்சாக மின்மையால் சோம்பலும் இதனால் முகத்திற் பிரகாசமின்மையும் கைகால்களில் ஓய்ச் சலும் முறையே ஏற்பட்டு விடுகின்றன. தேக சுகமற்ற வாழ்க்கையை நரக வாழ்க்கையாகக் கூறவேண்டுமன்றி நல்வாழ்க்கையாகக் கூற முடியாது. நாகரிகம் பெருகிவருமிக்காலத்தில் அழகையும் ஆரோக்கியத்தையும் அயல் நாடுகளிலிருந்து வரும் மருந்துப்புட்டிகள் அளிக்கக் கூடுமென்ற நம்பிக்கை நம்மவரில் வேரூன்றி விட்டமையால் தேக சுகமில்லை யென்றால் உடனே பத்து மருந்துப்பெட்டிகளை வீட்டில் நிரப்புதலன்றி தேக அசௌக்கியத்திற்கான காரணம் யாது என்பதைக் கனவிலும் சிந்திப்பாரில்லை யென்றே தெரிகிறது. எங்குச் சென்றாலும் வரிசை வரிசையாக மருந்துப் பெட்டிகள் வைத்திராத வீட்டைக்காண்பதரிது. சிலர் "இதோ பாருங்கள்! எங்கள் வீடு ஒரு சிறு டிஸ்பென்ஸரிதான் (மருந்துச்சாலை)" என்று பெருமையாகப் பேசிக் கொள்வதையும் கேட்கலாம், ஆடவர்களின் நிலைமையே இந்த லக்ஷணத்தில் இருக்கும் போது பெண்களின் நிலைமையைப் பேசவும் தேவையில்லை. உலகத்திலுள்ள சீர்திருத்தங்களும் முன்னேற்றமும் ஆராய்ச்சியும் ஆடவர்

களுக்கு மட்டுமன்றிப் பெண் மக்களுக்கு மிவைகளுக்கு மணுவளவும் சம்பந்தமில்லை யென்பதாகவே பொதுவாய்க் கருதப் படுகின்றது. சாதுக்களாகிய பேதைப் பெண்களின் தேகசுகத்தைக் கவனிப்போமாயின் மெத்த பரிதாப மேற்படுகின்றது. மாளிகையில் அளவற்ற ஐசுவரியத்தில் காலங்கழிப்பதனாலும் அப்பெண் மணிகளின் தேகத்தில் திடனில்லை, முகத்தில் ஒளியில்லை, மனதில் உற்சாகமில்லை, சுறுசுறுப்பில்லை. அவர்கள் வயிற்றிற் பிறக்கும் குழந்தைகளின் தேக உறுதியைச் சொல்லவும் வேண்டியதில்லை. கர்ப்பகாலத்திலும் அதற்கு முந்தியும் தாய் குடித்துள்ள மருந்துகளை யெல்லாம் உடம்பிலேற்றிக் கொண்டே அவைகள் பிறக்கின்றன. பெண்களின் தேக சுகக்குறைவினால் இயற்கை யாயுள்ள அழகு இல்லாது செயற்கை யழகைத் தேடவேண்டிய துர்பாக்கிய நிலை ஏற்பட்டு அது நாளுக்குநாள் பெருகியும் வருகின்றது. தலைமுடிக்குப் பொய்க்கொண்டை, முகத்தினழகுக்கு வெள்ளைமாவு, உடம்பின் பிரகாசத்திற்கு சரிகை உடைகள், இவைகளை உபயோகித்தல் சர்வ சாதாரணமாய் விட்டது. நாகரிக முதிர்ச்சியால் அயல்நாட்டு மாதர்கள் தம் தலைமுடியை வெட்டி விட ஆரம்பித்ததிலிருந்து நம் நாட்டின் பலபாகங்களிலுள்ள பெண்மணிகளின் கொண்டை அளவுக்கு மீறிப் பெருக்க சௌகரியமாயிருக்கின்றது போலும். முகத்திற் பிரகாசமும் தலைமுடியிற் செழுமையும் சுயமாக அமைவதற்கு தேக சுகமே மூலகாரணமாகும். இம்மட்டோ! தேகசுக மின்மையால் குடும்ப நிர்வாகத்திலும் பெண்கள் படும் கஷ்டம் கொஞ்சமல்ல. உண்மையில் தற்காலச் சிறுமிகளிடத்தில் திடமென்பது எள்ளளவுமில்லை. இளமை யிலிருந்தே தேக பலமற்று வளரும் பெண்களிடத்தில் கடமை யென்றும் சிக்கன மென்றும் நிர்வாகமென்றும் குடும்பக்காரிய மென்றும் பிள்ளை வளர்ப்பென்றும் பேசுவதில் யாது பிரயோசனம்? உடல் நலம் வளர்ந்தாலன்றி மற்ற நலம் வளர்வதெங்ஙனம்? பெண் மக்களின் தேகாரோக்கியத்திற்கு ஆடவர்களே பொறுப்பாளிகளென்று கூறல் விளையாட்டுப் பேச்சன்று. பெண் மக்களுக்காக வேண்டிய ஒவ்வொரு காரியங்களிலும் முன் நின்று உதவி புரிதல் ஆடவரின் கடமையாகும். ஆயினு மென்ன? இவர்கள் பெண்கள் தங்களுக்கடங்கிக் கீழ்படிந்து நடக்க வேண்டுமென்ற எண்ணங்கொண்டிருத்தலன்றி அவர்களின் க்ஷேமலாபங்களைக் கவனித்தல் தங்கள் கடனென்பதை யறவே மறந்து விட்டார்களென்றே சொல்வோம். பெண் மக்களென்று பொதுவாகக் கூறுமிடத்தில் தமிழ்ப் பெண்களின் நிலை ஒவ்வொரு அம்சத்திலும் பரிதாபம் வாய்த்திருப்பதைக்காண மனம் நடுக்குறுகின்றது. தமிழர் தம் தாய் மொழியைத் தள்ளிவிட்டமையால் தமிழ்ப் பெண்கள் கல்வி யறிவற்றவர்களாகவும் சிலர் அயல் படிப்பைப் படித்து அயல் நாகரிகத்தை யனுசரிப்பவர்களாகவும் காணப்படுகிறார்கள்.

மற்ற மொழிகள் போலத் தமிழ் மொழியானது தமிழரால் ஆதரிக்கப் படாதவரை தமிழர்களைக் கல்வியறிவுள்ளவர்களாகக் கூற முடியாதென்றால் தமிழ்ப் பெண்களின் நிலையை விவரித்துரைக்கவும்

வேண்டுமோ! இந்தியாவில் உள்ள ஆசாரங்களெல்லாம் ஆரோக் கியத் திற்கென அமைந்தவைகள் அந்தந்தப் பாகங்களுக்கேற்றது போல ஆசார அனுஷ்டானங்கள் அமைக்கப்பட்டிருப்பது ஆராய்ந்து பார்த் தாலன்றி விளங்கமாட்டா. அவற்றிலும் தமிழரின் நாகரிகமும் ஆசார அனுஷ்டானங்களும் பழக்க வழக்கங்களும் ஒப்பற்றவை. இவை களைத் தமிழ்க் கல்வியன்றிக் கடைப்பிடித்தல் முடியாத காரியம். உற்று நோக்கின் அயல்நாட்டு நாகரிக வாழ்க்கை நந்தமிழரிடத்தில் நாளுக்கு நாள் வேரூன்றி வளர்தலைக் கண்டு எந்தத் தேசாபிமானியின் மனமும் வருந்தாமலிராதென்பது நிச்சயம். மற்ற பாகங்களெல்லாம் நாளுக்கு நாள் முன்னேறிக் கொண்டிருக்க நந்தமிழ் நாடு நாளுக்கு நாள் தாழ்வுறுவதற்குத் தமிழ்ப் பெண்களின் நிலையே காரணமாயிருக்கின்றது. கல்வி யறிவில்லாமையாலும் தாய் மொழிப் பயிற்சியின்மையாலும் ஆடவர்களின் அசட்டையாலும் பெண்களின் உடல் நலம் பாதிக்கப்பட்டு அதனால் குடும்ப நலமும் சீரழிந்து பிரஜாபி விருத்தியும் சீர் குலைந்து சமூக வாழ்க்கையும் நாசமுற்று வருதலைத் தமிழர் இனியேனும் சிந்திப்பரோ?

சிந்தாமணி, ஆகஸ்ட் - **1927**

தாதித் தொழிலும் பெண் மக்களும்

நம் நாட்டில் நவநாகரிக வாழ்க்கையில் தலை சிறந்து விளங்கும் பல காரியங்களில் ஆங்கில வைத்தியமும் ஒன்றாகும். சித்த வைத்தியம் முதலியன இன்னம் உயிர்த்திருக்கின்றன வென்றாலும் ஜன சமூகம் மட்டும் பொதுவாக ஆங்கில வைத்திய முறையைத்தான் பெரிதும் போற்றி வருகின்றதென்பது உண்மையே. ஆங்கில வைத்திய முறைகளில் நோயாளியை உபசரித்தல் என்பது முக்கிய அம்சமாகக் கொள்ளப் படுகின்றது பற்றி இதற்கெனத் தாதித் தொழில் (Nursing) முறையில் பெண்மக்கள் அமர்த்தப்படுகின்றார்கள். பெண்கள் சுபாவத்தில் இரக்கத்தன்மை வாய்க்கப்பெற்றவர்களாதலால் அவர்களின் உபசரிப்பால் நோயாளி எளிதில் குணமடைவதில் சந்தேகமில்லை. நன்னோக்கத்துடனும் மெய்யன் புடனும் உதார சிந்தையுடனும் வேற்று மையின்றி உபசரித்தலே தாதித்தொழிலெனப்படும்.

மேல் நாட்டினர் சமூக வாழ்க்கையில் ஆண் பெண் என்ற வேற்றுமை கொண்டாடும் வழக்கமின்மையால் இத்தகைய பொறுப்பு வாய்ந்த தாதித் தொழிலில் இளம் வயதுள்ள பெண்களை ஏற்படுத்தி வைத்திய சாலைகளிலும் வெளியிலும் நோயாளியான ஆடவருக்கும் தாராளமாகப் பணிவிடை செய்யும்படி அமர்த்துகின்றனர். ஹிந்துக்களின் சம்பிர தாயத்தில் இம்முறை அவ்வளவாக ஏற்கக்கூடியதாயிருக்கவில்லை. இன்றும் ஹிந்துக்களின் கிராம வாழ்க்கையைக் கவனிப்போமாயின் ஊரில் வயது முதிர்ந்த பாட்டி யொருத்தி நோயாளியைக் கவனிக்க

முன்வருவதை இன்றுங் காணலாம். நாகரிக வாழ்க்கையின் பயனாக நகர வாசிகளுக்குக் கிராம வாசத்தி லேற்படக்கூடிய சௌகரியங்கள் ஒன்றுமே கிடைப்பதில்லை என்பது வெளிப்படை.

இச்சந்தர்ப்பத்தில் அயல் பெண் ஒருத்தி, அதிலும் பருவ வயதினளாக, நோயாளியை உபசரிப்பதென்றால் இம்முறை அக்குடும்பத்திற்கே சற்றும் மனமொவ்வாததாக விருக்கின்றது. நமது பூர்வீக முறைகளை நோக்கின் மனைவி யெனப்படுவாள் நோயற்ற காலத்தில் சஞ்சீவியைப்போல் உதவுகின்றாளெனக் கூறப்பட்டுள்ளது கண்டு அத்தகைய உயர்ப் பதவி யைத் தற்காலத்திய பெண்பால் ஒவ்வொருத்தியும் ஏன் அடையக் கூடாதென்பதே நமது கேள்வியாகும். பெண்மக்களுக்கு அனாவசியக் கல்வியை பயிற்றுவிப்பதில் செலவிடும் நேரத்தை அவர்கள் தங்கள் குடும்பத்திற்குத் தாங்களே தாதிப்பெண்களாக நடந்துகொள்ளக்கூடிய நிலைமையையடையச் செய்வதில் நம்மவர்கள் சிரத்தை யெடுக்காதவரை இல்லற வாழ்க்கையைச் சிறப்பிக்கக்கூடியவளான பெண்பாலுக்கு முக்கிய அம்சமொன்றும் சிறந்த கடமையிலொன்றும் குறைவென்றே கருத வேண்டியிருக்கிறது.

சுகாதாரம், நோயாளியை உபசரித்தல் என்ற இருவகைகளிலும் நம் பெண் மக்கள் தேர்ச்சி பெறுவார்களாயின் இதைத் தங்கள் குடும்பத்திற்கோ அல்லது தங்கள் சமூகத்திற்கோ உபயோகித்து மேன்பாடடைவார்களென்பதில் தடையென்ன விருக்கிறது. நோய் வராது தடுக்க ஆரோக்கிய வழியும் நோயுற்ற பின் அதைத் தீர்க்க உபசரிப்பும் பெண்மக்களிடத்தில்தான் அமையவேண்டுமன்றி ஆடவர் களின் ஏட்டுப் படிப்பால் மட்டும் ஒன்றும் நடைபெறவே மாட்டாது. வீட்டிற்கு யஜமானியும் கணவனுக்குப் பாதி உடலும் மக்களுக்குத் தாயும் லாப நஷ்டங்களுக்குப் பொறுப்புள்ளவளுமான பெண்பால் தன் குடும்பத்திற்குத் தாதிப் பெண்ணாக அமையக்கூடிய தன்மை கொண்டிருப்பின் அக்குடும்பத்தில் நோய் நொடிகள் எட்டியும் பார்க்கமாட்டா வென்பதே நமதபிப்பிராயம். உணவைத் தயாரித்து உண்டி யளித்து ஏற்றவாறு உபசரிக்கக்கூடிய மனைவி ஒன்றுமறியாத வளாக விருந்து தான் நோயுற்ற காலத்தில் அயல் நாட்டு முறையில் அயல் பெண் ஒருத்தி தனக்குபசரிப்பதென்ற நிலைமையை ஓர் ஆடவன் அடைவானாகில் அவனது துர்பாக்கிய நிலைமையை என்னென்று ரைப்பது? தங்கள் குடும்ப வாழ்க்கைக் கனுகூலமாயும் பெண்மக்களுக்கு உயர்ப் பதவியை யளிக்கக்கூடியதாயுமுள்ள வழியில் பெண் கல்வியை யபிவிருத்தி செய்ய மாட்டாது பெண்களுக்கு சமத்துவ மளிப்பதாயும் உயர் நிலையை யளிக்கப்போவதாயும் பெண் கல்வியை யபிவிருத்தி செய்துவிட்டதாயும் ஆடவர்கள் பகற் கனவு கண்டுகொண்டிருக்கும் வரையில் பெண்மக்களின் ஸ்தானம் அதற்கேற்ப உச்ச நிலையில் ஸ்தாபிக்கப்பட்டு குன்றிலிட்ட விளக்காக நம் பரத நாட்டில் ஒளிவீசப் போவதில்லை என்பதை ஸ்திரீ வித்தியாபிமானிகள் இனியேனும் சிந்திப்பாரேன்.

சிந்தாமணி, ஏப்ரல் - 1927

பெண் அரசியல்

பெண்களும் தேச பாஷையும்

தற்சமயம் மாணவர்க்குத் தேச பாஷையிலேயே கல்வி புகட்டப் படல் வேண்டுமெனப் பெரியதோர் கிளர்ச்சி நடைபெற்று வருகிறது. ஆரம்பகாலம் முதல் தேச பாஷையிலேயே போதனைகளுடன் தேசபாஷையிலேயே புத்தகங்களும் அமைக்கப்பெற்று இருந்திருக் குமாயின் தற்சமய மேற்பட்டுள்ள வேலையில்லாத் திண்டாட்டம் என்ற நோய் ஒன்று நம்மில் தலை காட்டி யிராது என்பது நிச்சயம். கல்வி என்பது அறிவின் வளர்ச்சிக்கும் ஆன்ம ஞானத்திற்கும் நல்லொழுக்கத்திற்கும் அவரவர்களின் ஜீவனோபாயத்திற்கும் ஏற்றதாக இருந்த முன்னாளில் இவ்வாறு இந்தியாவில் ஏழ்மை குடி கொண்டிருந்ததில்லை. கலாசா லைகளிற் சென்று கல்வி பயில்வது ஓர் உத்தியோகம் அடைவதின் நிமித்தம் என்ற முறை நம் நாட்டில் ஆரம்பித்ததிலிருந்து உத்தியோகம் செய்வதற்கு அனுகூலமான ஆங்கிலப் பயிற்சியே நம் நாட்டில் தலையெடுத்தல் அவசியமாயிற்று. அரசாங்கத்தின் நடை முறைகளைக் கவனித்து அரசியல் நிர்வாக சாலையில் அமர்ந்திருக்கும் ஐந்து முதல் ஐயாயிரம் ரூபாய் உத்தியோகஸ்தர் உள்பட அனைவர்க்கும் ஆங்கில பாஷையொன்றே அத்தியாவசியமாயுள்ளதுபற்றி தேச பாஷைகள் புறக்கணிக்கப்பட்டன. தேச பாஷை மங்கியதிலிருந்து தேச ஆசாரங் கள் குறைவுற்றன. இதிலிருந்து சகோதரப்பான்மையும் சமத்துவமும் மெலிவுற்றன. இதனால் தேசாபிமானம் இருந்தவிடந் தெரியாது பறந்தோடியது. இதனால் பண்டைய இந்தியர்க்கும் பழிப்பை விளைவிக் கக்கூடிய பல புதிய ஆசார அனுஷ்டானங்கள் தாண்டவமாடத் தலைப்பட்டன. இதனால் பூர்வீக வாழ்க்கையில் பதித்தவர்களான பெண்மணிகள் தங்கள் கணவரால் இகழ்ந்துரைக்கப்பட்டார்கள். இதனால் புதிய முறைகளின் பெண் பள்ளிக்கூடங்கள் தோன்றலாயின. இதன் அபிவிருத்தியில் விவாகமென்பது பெண்மணிகளின் கல்விப் பயிற்சிக்குப் பெரிதும் பாதகம் விளைவிப்பதாயிருக்கின்ற தென்ற நவீன உணர்ச்சியும் நமது பெண்மணிகளில் சிலரிடத்தும் உண்டாகத் தலைப்பட்டிருக்கிறதென்றால் இதைக் காட்டிலும் நவநாகரிக வாழ்க் கையின் தீவிர வேலையையும் அபிவிருத்தியையும் நாம் எடுத்துக்கூறல் அனாவசியமே. ஆனால் இந்தியப் பெண் மணிகளினிடையே சிறிதேனும்

நடமாடிவரும் பூர்வீக வாழ்க்கையின் அதிருஷ்ட வசத்தால் நமது தற்கால விற்பன்னர்களாகிய ஆடவர்களினிடையே வேலையில்லாத் திண்டாட்டமென்ற நற்காலம் உதித்திருக்கின்றதென்றே சொல்வோம். உத்தியோகமென்ற ஒரு லக்ஷியத்தையே தற்காலக் கல்வி தன்னிற் கொண்டிருத்தலினாலும் நம்மவருக்கு சுயமாகவே தேச பாஷையில் ஆதரவற்றிருந் தமையாலுமே வேலையில்லாத் திண்டாட்டம் ஏற்படக் காரணமாயிற்று. இத்தகையக் கல்வியையே பெண்மணிகளுக்கும் போதிப்பதில் விளையும் பயன் என்ன? அறிவிற் சிறந்த தாயாகவும் அன்பு மிக்க உடன் பிறந்த சகோதரியாகவுமுள்ள பெண்களுக்குத் தற்காலக் கல்வி எவ்விதத்தேனும் பயனை யளிக்குமா? பொருளீட்டலுக்காக உத்தியோகமென்றும், உத்தியோகத்திற்காகப் பட்டப் பரீக்ஷைகளென்றும் பட்டப் பரிக்ஷைகளுக்காக உயர்தரக் கலாசாலைகள் என்றும், உயர்தரக் கல்விக்காகப் பல வருஷங்களைக் கலாசாலையிலே கழிப்பதென்றும், இத்தகைய கல்விப் பயிற்சிக்கு மட்டற்ற பொருட் செலவு அவசியமென்றும் ஏற்பட்டு உள்ளங்கை நெல்லிக்கனிபோல விளங்கும் தற்காலக் கல்வி முறையில் நமது பெண்மணிகள் அபிவிருத்தி யடைய முடியுமா? பரோப காரமும் ஒற்றுமையும் பொறுமையும் சிக்கனமும் ஒருங்கே பெற்று கிருகதேவதைகளாக விளங்க வேண்டிய நமது பெண்மணிகளுக்குப் பயிற்று விக்கக்கூடிய கல்வி தேச பாஷைதான் என்பதை இனியேனும் உணர்வார்களா? இதையுணர்ந்த காலையிலன்றோ நம்மில் பெண் கல்வி சர்வ சாதாரணமாகப் பரவக்கூடும் ஆனால் தற்காலக் கல்விமுறையைப் பற்றி சிலர் கொண்டுள்ள அபிப்பிராயமென்னவென்றால் பெண்கள் என்றால் மட்டும் இளப்பமா? அவர்களுக்கு மூளையில்லையா? ஆடவர் களைப் போல உயர்தரக்கலாசாலைகளிற் படித்துப் பட்டப் பரீக்ஷைகளில் தேறிப் பட்டதாரிணிகளாக ஏன் ஆகக்கூடாது? பெண்களுக்கு மட்டும் உயர்தரக் கல்வி புகட்டுவதற்கு முன்னம் கலியாணம், கலியாணம், என்று என் அவசரப்படவேண்டும்? பெண்கள் என்றால் வீட்டு வேலைகளைச் செய்து குடும்ப நிர்வாகத்தில் ஈடுபட வேண்டுமென்றே தீர்மானித்து விடவேண்டுமா? உயர்தரக்கல்வி கற்று, பிறகு அவர்கள் இஷ்டம் போல் விவாகத்தை முடித்துக்கொள்வதே பெண் கல்வியைப் பரவச் செய்வதற் கான உபாயமாகும் என்பனவாம்.

பெண்களின் கல்வி யறிவானது குறுகியதாயும் உயர்வற்றதாயு மிருக் கவேண்டுமென்று நாம் கூறவில்லை. ஆடவர்களைக் காட்டிலும் பெண்கள் அறிவிற்றாழ்ந்தவர்களென்று சொல்லத் துணிதல் மதியீனமாகும். நிதானம் என்ற அபூர்வ சக்தியைக்கொண்டு விளங்கும் பெண்மணிகளுக்கு அறிவு அதிகமென்றும் சொல்லலாம். பெண்கள் தேச ஊழியத்தில் ஈடுபடுவதற்கும் கல்வித் துறையில் விசேஷப்பயிற்சியுறுவதற்கும் நியாயமான வழியில் கண்ணியத்துடன் சுயமாக ஜீவிப்பதற்கும் பாத்தியமுள்ளவர்கள்தான். முற்கால சரிதைகளைக் கவனித்தாலும் பெண்கள் பலர் பண்டிதை

களாகவும் சன்னியாசினிகளாகவும் நூலாசிரியர்களாகவும் அரசர்களால் சன்மானிக்கப்பட்டவர்களாயும் ஆன்மஞான விசாரத்தில் சித்திபெற்ற துறவிகளாயும் இருந்து வந்தார்களெனத் தெரிகிறது.

ஆனால் பெண்கள் என்று பொதுவாய்க் கூறுமிடத்தில் அதற்கடுத் தபடியாக விவாகம், குடும்ப நிர்வாகம் என்ற இருசொற்களே முன் நிற்கின்றன. குடும்ப நிர்வாகமென்றால் கல்வியறிவு தேவையில்லை என்று சொல்லி விட முடியுமா? ஒரு பெண்ணானவள் மனைவி என்ற ஸ்தானத்தை வகிக்குங்கால் அவளுடைய கடமைகளைச் செவ்வனே செய்து முடிப்பதற்கும் கல்வி யறிவே முக்கியமன்றோ. பொறுமை, அடக்கம், சிக்கனம், பிறரை யுபசரித்தல் இவைகளே ஒரு பெண்மணிக்கு அணிகலன்களாயின் இவைகள் கல்லாத பெண்மணிகளிடத்தில் எவ்வாறு பொருந்தியிருக்க முடியும். தன் மக்களை இளமைப் பருவத்தில் நோய் நொடியின்றி வளர்த்து நன்னெறியிற் செல்லும்படி நீதி போதங்களைப் போதிக்கும் தாய்க்கு வைத்திய சாஸ்திர பரிச்சயமும் கல்வி யறிவினால் ஆராய்ச்சியும் மெத்த அவசிய மில்லையா?

சில சமயங்களில் தனது குழந்தைகளுக்குத் தானே கார்டியனாக இருந்து சொத்துக்களைப் பரிபாலிக்க வேண்டியவளாயிருக்கும் பெண்மணிக்குச் சட்ட ஞானமும் தேவையன்றோ. ஏழ்மை வாய்ந்த குடும்பத்தில் ஜீவனத்தைக் கஷ்டமின்றி சுலபமாகவும் சந்தோஷமாகவும் கழிப்பதற்கு ஏதேனும் ஒரு தொழில் முறையைக் கற்றிருத்தலும் பெண்களுக்குப் பேருபகாரம் விளைவிப்பதாகு மென்பதை மறுப்பாருண்டா?

தெய்வகதியில் இளமையிற் கணவனையிழந்து பரிதபிக்கும் பெண்மணி களுக்குத் தங்களைத் தாங்கள் காத்துக்கொள்ளக் கூடிய சக்தியையும் சுலபமான ஜீவனோபாயத்தையும் மனதிற்குச் சாந்தியையும் அளிக்கக் கூடிய கல்விப் பயிற்சியை யளிக்காமலிருத்தல் துரோகச் செயலல்லவா? பூர்வீகம், நாகரிகம் இரண்டை யனுசரித்தும் பெண்மணிக்குக் கல்விப் பயிற்சியானது இன்றியமையாததெனவே ஏற்படுகின்றது.

பெண்மணிகளைப் படிப்பிப்பதில் தாய் தந்தையருக்கும் அவகாசம் மிகக் குறைவாம். ஒரு பெண்மகள் எத்துறையிலேனும் தீவிர முன்னேற் றத்தை யடைவதாயின் அதற்கு அவள் கணவனின் கூட்டுறவும் சிலருக்கு (தனது வாழ்நாளின் லக்ஷியத்தைத் தானே தீர்மானிக்க வேண்டியவர்களான துர்பாக்கியம் வாய்த்த பெண்மணிகளுக்கு) தனது சுயதீர்மானமுமே மூலகாரணமாக விருக்கின்றன. இவ்விரண்டு வழிக்கும் ஆதாரமாகவும் ‘இளமையிற் கல்ல என்பதற் கிணங்கவும் பெற்றோர் தமது பெண்களுக்குச் சுலபமாகவும் பரிபூரணமாகவும் அளிக்கக்கூடியது தேசபாஷைக் கல்வி யொன்றே யாகும். இதை விடுத்து ஒரே மட்டாகத்

தமது பெண் மகவைச் சகல சாஸ்திர பாரங்கதையாகச் செய்து விடுவதாய் மனப்பால் குடித்தும் பெண்ணுக்கு நாகரிக முறையில் நல்ல வரனாகக் கிடைக்கவேண்டுமே என்ற எண்ணத்தை முன்னிட்டும் தற்காலக் கல்வியை யாதரித்தல் பெண் கல்வியாகவே மாட்டாது. கட்டாய இலவசக் கல்வி பரவி வரும் இச்சமயத்தில் பெண் கல்வியும் பெண் மக்கட் குரிய படிப்பும் பரவவேண்டுமாயின், பெண் சமூகம் முழுவதும் பொதுவாகக் கல்வி யறிவைப் பெற வேண்டுமாயின், தேச பாஷையை நன்கு போதித்தலே பெரும் பயனளிக்குமென்பதைக் கல்வி யிலாகா அதிகாரிகளும் பெற்றோர்களும் ஜனப்பிரதிநிதிகளும் கணிசித்துத் தக்க சிரத்தை எடுத்தல் முக்கியம், சிறுமியர் தமதிளம் வயதில் தமது தாய் மொழியைப் பயில்வாராயின் கூச்சமற்றுப் பயிலக் கூடிய பன்னிரண்டு வயதிற்குள் நல்ல தேர்ச்சியடைந்துவிடுவர். பிறகு தமக்குத் தேவையான கலைகளை இத் தாய்மொழியிலுள்ள கிரந்தங்கள் மூலமாகவே நன்கறிந்து கொள்ளவும் இடமுண்டு. ஆதலின் ஆடவர் தமது கல்விப் பயிற்சியில் எவ்வித அபிப்பிராயம் கொள்ளினும் பெண்மக்களுக்குத் தேசபாஷை முக்கிய மென்பதை யுணரவேண்டு மென்பதே நமது வேண்டுகோள்.

சிந்தாமணி, டிசம்பர் - 1925 - ஜனவரி 1926.

பெண்களும் ஓட் சுதந்திரமும்

சென்னைமாகாணத்தில் பெண்களுக்கு ஓட்டுரிமை கிடைத்திருப்பது பற்றியும் இன்னம் அதிகம் கிடைக்க வேண்டியவைகளைப் பற்றியும் பேசுங்கால் பல கேள்விகள் உண்டாகின்றன.

1. பெண்கள் ஜனப் பிரதிநிதி ஸ்தானம் வகிக்காவிடில் தேசம் முன்னேற்ற மடையாதா?

2. ஆடவர்களுக்கிடையில் பெண்கள் சமமாக வீற்றிருத்தல் தகுதியா?

3. பொது ஜன ஊழியத்தில் பெண்களுக்கு என்ன தெரியும்?

4. பெண்கள் இவ்விதம் வெளியில் வந்துவிட்டால் வீட்டுக் குடித்தனம் யார் செய்கிறது?

இது போன்ற பல கேள்விகளுக்கு மரியாதையுடன் தக்க பதில் அளித்தல் அவசியம். இந்தியாவின் குடும்ப வாழ்க்கையும் ஆசார அனுஷ்டானங்களும் முற்காலம் போல இருந்துவிடும் பக்ஷத்தில் அக்காலம் போலவே பெண்களும் தங்கள் நிலையில் இருந்துவிடல் சாத்தியமாகும். உலக விஷயங்கள் முழுதும் முற்காலத்திற்குத் தற்காலம் தலைகீழாக மாறி வருகின்றன. இதற்கு ஆசார சீர்த்திருத்தமென்று படித்தவர்களாலும் நாகரிகம் என்று பாலியர்களாலும் சந்தர்ப்பத்திற்கேற்ற முற்போக்கு என்று தேசாபிமானிகளாலும் கலிகாலக் கோலாகலமென்று முதியவர் சிலராலும் காரணம் கூறப்படுகிறது. கால ஸ்திதிக் கேற்றவாறு புதிய சட்டதிட்டங்களும் சீர்த்திருத்தங்களும் உண்டாகின்றன. பெண்பாலர் விஷயங்களில் முடிவு கூறவும் எதிரிடையான விஷயங்களைத் தடுப்பதற்கும் ஜனப்பிரதிநிதி ஸ்தானங்கள் பெண்களுக்கு அவசியமில்லையா? கல்வி, கேள்வி, ஞானம், ஆராய்ச்சி இவைகளில் ஆடவர்களால் போற்றக் கூடிய நிலையில் இந்திய மாதர்கள் முற்காலம் வாழ்ந்து வந்திருக்கிறார்க ளென்பது சரித்திர சித்தமல்லவா? தற்காலம் கிராமாந்தரங்களிலும் ஆலயங்களிலும் ஆறுகுளங்களிலும் விவாகாதி சுப காரியங்களிலும் நவநாகரிகத் தோரணைகளிலும் பெண்களும் ஆடவர்களும் சமமாகக் கண்ணியத்துடன் நடந்து கொள்ள வில்லையா?

ஸ்தல சுய ஆட்சி நிர்வாகங்கள் நன்கு நடைபெறுவதற்கும் அவசியமான புதிய ஆசார சீர்திருத்தங்களுக்கும் தம் குழந்தைகளின் கல்வியபி

விருத்தியில் தக்க சிரமத்தை யெடுப்பதற்கும் பெண்களின் உழைப்பும் ஆலோசனையும் தேவை யில்லையா?

குடும்ப வாழ்க்கைக்கும் குடித்தனக் காரியங்களுக்கும் மூலகாரணமான பெண்கள் தேச நன்மைக்குப் பாடுபடும் போது சொந்த கிருஹ கிருத்தியங்களை மறந்து விடுவார்களா?

குடும்ப நிர்வாகத்தையும் தாம் பெற்ற குழந்தைகளை வளர்ப்பதையும் வேலைக்காரர் வசம் ஒப்புவித்துவிட்டுக் கவலை யின்றிக் கணவன் தேடுவதைத் தின்று தெரித்துவிட்டுப் பொழுது போக்கும் பெண்கள் ஆங்காங்குச் சிலரேனும் தற்காலத்தி லில்லையா? இக்காரணங்களால் ஆரம்பத்தில் ஏற்படும் கேள்விகள் வீண்வாதத்தினாலும் பொறாமை யினாலும் ஏற்பட்டன வென்பதையே விளக்கிக் காட்டுகின்றன.

முற்காலத்தில் பெண்கள் உண்மையுடனும் தைரியத்துடனும் முன் நின்றதால் பல அரிய பெரிய விஷயங்கள் உலகத்திற்கே க்ஷேமமான வழியில் நடைபெற்றன வென்பதைப் புராணக்கதைகள் புகழ்கின்றன. அவர்களெல்லாம் ஓட் சுதந்திரத்தாலும் சட்டசபைகளில் ஸ்தானம் பெற்றதினாலுமா மேன்மை யுற்றார்கள் என்று கேட்கலாம். அக்காலத்திய ஆடவர்கள் ஓட் பெற்றுத்தானா உலக நன்மைகள் செய்தார்கள் என்று நாம் கேட்டால் இக்காலத்தில் இப்படித்தான் செய்ய வேண்டியிருக்கிறதென்று தானே பதில் கிடைக்கப்போகிறது. அது போலவே பெண்களும் தற்காலத் திற்கேற்றவாறு ஒருபடி முன்வருவார்களானாலும் அதனால் இந்தியா இழந்திருக்கும் சிறந்த நாகரிகத்தையும் அனுஷ்டானங்களையும் மீண்டும் புத்துயிர் பெறச் செய்வதிலேயே கண்ணுங் கருத்துமாயிருந்து சத்தியத்தையும் கண்ணியத்தையும் நிலை நிறுத்துவார்கள் என்பதில் தடையில்லை. பெண்கள் விஷயங்களைப்பற்றி ஆடவர்கள் மட்டும் பொதுக் கூட்டங்களில் பேசுவதும் சட்டசபைகளில் தீர்மானப் படுத்து வதுமாக இருந்து கொண்டிருக்கும் பக்ஷத்தில் இந்தியா ஒரு காலத்திலும் விருத்தியடையமாட்டாது. பெண்களுக்குச் சட்டசபை போன்ற இடங்களில் சுதந்திர மளித்துவிட்டால் ஹிந்து குடும்ப வாழ்க்கையின் உயர்ந்தநோக்கம் உருக்குலைந்து விடுமோ என்று அஞ்சுவார் சிலர். ஆடவர்கள் அமிழ்ந்தெழுந்த அயல்நாட்டு நாகரிகத்துறையில் நம் பெண் மக்கள் மூழ்கி விடுவார்களோ என்று யோசிப்பார் சிலர். இவ்விதமான பல காரணத்தினாலேயே தொன்றுதொட்டு இந்தியாவில் சமபங்கு பெற்றிருந்த பெண் சுதந்திரமானது தற்காலம் உருக்குலைவுற்று அதற்கு லக்ஷணமின்னதென்றும் உபயோகமின்ன தென்றும் அறிய முடியாமல் தத்தளித்துக் கொண்டிருக்கிறது. ஆசார சீர்த்திருத்த மென்று வீண் பேச்சுக்கள் மட்டும் பேசிக் கொண்டும் விதவா விவாக மென்று சொல்லிக்கொண்டும் ஆடவர்களும் பெண்களும் ஒருவருக்கொருவர் தாழ்ந்தவர்களல்ல வென்றுறைத்தும் உயர்தரக் கலாசாலைக் கல்வியாலேயே

பெண்ணுலகம் ஈடேறப்போகிறதென்றும் ஆடவர்கள் காலங்கழிப்பது பெண்களுக்கு உண்மையான சுதந்திரத்தைக் கண்ணியமான வழியில் காட்டக்கூடியதல்ல. விஷயங்கள் முழுதும் சட்டதிட்டங்களிலும் அவை களை உள்ளடக்கி இருக்கும் சட்ட சபைகளிலும் இருந்து கொண்டிருப் பதால் மாகாண சட்டசபைகளிலும் இந்தியா சட்டசபையிலும் ராஜாங்க சபையிலும் பெண்கள் ஸ்தானம் வகிக்க வழிதேடல் முக்கிய விஷயமாகும். சட்டசபைகளில் ஆடவர்கள் பிரவேசித்த ஆரம்ப காலத்தில் யாரை நம்புவது, யாரைத் தேர்ந்தெடுப்பது, எவரால் நன்மை விளையும் என்று ஜனங்களிடையிலும், பல கட்சிகளும் அபிப்பிராய பேதமும் சட்ட சபைக்குள்ளும், ஆக இவ்வித பல குழப்பங்களிருந்த போதிலும், ஜனங்கள் கண் விழித்த தற்சமயம் சுயராச்சிய மடைவதே நமது நோக்கமென்ற உறுதியுடனும் உலக க்ஷேமமே சிறந்ததென்ற ஊக்கத்துடனும் இருக்கும் பிரதிநிதிகள் தேர்ந்தெடுக்கப்பட்டிருக்க வில்லையா? அது போல ஆரம்பத்தில் எவ்வித மிருந்தபோதிலும் அதிசீக்கிரத்தில் இந்தியாவின் பூர்வீக தத்துவங்களையும் உயர்வையும் நிலைநாட்டக்கூடிய பெண்மக்கள் சட்ட சபைகளில் ஸ்தானம் பெற்று இந்தியப்பெண்களின் உயர்வையும் ஸ்தாபித்து அன்புள்ள தாய்மார்களென்றும் அருமைச் சகோதரிகள் என்றும் புகழ்பெற்று விளங்குவார்கள் என்பதில் சந்தேகமே இல்லை. ஸ்திரீகள் சட்டசபைகளில் ஸ்தானம் வகிக்கிறார்கள் என்றால் அச்சமயம் பெண்ணுலகம் தன் தேவைகளை உணர்ந்து அவைகளைப் பெறுவதற்கு முன் வருமாதலால் அச்சமயமே பொதுவாய் அவைகள் இன்னதென்று வெளிப்படையாகத் தெரியவரும். இந்தியப் பெண்கள் கிருஹ தேவதைகளாயும் குடும்ப அதிகாரிகளாயும் உலகக்ஷேமத்திற்குக் காரண மூர்த்திகளாயும் விளங்குவதால் அவர்கள் ஜனப்பிரதிநிதி ஸ்தானங்களை வகித்தால் தம் இனத்தாருடைய நன்மையுடன் தம் சகோதரர்களுடையவும் மக்களுடையவும் க்ஷேமலாபங்களை நன்குணர்ந்து அன்னையாகிய பாரதமாதாவிற்குத் தொண்டு புரிந்து ஏழை மக்களின் கண்ணீரைத் துடைத்து இந்தியா முன்போல் செழித்தோங்கச் செய்வார்களென்பது ஸத்தியம்.

சிந்தாமணி, ஆகஸ்ட் - 1924.

தேச பக்தியும் பெண் மக்களும்

தேசபக்தி என்ற சொல்லைப் பொதுவாக ஆராய்ச்சி செய்து பார்ப் போமானால் தான் பிறந்த நாடு, தான் வசிக்கும் தேசம் இதனிடையே பேரன்பு கொள்ளல் என்பதையே இப்பதம் விளக்கிக் காட்டு கிறது. தேசத்தினிடையே பக்தியிராது போயின் தேசமக்களிடையே சகோதர வாஞ்சை ஏற்படுவதெங்கனம்? தேச மக்களிடையே ஒற்றுமை குறைவுபடின் அதனால் தேச முன்னேற்றம் பெரிதும் பாதிக்கப்படும்.

தேச முன்னேற்றம் கெடுவதால் மன வேற்றுமையும் அனாவசியப் போராட்டங்களும் நிலை பெறுகின்றன. ஆனது பற்றி ஒவ்வொருவரும் தம் தாய் நாட்டினிடத்தில் அன்பு கொண்டு நடத்தலே ஜன சமூக முன்னேற்றத்திற்கு ஒப்பற்ற சாதனமாகவிருக்கிறது. அயல் நாட்டுச் சரித்திரங்களைக் கவனிப்போமாயின் தேச பக்தி என்ற ஒரே லக்ஷியத்தை மனதிற்கொண்டு அந்நாட்டார் ஒரு சிறு காரியம் முதல் பெருங்காரியம் வரையில் நடத்துகின்றனர் என்பதைத் தெளிவா யறிந்து கொள்ளலாம்.

தேச பக்திக்கும் தேச மகா ஜனங்களின் ஒற்றுமைக்கும் தேச முன்னேற் றத்திற்கும் அடிப்படையாக அமைந்துள்ளது தேச பாஷையாம். எந் நாட்டில் தேச பாஷையானது புறக்கணிக்கப்படுகின்றதோ, எந்நாட்டில் தேச பாஷையானது பிரசாரமடையவில்லையோ அந்நாட்டில் சமரசப் பான்மையானது ஓடி ஒளிந்து விடுவதில் தடையென்ன யிருக்கிறது? அன்னிய நாட்டின் மேல் படையெடுத்துச்சென்று வெற்றி பெற்ற அரசன் ஒருவன் அந்நாட்டினர்க்குத் தங்களிடையே பற்றுதலுண்டாகச் செய்வதின் நிமித்தம் அந்நாட்டினர் ஏற்கனவே வழங்கி வந்த பாஷையை மறுத்துத் தன் தேச பாஷையைக் கற்கும்படி வற்புறுத்தியதாயும் முடிவில் ஒரு சிறு பெண்மணியானவள் பரிசு பெறும் சமயத்தில் தன் தேச பாஷையையே நிலைக்கச்செய்யும்படி வேண்டிக் கொண்டாள் என்பதாகவும் தேச சரித்திரம் கூறுகின்றது இக்காரணங் களால் தேச பக்தியும் அதற்கடிப்படையான தேச பாஷைப் பிரசாரமும் ஜன சமூகத்திற் கவசியமென்று ஏற்படுகின்றது. தேசபக்தி என்பது ஆடவர்க்கு மட்டும் உரியதா அல்லது பெண்களுக்கும் அதில் பங்கு உண்டா வென்பதை விசாரிப்பதே இவ்வியாசத்தின் நோக்கமாகும். ஆடவர்களுக்கு தேசபக்தி அவசிய மென்றும் இதனால் அவர்கள் தேச முன்னேற்றத்திற்குப் பாடுபடுவார்களென்றும் இத்தகைய ஆற்றல், பெண்களிடத்தில் சிறிதுமில்லை யென்பதும் பொதுவாக ஜனங் களிடையே தங்கியுள்ள அபிப்பிராயமாக விருக்கிறது. ஆடவர்கள் பிரவேசிக்கும் ஒவ்வொரு காரியங்களிலும் ஜயம் பெற்றுத் திரும்புவதற்கு வீட்டிலுள்ள பெண்மணிகளின் பிரார்த்தனையும் ஊக்கமுமே காரணமாயிருக்கின்றன வென்பது பூர்வ சரித்திரங்களிற் தெளிவாகக் காணப்படுகின்றது. பெண்களுக்கு தேச பக்தி வேண்டுமாயின் அதற்காக அவர்கள் ஆடவர்களைப்போல் அதிக சிரமப்படவேண்டியதே இல்லை. வீட்டிலிருந்தவாறே நம் நாடு நன்கு வாழவேண்டுமென்று எண்ணி வருவார்களாயின் இவர்களது ஒப்பற்ற ஆத்மசக்தியானது இவர்களால் கணவன், சகோதரன், மகன் தந்தை என்று போஷிக்கப்படும் ஆடவர்களின் மனதைத் தெளிவுபடுத்தித் தக்க சமயங்களில் உற்சாகப்படுத்து மென்பதும் திண்ணம். தேச பக்திக்கு தேச நிலையை நன்குணர்வதற்கு தேச பாஷையே மூலாதாரமாயிருக்கின்றதாலும் பெண்மக்கட்குரிய படிப்பும் தேச பாஷையையே அனுசரித்திருப்பதினாலும் பெண்மக்களிடையே தேச பக்தியை நிலைக்கச் செய்வது சிரமசாத்தியமன்று. தற்சமயம் நமது பெண்மணிகளின் நிலைமை படிப்படியாகத் தாழ்வுறாது உயர்ந்து

விளங்கவேண்டுமாயின் தாங்கள், தங்கள் இனம், தங்கள் க்ஷேமம், தங்களது முன்னேற்றம், தங்களுக்குரிய கல்வி என்ற ஊக்கம் பெண்மக்களிடையே உண்டாதல் அவசியம். தம் இனத்திற்கு அவசியமான தேவைகளையும் அபிவிருத்தியையும் தேடுவதே பெண் சமூகம் தேச பக்தியடைவதற்கு முதற் படியாக விருக்கிறதென்பதை நன்குணரவேண்டும். ஒருவருக்கேற்பட்ட இழிவு மற்றவர்க்கென்றும் ஒருவரின் தாழ்ந்த நிலையானது மற்றவர் களையும் பெரிதும் பாதிக்குமென்றும், பெண்மக்களின் உயர்ந்த நடவடிக் கைகளும் ஒற்றுமையுமே தேச முன்னேற்றத்திற்கு ஆதாரமாயிருக் கிறதென்பதையும் பெண்மக்களே யன்றி ஆடவர்களும் நன்கறிந்து கொள்ளல் வேண்டும். கிருகதேவதைகளாயும் குடும்ப நிர்வாகிகளாயு முள்ள பெண்மணிகள் வீட்டிலிருந்தவாறு தேச நிலையைத் தெரிந்து தேசம் உன்னத நிலையையடைய வேண்டியதின் நிமித்தம் தங்களது பரிசுத்தம் வாய்ந்த மனத்தோற்றத்தைத் தேச பக்தியில் ஈடுபடுத்தித் தியானித்துவருவார்களாயின் இதனால் தேசம் சமரசப்பான்மையையும், சமூக ஒற்றுமையையும், சகோதர உணர்ச்சியையும் அடைந்து இந்திய நாகரிகமானது நிலைத்து அபிவிருத்தியடையத் தடையில்லை. ஆனது பற்றித் தேச பாஷையைச் செவ்வையாய்க் கற்பதினால் தேசபக்தியும் இதனால் தேச முன்னேற்றமும் ஆடவரிடையே நிலைப்பதற்குத் தாய் ஸ்தானத்திருக்கும் பெண்மணிகளுக்குத் தேச பக்தி அத்தியாவசியமாகும்.

சிந்தாமணி மே-ஜுன் **1926.**

ஜனப்பிரதிநிதித்துவமும் பெண்மக்களும்

சமீபத்தில் நடைபெற்ற சென்னை சட்ட சபையின் கூட்டத்தில் சட்ட சபைகளுக்குப் பெண்மக்களும் அபேக்ஷகராக ஏற்பட்டு ஸ்தானம் பெறலாமென்ற தீர்மானம் ஏக மனதாக நிறை வேற்றப்பட்டிருக்கிறது. பெண்மக்கள் ஜனப்பிரதிநிதித்துவம் வகித்தல் அவசியமா அன்றோ என்பதைப் பற்றிய விவாதத்தைக் கவனித்தல் இச்சமயத்திற்கேற்றதாகும். பெண்களுக்கும் சகல உரிமைகளும் ஆண்மக்கள் போலவே ஏற்பட வேண்டுமென்பதும் குடும்ப நிர்வாகிகளான பெண்மக்களுக்குச் சட்டசபை போன்றவிடங்களில் என்ன சம்பந்தமென்பதும் இவ்விருதிறத்தார்களின் வாதத்திற்கும் மூல காரணமாக யிருக்கின்றது.

பெண்கள் ஜனப்பிரதிநிதித்துவம் வகிக்கவேண்டுமென்ற முறையில் அயல் நாட்டைப்போன்று இந்தியாவில் வரம்பு கடந்து முன் வந்து அடிதடி சண்டையிட்டு ஆடவர்களுடன் போராடி இந்தியப் பெண்கள் இப்பதவியைக் கோரவில்லை. சகஜமான வழியிலும் ஆடவர்களின் பிரயத்தினத்தாலும் இவ்வுரிமை கிடைக்கின்றதென்பது உண்மை. பொதுவாக இந்தியப் பெண்கள் அனைவர்களும் இத்தகைய

சுதந்திரத்தைக் கையாளுவதில் இஷ்டமுற்றிருக்கவில்லை. பலருக்கு சௌகரியமும் கிடையாது. இதை விரும்பியிருக்கும் பெண்களிடையேயும் இருவித அபிப்பிராயமிருப்பதைக் காணலாம். தற்கால நாகரிகத் திற்கேற்றபடி கலாசாலைக் கல்வியை யபிவிருத்திசெய்து எல்லாத் துறைகளிலும் ஆடவர்களுக்குச் சமானமாக சம அந்தஸ்து படைக்க வேண்டுமென்பார் ஒரு சாரார். தற்கால நிலைமையை யுத்தேசித்து இத்தகைய ஸ்தானங்களை வகித்துத் தங்கள் நிலைமையைப் பூர்வீகத் திலிருந்த உயர் நிலைக்குக் கொண்டுவர விரும்புவார் மற்றொரு சாரார். முன் சொன்னவர்களுக்குத் தற்கால நாகரிகமும் தங்கள் சுயத்தீர்மானமுமே பக்க பலமாக விருக்கின்றது. பின் சொன்னவர் களுக்குப் பெண் சமூகம் முழுதும் ஆதரவாயிருக்கிறதென்பதை மறுக்க வியலாது. நமது பெண் மக்கள் பலர் மேன் பார்வைக்கு ஒன்று மறியாதவர்கள் போல சாமானியமாகக் காணப்பட்டாலும் இவர்கள் ஒரு காரியங்களிலும் ஈடுபடாமலிருந்து கொண்டிருப்பினும் தங்கள் முற்கால தற்கால நிலைமைகளைப் பற்றியும் தங்களுக்கு இன்னதுதான் தேவை என்பது பற்றியும் தங்களுக்கு ஏற்படவேண்டிய சீர்திருத்தம் இத்தகைய தாயிருக்கவேண்டுமென்பதையும், தங்களுக்குப் பிரதிநிதியாக ஸ்தானம் வகிக்கும் பெண்மணிகள் எவ்வாறு நடந்து கொள்ள வேண்டுமென்பதையும் செவ்வனே அறிந்து கொண்டிருக்கிறார்கள் என்பதற்கு நமது சிந்தாமணியில் வெளிவரும் அன்னார்களின் நிருபங்கள் போதிய சான்றாக விருக்கின்றன. இதை நன்கறிய வேண்டுமாயின் பல விடங்களிலும் சுற்றுப்பிரயாணம் செய்தும், கிராமங்களுக்குச் சென்றும், பெரிய குடும்பங்களில் அமைதியுடன் தங்கள் கல்வியறிவைத் தங்கள் குடும்ப நிர்வாகத்திலும் தங்களுக்கேற்ற முன்னேற்றத்திற்கான வழியிலும் செலவழித்துக்கொண்டும், உலக நிலையையும் தேசத்தின் தற்கால நிலையையும் தேச பாஷை பத்திரிகைகள் மூலம் தெரிந்து கொண்டும் வாழ்ந்து வரும் பெண்மணிகளிடமும் வயது சென்ற பெரியோர்களிடமும் நெருங்கிப்பழகி அவர்களின் அபிப்பிராயத்தைத் தெரிந்து கொண்டால் நன்கு விளங்காமற் போகாது. இது பற்றிச் சட்டசபைகளில் ஸ்தானம் பெற விரும்பும் சகோதரிகள் இவர்களின் அபிப்பிராயப்படி நடந்து கொண்டு தங்கள் இனத்தவர்களின் நன்மையைக் கோரக் கடமைப் பட்டிருக்கிறார்கள் என்பதை வற்புறுத்துகிறோம்.

தற்காலம் தேச மகா ஜனங்களின் உணர்ச்சியைக் கவனிக்குங்கால் தேச நன்மைக்குப் பாடுபடுபவர்களையே ஜனப்பிரதிநிதிகளாக ஏற்படுத்த வேண்டுமென்ற எண்ணம் நிலை பெற்றிருப்பதாகத் தெரிகிறது. சட்ட சபைகளில் ஸ்தானம் வகிக்கும் ஆடவர்களே சில சமயங்களில் தலையாட்டிப் பொம்மைகள் என்று ஜன சமூகத்தால் குறை கூறப்படும் சந்தர்ப்பத்தில் கூரிய வாள் போன்ற இப்பதவியை வகிக்க முன் வரும் பெண்மணிகள் பொதுவாகத் தங்கள் இனத்தவர்களின் அபிப்பிராயத்தை முன்னிட்டு நடந்துகொள்வதில் மெத்த சிரத்தையுள்ளவர்களாயும்

பொறுப்புள்ளவர்களாயும் சுயத்தீர்மானமுள்ளவர்களாயும் இருக்க வேண்டியது அவசியம். ஜனப்பிரதிநிதி ஸ்தானங்களுக்குப் பட்டதாரிப் படிப்பும் மற்றவைகளும் அவசியமில்லை என்பதையும் தேச மகா ஜனங்களின் நிலையை நன்குணர்ந்தவர்களே தேவை என்பதையும் வாக்காளர்கள் நன்குணர்ந்திருப்பதினால் கூடிய வரையில் அனுபவமும் முதிர்ந்த வயதும் தன் இனத்தவர்களின் கோரிக்கைகளைத் தெரிந்தும் அவர்களால் மதிக்கப் பெற்றும் உள்ள பெண்மணிகள் சட்ட சபைகளில் ஸ்தானம் வகித்துத் தங்கள் கடமையை செவ்வனே நடத்தி முடிப்பதற்கான உதவியை வாக்காளர்களும் ஆடவர்களும் முன் நின்று செய்யத் தவறமாட்டார்களென்று நினைக்கிறோம். ஸ்திரீகள் வாக்குரிமை மட்டும் பெற்ற காலத்தில் தங்களுக்குள்ள அசௌகரியங்களையும் கவனியாது ஆடவர்களுக்குத் தங்கள் வோட் அளிப்பதில் மெத்த சிரத்தையெடுத்து வந்திருப்பதை ஆடவர்கள் ஞாபகப் படுத்திக்கொண்டு அதற்கு கைம்மாறாகத் தங்கள் சகோதரிகளையே அபேக்ஷகர்களாக முன் நிறுத்தித் தங்கள் வோட்டுக்களை அளித்துப் பெண் சமூகத்தைக் கவுரவிக்கப் பெரிதும் கடமைப்பட்டிருக்கிறார்கள். ஆடவர்களைப்போல பெண் மக்களுக்குப் பண வருவாய் அதிகமில்லாமையாலும் இருப்பினும் அதைத் தங்கள் குடும்பத்திற்கின்றி வேறு வழியில் செலவழிக்க இவர்கள் மனந்துணியார்களானதினாலும் இவர்களுக்கு அதிகச் செலவு கொண்டே சௌகரியங்களை ஏற்படுத்திக் கொள்ளவேண்டியிருக்கின்றதாலும் சட்ட சபைகளுக்கு அபேக்ஷகர்களாக வரும் பெண்கள் விஷயத்தில் தற்காலம் ஆடவர்களுக்காகவுள்ள பல நிர்பந்தமான விதிகளை விலக்கிப் படிச்செலவை இரட்டிப்பாக அளித்துத் தேவையான சௌகரி யங்களைச் செய்து கொடுக்கவேண்டுமாய் அரசாங்கத்தாரையும் கேட்டுக் கொள்ளுகிறோம். ஜனங்களின் கஷ்ட நிஷ்டூரங்களை யறிந்து அவர்களுக்கு ஊழியம் புரிவதற்கென்றே ஜனப்பிரதி நிதித்துவம் வகிக்க விரும்பும் ஆடவர்களும் பெண்மக்களும் தாராளமாக முன் வந்து இப்பதவியை வகித்துத் தங்கள் ஊக்கங் குன்றாது உழைத்து மகா ஜனங்களிடையே நற்பெயரும் புகழும் பெற வேண்டுமாயின் சட்டசபை நடவடிக்கைகள் முழுதும் தேச பாஷையில் ஏற்பட்டாலன்றி ஒரு பயனும் விளையாது என்பதை மட்டும் நிச்சயமாகத் தெரிவித்து இவ்வியாசத்தை முடிக் கிறோம்.

சிந்தாமணி ஆகஸ்ட் - 1926.

மாதர் சங்கத்தின் உபயோகம்

''சங்கே சக்தி கலௌயுகே'' என்பது ஜனங்களிடையே உலவுமொரு சிறந்த பழமொழியாகும். கூட்டத்திலிருந்தே ஜனசமூகத்திற்குரிய முன்னேற்றங்களை எளிதில் அடைவது சுலபமான வழியெனப்படும். தற்காலம் ஜனங்கள் தங்களது வகுப்பினுடையவும் தொழில் முறை களினுடையவும் முன்னேற்றங் கருதி அவைகளுக் கேற்றவாறு சங்கங்களை அமைத்துக்கொள்ளுகின்றார்கள். இத்துடன் ஜனசமூகம் வேற்றுமைப்படாது சகோதரப்பான்மையுடன் நடந்து கொள்ளுதல் தேசமுன்னேற்றத்திற்கு இன்றியமையாததுபற்றிச் சர்வ சமய சமரச சங்கமும் பலவிடங்களில் ஸ்தாபிக்கப்பட்டு வருகின்றது. சங்கங்கள் பல காணப்படினும் நமது தென்னாட்டில் பெண்கள் சங்கம் ஆங்காங்கு ஏற்படாமை விசனிக்கத்தக்கதாம். வீட்டு வேலைகளிலும் குடும்ப நிர்வாகத்திலும் குழந்தைகளை வளர்த்தலிலும் ஈடுபட்டு உழைக்கும் பெண்களுக்குச் சங்கம் என்ற ஸ்தாபனமானது சிரமபரிகாரத்தையும் மனதிற்கு உற்சாகத்தையும் விளைவிக்கக் கூடியதென்பதில் தடையே இல்லை. பெண்மக்கள் பலர் ஓரிடத்தில் ஒன்று கூடிப் பரஸ்பரம் சந்தோஷமாகச் சிறிது நேரமேனும் சம்பாஷித்துப் பொழுது போக்கு தல் அவர்களுக்குப் பல நன்மைமைகளையளிக்குமென்பது நிச்சயம். முற்காலத்தில் பெண்மக்களுக்கு இத்தகைய சங்கமொன்று அவசிய மில்லாமலே இருந்தது எதனால் என்று ஆராய்வோம். தெரிந்தவற்றைச் சொல்லவும் தெரியாதவற்றைக் கேட்டறிந்து கொள்ளவும் சங்கம் உபயோகப்படுகிறது. இவ்வுபயோகத்தை முற்காலப் பெண்கள் நாள் தவறாது அடைந்து வந்திருக்கின்றார்கள். காலை நேரத்தில் ஆற்றங்கரை சென்று குளித்தல், மாலையில் கோயில் செல்லல் இவை போன்ற சந்தர்ப்பங்களிற்பலபெண்கள்ஒன்றுகூடவும்பரஸ்பரம்க்ஷேமலாபங்களை விசாரித்துக் கொள்ளவும் இடமிருந்தது. வயது முதிர்ந்த ஸ்திரீகள் எவர் வீட்டிலேனும் நடுப்பகலில் கூட்டஞ்சேர்ந்து சில மணிநேரங்களாவது பேசிப் பொழுது போக்காமலிரார்கள். வீண்வம்பு பேசிப் பொழுது போக்கல் என்ற வழக்கம் நவநாகரிகத்தின் ஆரம்ப காலத்தில் அதன் நடவடிக்கைகளைக் கண்டு மனஞ்சகியாத ஒரு சாரரிட மிருந்து நம்மில் ஏற்பட்டதாகும். நவநாகரிகத்தைக் கையாள முந்தியவர்கள் ஆடவர்கள் ஆனது பற்றி அவர்களின் விசித்திர நடவடிக்கைகளை விஸ்தரித்துப் பேசியதிலிருந்துதான் நமது பெண் மக்களிடையே வீண் வம்பு பேசுதல் என்ற கொடிய வழக்கம் உண்டாயிருந்திருக்கவேண்டு மாகையால் இதற்

குமுன் வாழ்ந்திருந்த ஸ்திரீகள் தாங்கள் ஒன்று சேருங்கால் பாட்டு, கதை, புராணம் இவைகளைப்பற்றியும், குடும்பம் செம்மையாயும் சிக்கனமாயும் நடப்பதற்கான யோசனைகளைப் பற்றியும் அக்கூட்டத்தில் பேசி நற்பொழுதைப்போக்கி வந்தார்கள். அச்சமயம் அங்கு வந்துள்ள பாட்டிமார்களிடமிருந்து வைத்தியமுறைகளையும் அவர்களது அனுபவம் வாய்ந்த ஆலோசனைகளையும் நன்கறிந்து கொள்ளவும் இவர்களுக்குத் தக்க சௌகரிய மேற்பட்டிருந்தது. இவ்விதம் சந்தோஷத்துடனும் சமத்துவத்துடனும் ஒன்று சேர்ந்து பழகிய முற்கால மாதர்களுக்குச் சங்கமென்பது அனாவசியமாக விருந்ததுடன் அதனாலேற்படக்கூடிய பயன்களையும் அவர்கள் சுலபமாயடைந்து வந்தார்கள். தற்கால பெண்களுக்கு ஒவ்வோர் ஊரிலும் சங்கம் ஏற்படல் வேண்டும். அச்சங்கத்தில் புத்தகசாலை யொன்றும் இருக்கவேண்டும். சங்கக்கூட்டம் வாரமொரு முறையேனும் நடைபெறவேண்டும். இச்சங்கத்தி னாதரவில் பெண் உபாத்தினிகளைக்கொண்டு தையல், பூப்போடல், நூல் நூற்றல், பிரம்புபின்னுதல் இவைகளையும், முக்கியமாக தேசபாஷையையும், அயல் பாஷைகளில் தேவையானவற்றையும் கற்பித்தல் வேண்டும். தோட்டம் பயிரிடல், பூஞ்செடி வளர்த்தல் இவைகள் போதிக்கப்படவேண்டும். சிறுமியர் விளையாடுவதற்கு வெளித்தோட்டமும் பாட்டிமார் பொழுது போக்குவதற்குக் கதை புராணங்களைப் படித்தலும் இருக்கவேண்டும். இச்சங்கத்திற்கு அங்கத்தினர்களாகும் பெண்மணிகள் ஏழையாயுள்ளவர் களை இலவசமாகச் சேர்த்துக் கொள்ளவேண்டும். இவ்வாறு மாதர் சங்கங்கள் ஆங்காங்கு அமைக்கப்படுமாயின் பெண் மணிகள் தங்கள் சகோதரிமார்களை அடிக்கடி சந்தித்து நற்பொழுதாகத் தங்களது பொழுது போக்கைக் கழிக்க இடமுண்டாகும். மாதர் சங்கம் அமைப்பது யார் கடமை என்பதை அடுத்த இதழில் ஆராய்வோம்.

சிந்தாமணி, பிப்ரவரி - 1926

மாதர் சங்க அமைப்பு

மாதர் சங்கத்தின் உபயோகத்தைப் பற்றி சென்ற சஞ்சிகையிற் கூறினோம். மாதர் சங்கம் உபயோகமுள்ளதென்ற உணர்ச்சி ஜனங் களிடையே தற்காலம் பரவி வருகிறதாயுனும் ஆங்காங்கு மாதர் சங்கம் காணப்படாததேன்? மாதர் சங்க அமைப்பு யாரைப் பொருத் திருக்கிற தென்பதை எடுத்துரைத்தல் இச்சமயம் பொருத்தமாகும். நவ நாகரிகம் ஒரு புறத்திலும் சமூக முன்னேற்றம் மறுபுறத்திலும் சிந்திக் கப்படும் இந்நாளில் பெண்களின் அபிவிருத்திக்குரிய வழிகள் சிறிதும் சிந்திக்கப்படாதிருத்தல் விசனிக்கத் தக்கது. சமூக வாழ்க்கையிலும் முன்னேற்றத்திலும் பெண்கள் இயற்கையாய்க் கலந்திருப்பினும் இவ்வுண்மையை ஆடவர் அறியாது

தம்மைப் பொறுத்த மட்டில் தனியே ஓர் அபிவிருத்தியிருப்பதுபோல எண்ணிக்கொண்டு தமக்கு மட்டும் வாசக சாலைகள் என்றும் சங்கங்கள் என்றும் அமைத்துக் கொள்வரேல் பெண் மக்களைக் கவனிப்பவர் எவர்? பெண்களைக் கண்டிக்கும் பொழுதும் அவர்களிடத்திலுள்ள சொத்துக் களுக்குப் பாத்தியங் கொண்டாடுங் காலத்திலும் ஆடவர்கள் தாங்கள் அதிகாரிகளென்றும் பாத்தியஸ் தர்களென்றும் வாதாடுகின்றார்கள். பெண்களுக்குரிய கல்வி, நற்பழக்கம், நற்பொழுது போக்கல் இவைகளை யேற்படுத்துவதில் மட்டும் தங்களுக்கு ஒரு சிறிதும் பொருப்பில்லை என்று வாளா விருப்பதுடனில்லாது, பெண்கள் அபிவிருத்தி யடைய வில்லை, முழு மூடர்களா யிருக்கின்றார்கள், வீண் செலவு செய் கின்றார்கள், ஆடம்பர வாழ்க்கையைக் கைக் கொள்ளு கிறார்கள், குடும்பக் காரியத்தை வெறுக்கின்றார்கள், குடும்ப சச்சரவிற்குக் காரணமா யிருக்கின்றார்கள், வீண் பொழுது போக்குகின்றார்கள், வெட்டி வம்பளந்து காலங் கழிக்கின்றார்கள் என்று வாயாரப் பேசித் தூற்று வதையும் எண்ணுங்கால் பெண்களின் நிலைமையானது தற்காலம் போல துரதிருஷ்டமான நிலையில் எக்காலத்திலும் இருந்ததுமில்லை, இனி இருக்கப்போவதுமில்லை என்பது உண்மை. இனியேனும் பெண்களின் முன்னேற்றத்திற்குரிய வழியை நாடி உழைத்தல் ஆடவர்கள் கடமை யென்பதை நன்குணர்ந்து நடத்தல் அவசியம்.

மாதர் சங்கம் அமைக்கப்பட்டு செவ்வனே நடை பெறுவதற்கு ஆடவர் ஆதரவே முக்கியமாயிருக்கின்றது. சங்கமென்பது மாதர்க் காயிருப் பினும் அதன் மேன்பார்வையும் அமைப்பும் ஆடவரைப் பொறுத் திருக்கவேண்டும். ஆடவர் தமக்கு சங்க மமைத்துக்கொண்டு அதை யடுத்துப் பெண்கள் சங்கமும் அமைத்தல் வேண்டும். பெண்கள் தனியே வெளிச் செல்ல முடியாதவர்களாகையினால் ஆடவர் சங்கத்திற்குச் செல்லும்போது தம் வீட்டுப்பெண்களையும் அவர்கள் சங்கத்திற்குச் செல்லுமாறு தம்முடனழைத்துச்செல்லல் வேண்டும். மாதர் சங்கத் திற்கு வேண்டிய புத்தகங்களைத் தொகுத்தெடுத்து அவைகளை அச்சங் கத்திற்குதர வேண்டும். மாதர் சங்கத்தில் அவர்க்கேற்ற விஷயங்கள் வாரத்திற்கொரு முறையேனும் உபன்யசிக்கப்படல் வேண்டும். உயர்ந்த விஷயங்களை இனிய எளிய நடையில் எழுதித் தந்து அவர்களைப் படிக்கச் செய்யவேண்டும். இவ்வாறு ஆடவர் முழுப்பொறுப்பும் வகித்து மாதர் சங்கத்தை ஆங்காங்கு ஏற்படுத்தி நன்கு நடைபெறச் செய்வராயின் எங்கும் மாதர் சங்கமேற்பட்டு செவ்வனே நடை பெற்று வருமென்பதில் தடையில்லை. இவ்வாறு மாதர் சங்க மமைக்கப்படுமாயின் இதன் மேன் பார்வையில் அவ்விடத்துள்ள பெண்பாடசாலைகளை பெண்மக்கட்குரிய கல்விச்சாலைகளாக நடைபெறச் செய்யக்கூடிய சிரத்தையை மாதர் சங்கத்திய அங்கத்தினர் கைக் கொள்வர். மாதர் சங்க மூலமாகப் பெண்மக் களுக்குக் கல்வி, தேகாரோக்கியம், மதப்பற்று, ஒற்றுமை, மக்கள் வளர்த்தல் முதலிய இன்றியமையாத பல விஷயங்களைத் தக்கவர்களால் பிரசங் கிக்கச் செய்யலாம். இவற்றால் பெண்களுக்குக் குடும்ப நிர்வாகத்தில்

உற்சாகமும், தேகாரோக்கியத்தில் சிரத்தையும், குழந்தை வளர்த்தலில் பொறுப்பும், மதானுஷ்டானத்தில் பற்றுதலும், பூர்வீக வாழ்க்கையில் அன்பும், வீண் வம்பளப் பதில் வெறுப்பும், உயர்ந்த நூல்களைப் படிப்பதில் நோக்கமும் நாளுக்குநாள் விருத்தியடைந்து அன்புமிக்க தாய்மாராகவும் ஆதரவுமிக்க சகோதரிகளாகவும் பொறுப்பு மிக்க மனைவிகளாகவும் தங்கள் நிலைமைகளை நிலைநிறுத்தி, உத்தமப் புதல்வர்களை யீன்று தேகத்தில் சுக வாழ்க்கையும், மனதில் சாந்தியும், முகத்தில் ஒளியும், நட வடிக்கைகளில் அமைதியும் கொண்டு பெண்கள் தெய்வமெனப் போற்றக் கூடிய உன்னத நிலை யடைந்து உலக வாழ்க்கையின் உண்மை ஒளியைப் பரப்பி உயர்ந்து வாழ்வார்கள் என்பதில் ஆட்சேபமே கிடையாது. இதுபற்றிப் பெண்கள் அபிவிருத்திக்கு மூலகாரணமாயிருக்கும் மாதர் சங்க அமைப்பில் ஆடவர்கள் விரைவில் சிரத்தை கொள்வார்களாக.

சிந்தாமணி, மார்ச் - 1926.

சில யோசனைகள்

பாரதநாட்டில் நூற்றுக்கு தொண்ணூறு பெயர்கள் கிராமவாசிகளாகவும் விவசாயிகளாகவும் இருக்கிறார்கள். ஒருகால் நெற்களஞ்சியங்களாகவும் தான்ய பொக்கிஷங்களாகவும் விளங்கிய கிராமங்கள் தற்சமயம் பாழ்பட்டுக் கிடக்கின்றன. வருஷத்தில் சுமார் எட்டு மாதங்கள் ஓய்வு பெற்றிருந்த கிராமவாசிகள் பல சிறு தொழில்களைச் செய்து பணமீட்டி வந்தார்கள்.

கால்நடைகள் நன்கு விருத்தியடைந்து உழவிற்கும் பால் கறவைக்கும் தட்டின்றி நிலமும் மக்களும் செழுமையுற்றிருந்தார்கள். உழவு நடவு முதலிய பயிர் வேலைகளெல்லாம் பெரும்பாலும் எஜமானனின் உழைப்பிலும் மேற் பார்வையிலும் நடைபெற்றன. சாலையோரங்களிலும் திடலிலும் காய்கறிகள் பச்சைப் பசேலெனக் காய்த்துக் கிடந்தன. கிராம வாயிலின் அருகில் அமைக்கப்பெற்ற தண்ணீர்ப் பந்தல்கள் குளிர்ந்த தீர்த்தமும் நீர் மோரும் வார்த்து பாட்டைசாரிகளின் களைப்பை அகற்றின. ஒற்றுமையும் ஒத்துழைப்பும் கட்டுப்பாடும் சகோதரத்துவமும் கிராமவாசிகளிடம் நிலைபெற்றிருந்தன. அத்தகைய கிராமங்கள் க்ஷீணதசையடைந்ததற்கு அறிஞர்கள் பல காரணங்களை எடுத்துரைக்கின்றார்கள். முடிவாக ஆங்கிலப் பட்டாதாரிகளான வாலிபர்களை கிராமம் செல்லும்படிக்கும் சிலர் போதிக்கின்றனர். ஆகவே கிராம புனருத்தாரணத்திற்குக் கையாள வேண்டிய முறை யாவை என்பதைக் கண்டு பிடிப்பதே தேசாபிமானிகளின் நோக்கம்.

முதன் முதலாகக் கிராமவாசிகளில் ஒரு சாரார் கடன்காரரானதற்கு ஆங்கிலப் படிப்பே மூல காரணம். மகனை ஆங்கிலம் படிப்பிக்க நகர வாசத்தில் குடித்தனம் செய்தும் ஆங்கிலம் படித்த ஆண் மகனை மருமகனாக்கிக் கொள்வதற்கு ஆயிரக் கணக்கான வரதக்ஷிணை கொடுத்துச் சீர்வரிசைகள் செய்தும் அவர்கள் கடன்படலானர்கள். கிராமவாசிகள் உடம்பாலுழைத்துச் சேமிக்கும் தானியங்களைச் சோம்பேறிகளான நகரவாசிகள் தின்று அழிப்பதல்லாது ஜீவாதாரமான விவசாயத்தில் தங்கள் கவனத்தைச் செலுத்தவில்லை. நகரத்தில் ஆயிர மாயிரமாக சம்பாதிப்பவர்கள் தங்கள் க்ஷேமநிதியை அர்பத்நாட் கொல்லம் பாங்க் போன்ற இடத்தில் ஒப்படைத்தார்களன்றி விவசாயிகளை ஆதரித்திலர். நகரத்திலுள்ள அனாவசிய ஆடம்பர வாழ்க்கையை கிராமங்களில் பரவச் செய்தவர்களும் நகரவாசிகளே.

கிராமத்தில் உண்டாகும் பொருள்களை மட்டமென இகழ்ந்து அயல் நாட்டுப் பொருள்களை ஆதரிப்பவர்களும் நகரவாசிகள்தாம். தம்மைப் போல் பெண்மணிகளும் சீர்திருந்தவில்லை என இகழ்ந்து பேசி முடிவில்

மாதர்களையும் நவீன நாகரிகத்தில் வீழ்த்தியவர்களும் ஆடவர்களே யாவர். ஆடவர்கள் நாகரிகம் அவரவர்களிருந்த இடத்திலிருப் பதுபோல பெண்களின் நாகரிகம் நகரத்தில் மட்டும் இருக்காது. கிராமங்களிலும் பரவுதல் ஆச்சரியமன்று. ஸ்திரீகள் சக் திஸ்வருபம். அது எங்கும் நிறைந்தது. அது அழிந்தால் சிருஷ்டியே கிடையாது. வாசனை சோப்புக்களென்றும் பூசும் தைலங்களென்றும் காசுபெறாத பொருள்களெல்லாம் கிராமங் களில் ஒன்றுக்கு மூன்றாக விலைப் படுகின்றன. காலணா விலையுள்ள ரிப்பனும், ஸ்லைடுகளும் லக்ஷம் லக்ஷமாகச் செலவாகின்றன. போதாக் குறைக்கு ஆங்காங்கு சினிமாக் கொட்டகைகளும் முளைத்து விட்டன. மெத்த பயபக்தியுடன் அக்ரஹாரத்திலுள்ளவர்கள் முதல் குடியானத் தெரு, சேரி இவைகளில் வாழ்பவர்கள் உள்பட அனைவரும் சினிமான தெய்வத்திற்குத் தலைக்கு அரை ரூபாயாவது தவறாது மாத காணிக் கை செலுத்தத் தவறுவதில்லை. இவ்வாறு கிராம வாசிகளைத் தங் களது நவநாகரிக வாழ்க்கைக்கு ஆளாக்கிய நகரவாசிகள் கிராமப் புனருத்தாரணம் பற்றி மேடை தவறாது பிரசங்க மாரி பொழியவும் பின்வாங்குவதில்லை. நேற்றுவரை நகர மோகத்திலாழ்ந்து வேலைக்கு உபயோகமற்ற கல்வியைக் கற்று கையிலுள்ள காசும் முகத்திலுள்ள தெளிவும் போய் தத்தளிக்கும் பட்டதாரியை அழைத்து “அப்பா! நீ கிராமம் சென்று அதைச் சீர்படுத்துவதில் ஈடுபட்டுக் காலம் கழிக்கலாமே” என்று வெகு சுலபமாகச் சொல்லிவிடுகிறோம். இன்றுவரை அனுபவித்த ஹோட்டல்களும், அமெரிக்கன் கிராப்புச் செய்யும் ஸலூன்களும் உடனே துணிகளை வெளுத்தளிக்கும் லாண்டரிகளும், மூலைக்கு மூலை ஓலமிடும் பாட்டுப் பெட்டிகளும் கிராமத்தில் கிடைக்காதே என்று சிலர் திகைக் கின்றனர்.

பலவித அனுபவத்தாலும் நூல் ஆராய்ச்சியாலும் எளிய வாழ்வே தூயவாழ்வெனக் கருதும் இளைஞர்களுக்கும் திடீரெனக் கிராமம் செல்வ தில் அதற்கேற்ற ஆதரவு சிறிதேனும் கிடைக்கவேண்டாமா? கடன் பட்டு விவசாயம் க்ஷீணித்து வரி செலுத்தவும் வழியின்றிப் பரிதபிக்கும் கிராம வாசியிடம் ஆதரவை எதிர்பார்க்க முடியுமா? கிராமம் மீண்டும் சீர்பெற வேண்டுமாயின் அரசாங்கம் சிரத்தை யெடுத்தாலன்றி மற்றவர்களால் ஒன்றும் முடியாது. கிராமங்கள் தோறும் வாசகசாலை, புத்தகசாலை, இலவசக் கல்விச்சாலை இவைகளையும் ஏற்படுத்தி இவைகள் நடை பெறுவதற்கான மூலதனத்தையும் அரசாங்கம் அளிக்க முன் வந்தால் சொற்ப வருவாயில் கிராமத் தொண்டாற்றக்கூடிய தொண்டர்கள் ஆயிரக் கணக்காய் முன் வருவார்கள். விவசாயம், குடிசைத் தொழில் இவைகளைக் கிராமந்தோறும் நிலை பெறச்செய்தால் மட்டுமே உலகம் சுபிக்ஷமடையும். பசுவின் வாயைக்கட்டிப் பாலை மட்டும் கறப்பதுபோல, இதுவரை கிராமவாசிகளின் ரத்தத்தை உறிஞ்சிவிட்டு சென்னையில் பானை செய்யும் விதம், பம்பாயில் பாய் நெய்தல், கராச்சியில் நூல் நூற்றல்,

கல்கத்தாவில் மரச்சிமிழ் செய்தல், செகந்திராபாத்தில் சாயந் தொய்த்தல் இவைகளைப்பற்றிப் பிரசாரம் செய்வதில் பயன் என்ன? தற்சமயம் சென்னை காங்கிரஸ் மண்டபத்தில் காட்டப்படும் பொருட்காக்ஷிகளில் ஒவ்வொன்று கிராமங்களில் காட்டப்படுமானால் அத்தொழில் அபிவிருத் தியடைய வழியுண்டு. நகரவாசிகள் ஆயிரக்கணக்காகப் பொருட்கா க்ஷியைக் காணவந்தாலும் முடிவில் பலர் "என்ன இருந்தாலும் ஹண்டிலி பால்மர் பிஸ்கட்டைப் போல் கேழ்வரகு பிஸ்கட் ருசியா யில்லை. கதர் நன்றாய்த் தானிருக்கிறது, ஆனால் இன்னும் இம்புரூவ் ஆகவேண்டும். கழுத்து வலிக்க இடுப்பொடிய இச்சிறு தொழில்களைச் செய்வதில் பெருமித லாபமேது?" என்று பேசிப்போகும் காரணமென்ன? கண்ணால் பார்ப்பவர்களைக் காட்டிலும் கையால் செய்பவர்களுக்கே பொருட்காக்ஷிகள் உபயோகப்படு மென்பதில் சந்தேகமில்லை. கிராமப் பொருட்காக்ஷிகள், கிராமச் சுகாதார சங்கம், கிராமக் கல்விச்சாலை இவை களைப் பரவச்செய்தும் ஏற்கனவே உள்ளவைகளைத் தட்டி எழுப்பியும் வேலை செய்யாத வரையில் தேசப்பஞ்சம், தீராக்கடன், தெளியா நோய் இவை நம்மைவிட்டு நீங்க வழியே இல்லை. கிராமப் புனருத் தாரணமே நகரத்தின் ஜீவாதாரமென அறியாமல் "யான் பெற்ற இன்பம் எவரும் பெருக!" என்ற முறையில் நகரவாசிகள் கிராமவாசிகளிடம் அனுதாபப்படுவதைக் காட்டிலும் மௌனமாயிருந்தால் மிகவும் நன்றாயி ருக்கும்.

பாரத மணி, 29-1-1939

௳ —————— ௵.

சிறுகதைகள்

கிண்டி குதிரைப் பந்தயம்

அதிகாலை ஐந்து மணிக்கே சீதை எழுந்திருந்து வென்னீர் தவலையில் தண்ணீர் நிரப்பி அடுப்பையும் பற்றவைத்தாள். அன்று சனிக்கிழமை யானதால் தன் கணவன் சூரியோதயத்திற்கு முந்தியே எண்ணெய் தேய்த்துக் குளித்தால் அவன் தேகத்திற்குச் சௌகரியமா யிருக்குமென்பது சீதையின் எண்ணம். வென்னீர் காய்ந்து விட்டது. நல்லெண்ணெயில் மிளகைத் தட்டிப்போட்டுக் காய்ச்சி வைத்தாள். மிளகு ரசம், பருப்புத் துகையல், அன்னம் இவைகளைத் தயாரித்து நான்கைந்து தளுவாடங்களையும் சுட்டுவைத்தாள். அயர்ந்து நித்திரை புரியும் கணவன் தானாக எழுந்திருக்கும்படி ஏதேதோ சத்தப்படுத்தினாள். ஆனால் இராமன் இந்த ஜாடை சமிக்கினைகளில் எழுந்திருக்கப் பட்டவன்னல்ல. ராமன் சென்னை டிராம்வே கம்பெனியில் கண்டக்டர் உத்தியோகம் பார்த்துவந்தான். சம்பளம் சாதாரணமாக இருந்தபோதிலும் அவ்வுத்தியோகம் மட்டும் நின்ற விடத்தில் அரை வினாடியும் நிற்காது ஓடித்திரியவேண்டிய தொழிலாகும். கைப்பிடிக் கம்பிகளைப் பிடித்துகொண்டு தாவித் தாவித் திரிந்தும், இறங்கியேறியும் டிக்கட்டுக் கொடுப்பதில் ராமன் கெட்டிகாரனென்று பெயரெடுத்தபோதிலும், இவ்வுத்தியோகத்தினால் அவன் தேக சுகங்கெட்டு, சோகைபிடித்து, நல்லுயிரற்று, சஞ்சாரப்பிரேதம் போல் விளங்கினான். விடியற்காலை இரண்டு மணிக்கே தூக்கம் விட்டெழுந்தால்தான் டிராம்வண்டிகள் புறப்படக்கூடிய ஐந்து மணிக்குச் சரியாய்ப் போய்ச்சேரலாம். பகல் ஒரு மணியுடன் இவன் வேலை முடிவடைகிறதானாலும் ஆபீசுக்குப்போய், பணத்தைக் கணக்கிட்டுக் கட்டிவிட்டு, அதற்கு மேல் வீடு வந்து குளித்து உண்பதற்கு மாலை நான்குமணியாகிவிடும். பகல் வேலைக்குச் செல்லும் நாட்களில் காலை பத்து மணிக்கு வீட்டைவிட்டுப் புறப்பட்டால் ஒரு மணிக்குத் தன் வேலையை ஒப்புக்கொள்வான். இரவு பத்து மணிக்கு டிராம் நிறுத்தப்பட்டதும் இவன் வீடு சென்று சோற்றைக் கண்டு பிடித்துக் கட்டையைக்கீழே கிடத்துவதற்குள் மணி ஒன்றடித்துவிடும். இவ்வளவு கஷ்டப்பட்டாவது சம்பாதித்துவரும் மாதச்சம்பளம் இவன் குடும்பத்திற்கு முழுவயற்றிற்கும் உணவு அளிக்கக்கூடியதாயுமிருந்ததில்லை. ஒரு ரூபாய்க்கு இரண்டரைப்படி அரிசியும் அரையணாவுக்கு ஒரு வாழைக் காயும் விற்குமானால் மாதச்சம்பளம் இருபது ரூபாயில் நான்கு குழந்தை களுடன் ராமன் எவ்வாறு முழு வயிறு உண்ண முடியுமென்பதை எடுத்துரைக்கவேண்டுவதில்லை. இவ்வளவானாலும் ராமன் ஒரு விதத்

தில் புண்ணியவானாகவே இருந்தான். மனைவி சீதை பர்த்தாவுக்கேற்ற பதிவிருதை என்பதாக அக்குடும்பத்தைக் கவனித்துவந்ததால் இவன் மனங்கலங்காது காலக்ஷேபம் செய்துவந்தான். கையிலில்லாவிட்டாலும் மார்வாடிகடையில் பணம் கடன்வாங்கியாவது சேலைகளும் நகைகளும் வாங்கித்தர வேண்டுமென்று சீதை தன் கணவனை உபத் திரவப்படுத்த மாட்டாள். அழகிய கைராட்டினம் ஒன்றை வைத்துக்கொண்டு அன்றாடம் ஒழிந்த நேரங்களில் நூற்கும் நூலைக்கொண்டு தன் குழந்தை களுக்குத் துணிப்பஞ்சமின்றி மட்டுச் செலவில் ஆடையுடுத்தி வந்தாள். வீட்டிலுள்ளதைக் கணவனுக்கு முன்னதாக இட்டு மீந்ததைக் குழந்தை களுக்குப் பங்கிட்டு அனேகமாய்ப் பட்டினி கிடப்பதற்குச் சீதையஞ் சியவளன்று, பெண்களுக்கணிகலம் போன்று விளங்கும் நற்குணவதியான தன் மனைவி வாழக்கூடிய இடம் இவ்வேழைக்குடியல்லவென்று ராமன் தனக்குள் அடிக்கடி வருத்தப் படுவதுமுண்டு. இவ்வளவு வைபவத் துடன் காலங்கழிக்கும் ராமன் முதல் நாளிரவில் தன் வேலையை முடித்துப் பத்து மணிக்குமேல் வீடுவந்து உண்டு உறங்குவதற்கு ஒரு மணியடித்திருக்குமானால் அவனால் அதிகாலை ஐந்துமணிக்கு எவ்வாறு எழுந்திருக்க முடியும்? அன்று லீவு வாங்கி வந்திருப்பதாகச் செ ால்லியிருந்தானாகையால் அதிகாலையில் ஸ்னானம் செய்து வீட்டோடு இருப்பதில் சிரமமேற்படாதென்று சீதை நினைத் தாள். ஒருவாறாகக் காலை ஏழு மணிக்கு ராமன் விழித்தெழுந்தான். எண்ணெயிட்டு முழுகினான். சாப்பாட்டையும் முடித்துக்கொண்டான். பக்கத்திலிருக்கும் நடுக்குழந்தை ‘எனக்கும் சுடுசோறு போடு’ என்று தாயின் மடியைப் பிடித்திழுத்தது. ‘‘பழையது தான் நன்றாயிருக்கும், உனக்குக் கையில் போடுகிறேன், வா’ என்று சீதை தன் குழந்தையை சமாதானப்படுத்தினாள்.

இத்தகைய சம்பவம் தன் வீட்டில் அடிக்கடி நடைபெறுவதை ராமன் கண்ணால் கண்டிருந்தானானாலும் அன்று இவனுக்கு இது மிக துக்கத்தை விளைவித்தது. ‘மனைவியையும் மக்களையும் சுகமாகப் பாதுகாக்கமாட்டாத நான் ஏன் ஒரு ஆண் பிள்ளையாகப் பிறந்தேன்’ என்று நெடுநேரம் யோசித்து மனம் வருந்தினான். மனக்கலக்கம் தாங்காது வெளியிற் சென்றான். இதற்குள் பகல் மணி பதினொன்று அடித்திருந்தது. அன்று கிண்டியில் நடைபெறும் குதிரைப்பந்தயத்திற்காக ஜனங்களை நிறப்பிச் செல்லும் பஸ் வண்டிகள் காற்றினும் வேகமாய்க் கடுகி யோடுவதையும், அவற்றிலுள்ள உற்சாக புருஷர்கள் மேல் அங்கவஸ்திரம் அலைந்தாட வாயில் வெற்றிலையும் பையில் பணமும், கையில் ஒய்யார வீச்சுமாக தேவலோகத்திற்குக் கூண்டோடு செல்பவர்களைப்போல் ஆனந்த வெள்ளத்திலாழ்ந்து செல்வதையும் ராமன் கவனித்தான். இவன் மனதிற் சட்டென்று ஓர் எண்ணம் உதித்தது.

‘‘கிண்டி குதிரைப் பந்தயத்திற்குச் சென்று லாட்டரிச் சீட்டெடுப்பதில் அதிர்ஷ்டமுள்ளவர்களுக்குப் பெருந்தொகை கிடைப்பதால் தானே இவர்கள் எல்லோரும் ஈசற் புற்றைப்போல் பறந்து செல்கின்றார்கள்.

அத்தகைய அதிருஷ்டத்திற்கு நாமும் ஏன் ஒரு முறையாவது பிரயத் தினப்படக்கூடாது. கடவுள் நமக்கு உதவி செய்வதென்றால் இவ்வழியில் செய்யட்டுமே. அதிருஷ்டமென்பது கொடுத்து வைத்தவனுக்குதான் கிடைக்கும். தெய்வத்தின் அருளால் தான் அதிருஷ்டமுண்டாக வேண்டி யிருக்கிறது. ‘தெய்வம் மனுஷ்ய ருபேண’ என்று இவர்கள் அனைவரும் பணத்தைக் கட்டிக்கொண்டு சென்று ஒருவன் கையிற் சேர்த்துக் கொட்டிவிட்டு வருகிறார்கள் போலும். இதெல்லாம் நியாயந்தானே. இவ்வாறிருக்க ‘குதிரைப் பந்தயஞ்சென்று கொள்ளை கொடுக்காதீர்கள்’ என்று சிலர் கூச்சலிடுகின்றனரே. இது என்ன முட்டாள்தனம். பிறனுக்கு மனதுடன் காலணாக் கொடுப்பதென்றால் இவ்வளவு ஜனங்கள் சாயுமா? ஒவ்வொருவனும் தனக்கு தனக்கு என்று ஓடுகிறான். கொடுத்து வைத்தவன் அள்ளிச் செல்கிறான். இவ்வளவு தானே. இது ஒரு நல்ல சந்தர்ப்பமே. நாமும் இன்று சென்று அதிருஷ்டம் பெறுவதற்கு முயற்சிப் போம்’’ என்று தீர்மானித்துக்கொண்டு ராமன் தன் வீடு திரும்பினான். குழந்தையை சமாதானப் படுத்துவதற்காகப் பழையது இருப்பதாகச் சொன்னதன்றி உண்மையில் வீட்டில் ஒரு மணி அரிசியுமில்லாததால் சோறு கேட்டலும் குழந்தைகளை ஒருவாறு சமாதானப்படுத்திவிட்டு அடுத்த வீட்டிலிருந்து ஒருபடி கேழ்வரகைக் கடன் வாங்கிக்கொண்டு சீதை வீட்டிற்குள் வருவதை ராமன் கவனித்தான். கிண்டிக்குச் செல்லத் தீர்மானித்திருக்குமிவனுக்கு ஐம்பது ரூபாயாவது கைக்கு வேண்டிய தவசியமாயிருந்தது. இவனுக்குக் கைமாற்றுக் கொடுப்பார் யாருமில்லை. நெடுநேரம் தனக்குள் யோசித்து முடிவில் தனது தீர்மானத்தை மனைவியிடம் வெளியிட்டான். கிண்டி குதிரைப்பந்தயம் செல்லப் போவதாய்க் கணவன் சொல்லக்கேட்டு சீதை திடுக்கிட்டாள். ‘‘ஐயோ! இந்த யோசனை எதற்கு? குதிரைப் பந்தயத்தில் கையிலுள்ள பணங்களையெல்லாம் சீட்டுப் போட்டு முழுகிப்போன குடிகள் கணக்குண்டோ? நீங்கள் இதுவரையிலும் சிலரைப் போல் நாடகம் செல்லல், புகை குடித்தல், சீட்டு விளையாடல் முதலிய கெட்ட வழக் கங்களைச் சிறிதும் கைக்கொள்ளாதிருந்தது போக இன்று பெரிய பிரமாத யோசனைக்கு இடங்கொடுத்து விட்டீர்களே. இது நமது ஏழைக் குடும்பத்திற்கடுக்குமா? இராப்பகலாய், வேளைக்கு உணவற்று, நல்ல தூக்கமற்று நீங்கள் ஓடி ஓடி உழைத்துத் தேடிவரும்போதே நமது குழந்தைகள் படிக்குப்பாதி நாட்களில் அரைவயிறுண்டு பட்டினி கிடக் கின்றனவே. இதோ பாருங்கள், அடுத்த வீட்டுக்காரியிடம் கெஞ்சிக் கூத்தாடி ஒருபடி கேழ்வரகை வாங்கிக்கொண்டு வருவதற்குள் என் பாடு போறும் போறுமென்றாய் விட்டது. இதற்குமுந்தி வாங்கிபோன அரிசிக் கடனை எல்லாம் தீர்க்கவில்லையே என்று அவள் வாய்க்குவந்தபடி அவமதித்துப் பேசினாள். வாடிக்கைக் கடைக்காரன் ஒன்றுக்கிரண்டு விலைவைத்தாவது பண்டங்களைக் கடனாகக் கொடுத்ததுபோக பழைய கணக்குத் தீர்க்கப்பட்டாலன்றி இனிசாமான் கொடுக்கப் பட மாட்டாதென்று கண்டிப்பாய் சொல்லிவிட்டான். நாளைப்பொழுது

விடிந்தால் வேலைக்கு செல்லும் உங்களுக்கு எவ்வாறு உணவு தயாரிப் பதென்று நான் தவித்துக்கொண்டிருக்கிறேனே, இச்சமயத்தில் நீங்கள் கிண்டி குதிரைப்பந்தயம் செல்வதாய் சொல்கிறீர்களே, அந்தப் பேயின் வாய்க்கு இரையாகக் கூடிய திமிர் நம்மிடமில்லையே. முந்தா நாள் பந்தயத்தில் தோற்றுப்போன குப்பன் வீட்டில் அவன் வாங்கிச் சென்ற கடனுக்காகக் கடன்காரன் உடன் ஜப்திசெய்து வீட்டிலுள்ள பெண்டு பிள்ளைகளைத் தெருவில் நிறுத்திக் கதவைப் பூட்டி விட்டதை நீங்கள் கண்ணால் பார்த்திருந்தும் இதற்குத் துணியலாமா? இது வரைக்கும் குதிரைப்பந்தயம் பலபேர்களின் பொருள்களையும், சிலரின் நல்லறி வையும், ஒன்றிரண்டு பேர்களின் உயிரையும் கொள்ளை கொண்டது போதாதோ.

"இந்தக் குதிரைப் பந்தயத்தில் ஏதோ அளவற்ற லாபம் கிடைக்கப் போகிறதென்ற பேராசையால் பிரைஸ் சீட்டுக்களை மேன் மேலும் வாங்கி முடிவில் கையிலுள்ள காசுடன் முகத்திலுள்ள பவிஷையும் இழந்து, பெண்டாட்டி கழுத்திலுள்ள தாலிச் சரடு முதலாக அடமானத்தில் தோற்று அலறியழும் பலரை நீங்கள் கண்ணால் கண்டதில்லையா? பணத் திமிற்கொண்டவர் செய்யும் காரியங்களையெல்லாம் கால்வயிற்றுச் சோற் றுக்கும் வழியற்றிருக்கும் ஏழைக் குடிகள் செய்வதென்றால் அது கட்டுப் படியாகுமா? இவ்விதப் பிரைஸ் சீட்டுக்கள் எல்லாம் பணத்தை மூட்டை மூட்டை யாகக் குவித்து வைத்து ஏழைகளுக்குக் கடுகளவு மீயாத கல்நெஞ்சத் தினர்களான லோபிகளின் பணத்தைக் கரைப்பதற்கு ஏற்பட்டவைகளன்றி ஏழைக் குடிகளுக்கு இவ்விளையாட்டுக்களில் என்ன சம்பந்தமிருக்கிறது? பந்தயத்தில் கெலித்த குதிரைக்காரன் பணம் பெறுவது நிச்சயம். இதற்காக வேண்டிய செலவுகள் நிமித்தம் பிரைஸ் சீட்டு விற்கப்படுகின்றவாம். பிரைஸ் சீட்டுக்கள் வாங்கியிருப் பவர்களுக்கெல்லாம் பங்கிடப்படுங்கால் பத்து ரூபாய் சீட்டு வாங்கியவர் களுக்கு ஒரு கால் ஐயம் கிடைத்தாலும் இவர்கள் ஈவுக்கு அனேகமாய் இரண்டு மூன்று ரூபாய்கள்தான் அதிகம் கிடைப்பது வழக்கமாம். இந்த லக்ஷ்ட்ணத்திற்குப் பிரவேசக்கட்டணம், டிக்கெட்டு இவைகளுக் கெல்லாம் வேறு பணச்செலவு செய்ய வேண்டுமாம்.

"இந்த வீண் செலவெல்லாம் தனக்குப் பிரைஸ் விழுந்து விடுமென்ற பேராசையால்தானே செய்யவேண்டியிருக்கிறது. நமக்கு அதிருஷ்ட முண்டானால் கடவுள் வேறு எவ்விதத்திலேனும் சம்பத்தளிப்பார் என்பதில் ஐயமில்லை. இதை விட்டுப் பல பேர் வயிறெரிய அவர்கள் பணத்தை ஒருவன் மட்டும் கொட்டிக்கொண்டு போவதைவிட ஏற்கனவேயுள்ள ஏழ்மைத்தனத்தில் கஞ்சி குடிப்பதே விஷேசமாகும். உங்கள் குடும்பத்தின் உயர்வும், உங்களைப் பெற்றோர் வளர்த்த பெறுமையும், நீங்கள் படித்த பரிக்ஷையும் எல்லாம் மறைந்து பூர்வீக சொத்துக்களை யெல்லாமிழந்து, வேலையில்லாத் திண்டாட்டத்தி லடிபட்டு - டிராம் வண்டியில் கண்டக்டராகக் காலங்கழிக்க நேர்ந்

திருக்குமானால் இதைக் காட்டிலும் நமது குடும்பத்திற்குத் தூரதிருஷ்ட மென்பது வேறு இருக்கிறதா? 'ஐங்காதம் போயினும் தன் பாவம் தன்னோடு' என்று இருக்கும் பழமொழியை மறந்து விட்டீர்களோ, உங்க ளுக்குக் குதிரைப் பந்தயம் பார்க்க ஆசையாயிருந்தால் ஒரு முறை போய் வாருங்கள். அந்தப் பாழும் பிரைஸ் சீட்டுக்களை மட்டும் வாங்குவதென்ற எண்ணத்தை அடியோடு மறந்து விடுங்கள். இதனால் நீங்கள் பிறகு மெத்த கஷ்டங்களுக்குள்ளாகவேண்டிவந்தால் என்ன செய்வதென்பதை ஆரத்தீர யோசித்துப் பாருங்கள். நீங்கள் கடன்காரர்களிட மகப்பட்டுத் தவித்தால் நான் அதை எவ்விதம் கண்டு சகித்திருப்பேன்? என் உடம்பிலேனும் நகைநட்டுக்கள் இருப்பின் என்ன வந்தாலும் உங்கள் மனங்குன்றாது சமாளித்துக்கொள்வேன். அதுவுமில்லையே. எனக்கு நல்ல அதிருஷ்டம் இருந்தால் நீங்கள் நல்ல ஸ்திதியில் இருக்க மாட்டீர்களா? ''ஏரு பிடித் தவன் என்ன செய்வான், பானை பிடித்தவள் பாக்கியம்'' என்ற பழமொழி என்னால் தான் மெய்ப்பிக்கப்பட்டிருக்கிறது. ஏதோ இம்முறை என் வேண்டுகோளை மறுத்துவிட வேண்டாம். கிண்டி குதிரைப்பந்தயம், பிரைஸ் சீட் என்ற விளம்பரங்களைக் கண்டாலே பலர் மனம் பதைபதைக்க வாரம்பித்திருக்கிறது. நமது சென்னை நகர சபையின் கூட்டத்தில்கூட இதைப்பற்றிச் சென்ற மாதம் பிரஸ்தாபிக்கப்பட்டு பலத்த விவாதம் நடை பெற்றதாமே. யார் எக்கேடு கெட்டாலும் கெடட்டும். நமக்கு இந்தத் துன்பம் வேண்டவே வேண்டாமென்றுதான் நான் உங்களைக் கெஞ்சிக் கேட்டுக்கொள்ளுகிறேன்'' என்று சீதை தன் கணவனிடம் மெத்த பரிதாபத்துடன் பேசி முடித்தாள்.

சீதையைத் தற்கால ஸ்திதியில் கவனிப்பவர்களுக்கு அவள் நன்கு கற்றிந்த பெண்மணியென்றுதோன்றாதாயினும் அவள் படித்த குடும் பத்தில் செல்வமாய் வளர்க்கப்பட்ட ஏகபுத்திரியாவாள். தன் தோழி கமலாள் வர வழிக்கும் தமிழ்ப் பத்திரிகைகளை நாள் தவறாது சீதை படித்து வருவாள். அறிவும் அதிருஷ்டமும் ஒன்று சேருவது கலிகாலத்தில் சில விடங்களில் அருமையாய் விட்ட விஷயங்களில் ஒன்றல்லவா? 'குலமகட் கழகு கொழுநனைப் பேணுதல்' என்ற நீதி மொழிப் படியும், 'மலையிற் பிறந்தாலும் உரலில் மசிய வேண்டும்' என்ற நியாயப்படிக்கும் ஏழ்மைத் தனத்தில் ஆழ்ந்துகிடக்கும் கணவனுக்கு அவன் முகங்கோணாது, மனம் வருந்தாது, அலக்ஷியம் செய்யாது நடந்து கொண்டு தன் மனங் குன்றாது சந்தோஷமாய்க் காலங்கழித்து வரும் சீதைக்கு அவள் படித் திருந்த படிப்பினால் அமைதியும் அடக்க வணக்கமும் சாந்தமும் சமா தானமுமே மனதில் நிலை பெற்றிருந்தன. அவள் இச்சமயம்வரை முகங் குன்றாது அவ்வேழைக் குடும்பத்தை சந்தோஷத்துடன் நடத்தி வந் தவளன்றோ? அவள் சொல்வதை எல்லாம் கேட்டதும் ராமனுக்குத் தான் செய்யப் போகுங் காரியம் தனக்கேற்றதல்லவென்று தோன்றிற் றேயானாலும் அவ்வெண்ணம் அவன் மனதில் நிலைபெற மாட்டாது ஓடி ஒளிந்துவிட்டது. முடிவில் மனைவி கையிலிருக்கும் காப்பைக் கழற்றிச் சென்று மார்வாடி கடையில் அடமானம் செய்து மூன்று

பணச் சொச்சத்திற்கு முப்பத்தைந்து ரூபாய் கடன் வாங்கிக்கொண்டு கிண்டிக்குச் சென்று விட்டான். தன் கையிலுள்ள நகைபோய் விட்டது பற்றிச் சீதை வருந்தவில்லை, ''தோற்றுவிட்ட அவமானத்தையும் அதனாலேற்பட்ட கடனைப் பற்றியும் மனம் வருத்தி ஒருகால் நம் கணவன் எங்கேயாவது ஓடி விடாதிருக்க வேண்டுமே. யாரோ ஒருவன் இது பற்றித் தற்கொலை செய்து கொண்டதாகவும் சென்ற வாரப் பத்திரிகை களில் படித்தோமே. இவ்வாறான சம்பவங்கள் ஒன்றும் நேரிடாமல் இருக்க வேண்டுமே'' என்று அஞ்சினவளாகக் குளிர்ந்த முகத்துடனேயே தன் கணவனுக்கு விடை கொடுத்தனுப்பிய தன்றி 'வேறில்லை. கல்பகாம்பா! தாயே! கபாலீசுவரா! பார்த்தசாரதிப் பெருமாளே! ஒரு கெடுதியுமின்றிக் காப்பாற்றும்!' என்றிவ்வாறெல்லாம் பிரார்த்தித்த வண்ணம் அன்று மத்தியானப் பொழுதை ஒருவாறு கழித்தாள்.

அஸ்தமித்தம் விளக்கை யேற்றி வைத்துச் சாப்பாடு தயாரித்துத் தன் கணவன் வரும் வழியையே எதிர் பார்த்தவண்ணம் தெருவாயிலுக்கும் உள்ளுக்குமாக நடந்து கொண்டிருந்தாள். இரவு பார்த்தவண்ணம் தெருவாயிலுக்கும் உள்ளுக்குமாக நடந்து கொண்டிருந்தாள். இரவு ஒன்பது மணியுமடித்துவிட்டது. இன்னம் காணோமே என்று சீதை சொல்லிவாய்மூடுமுன் ராமன் வீட்டிற்குள் வந்து நுழைந்தான். இவனைக் கண்டதும் 'இரண்டாம் வேளைக்கு ஏதேனும் சாப்பிட்டீர்களா? நாழியாய் விட்டதே. சாப்பிட உட்காருங்கள்'' என்று அன்புடன் உபசரித்தாள். கையிலிருந்த பணத்தையெல்லாம் தோற்றுவிட்ட துக்கத் துடன் தன் மனைவியின் உயர்ந்த குணத்தைக் கண்டதும் ராமனுக்குத் தன்னை அறியாமல் துக்கம் மேலிட்டுப் பச்சைக் குழந்தையைப்போல் வாய் திறந்து அழுது விட்டான். கணவனது இப்பரிதாப நிலையைக் கண்டு சீதை தானும் கண்ணீர் விட்டுக் கதறினாள். முடிவில் சீதை தன் மனதையும் திடப்படுத்திக்கொண்டு கணவனையும் சமாதானப்படுத்தி நடந்த விஷயமென்னவென்று அன்புடன் விசாரித்தாள். தான் கிண்டி சென்றதும், ஒவ்வொரு பந்தயத்திலும் ஐந்தும் பத்துமாகக் கையிலிருந்த ஐம்பது ரூபாய்களுக்கும் பிரைஸ் சீட்டு வாங்கியதும், முடிவில் காலணாவும் கிடைக்காமல் கால் கடுக்க மெய்சோர நடந்து வந்ததையும் விவரமாக ராமன் தன் மனைவியிடம் தெரிவித்தான். 'இதற்கென்ன பிரமாதம். பணம் போனால் போகட்டும், நீங்கள் உங்கள் அனுபவத்தைப் பிறருக்குச் சொல்லி இனிப் பலர் இவ்வாறு நஷ்டமடையாமலிருக்க வழிதேடுங்கள். இதுவே பரோபகார சிந்தனையாகும்' என்று மொழிந்தாள்.

இவர்கள் பேசிக்கொண்ட சத்தத்தில் மூத்த மகன் கண்ணன் தூக்கம் விட்டெழுந்து 'அப்பா எப்போ வந்தார்'? என்று கேட்டான். 'இப்போது தான் வந்தார். நீ தூங்கு' என்று சீதை யவனை யதட்டினாள். ''இல்லையம்மா, நான் சாயங்காலம் தெருவில் விளையாடிக் கொண்டிருந் தபோது 'இந்தா, உங்கப்பாவுக்கு வந்த கடிதம் இது. இதை வீட்டில் கொண்டு போய்க் கொடு' என்று தபாற்காரன் ஒரு தபால் கொடுத்துப்

போனான். அதோ அந்தப்புஸ்தகத்தில் அதை வைத்திருக்கிறேன்: அதை அப்பாவிடம் கொடு' என்றான். கைப்பணத்தை இழந்த வேதனையால் ராமன் அக்கடிதத்தை நெடுநேரம் பிரித்து வாசிக்காமல் உன்மத்தம் பிடித்தவன்போல் உட்கார்ந்திருந்தான். ''நமக்கு யார் எழுதியிருப்பார்கள்? அதைப்பாருங்கள்'' என்று சீதை சொன்னதும் ராமன் கவரைப்பிரித்துக் கடிதத்திலுள்ளதைப் படிக்கலானான்.

கோலாலம்பூர்,

சிந்தாமணி, 4-1-26.

'சிரஞ்சீவி ராமசந்திரனுக்கு அனேக ஆசிர்வாதம்.

க்ஷேமம். நெடுநாட்கள் கழித்து நான் உனக்கு இக்கடித மெழுதி யுள்ளது கண்டு நீ வியப்படையலாம். நான் முதன் முதலாக உனக்குத் தெரிவிக்கும் உண்மை என்னவெனில் உன் தகப்பன் நினைத்துவந்ததும் உன்னிடமும் தெரிவித்திருப்பதும் போல நான் சகோதர விசுவாசமற்ற துஷ்டனல்ல வென்பதே. எனக்குஇளையசகோதரனாகியஉன்தந்தையைநான்பரிபூரண விசுவாசத்துடன் நடத்திவந்தேனென்பது உண்மை. இளம் வயதிலிருந்தே துஷ்ட சகவாசம் செய்து முடிவிற் பொருளையும் வீண்வியயம் செய்யத் தலைப்பட்ட சகோதரனைக் கண்டித்து சீர்த்திருத்துதல் மூத்தவனாகிய எனது முக்கியக் கடமை என்று நினைத்தேன். நான் சொல்லும் புத்திமதிகள் அவன் மனதிற்படியவேண்டுமென்று மெத்தப்பாடு பட்டேன். நான் எனது சகோதரனிடங் கொண்டுள்ள அன்பை என் சிற்றன்னை எவ்வாறு அறிவாள். மாற்றாந்தாய் என்றவேற்றுமை அவளிடம்குடி கொண்டிருந்தது. தங்கள் சுயநலத்தைநாடி வீண் கலகம் செய்யும் தாய் தந்தையரின் உபதேசத்தில் அவள் மனம் ஈடுபட்ட தன்றி எனது சொற்களும் உண்மையான நடவடிக்கைகளும் அவளுக்கு வேற்றுமையாகவே தோன்றின.

'மணாந்த காலத்தில் தந்தை என்னைக் கேட்டுக்கொண்டதற் கிணங்க இக்குடும்பம் வேற்றுமைப்படாது ஒரு 'தாய் வயற்றுப் பிள்ளைகளைப் போல் உன் தந்தையுடன் ஒற்றுமையாக வாழ்ந்து, சிற்றன்னையை பெற்ற தாயைப்போல் எண்ணிப் பணிந்து நடக்க வேண்டுமென்று நான் பெரிதும் பிரயத்தினப்பட்டேன். எனது எண்ணம் சற்றும் பலிக்கவில்லை. குடும்பப்பிரிவினை விஷயத்திலும் கண்ணியமாய் நடந்து கொள்ள நான் எவ்வளவோ முயற்சித்தேன். கோர்ட்டில் பாகவியாச்சியத்தைத்தாக்கல் செய்தாலன்றி தன் பெண்ணுக்கும் பேரனுக்கும் தக்க நியாயம் கிடைக்க மாட்டாதென்று உன் பாட்டி என்னைத் தூற்றினாள். என்னை வசை மொழிகளாலும் தன்னாலியன்றவரை ஏசினாள். என் தகப்பனாரின் கௌரவம் ஒன்றையே நினைத்தவனானது பற்றி நான் சிறிதும் பதில் பேசாதுபாகவிஷயத்திலும் அவர்களிஷ்டம் போலவே நடந்துக்கொள்ளத் தீர்மானித்தேன். குடும்பத்திற்குப் பொதுவான நகைகளை எல்லாம் தன்னுடைய தென்று என் சிற்றன்னை எடுத்துக் கொண்டாள். என்னைத்

தூஷித்து வற்புறுத்திப் பாகம் செய்து கொண்ட சொத்துக்களை அழிக்காது இருந்திருப்பின் நான் வருத்தமடைய மாட்டேன். என் தகப்பன் தேடிய சொத்தை என் தம்பி யனுபவிப்பதில் எனக்குத் திருப்தியே யன்றி வெறுப்பில்லை. ஆனால் குலத்திற்கும் கோத்திரத்திற்கும் சிறிதும் சம்பந்தப்படாதவர்களாயும் இக்குடும்பத்தில் வேற்றுமையுண்டாகக் காரண பூதர்களாயுமிருந்த பிறந்த வீட்டாரை நம்பிச் சகல சொத்துக் களையும் என் மாற்றாந்தாய் இழந்து விட்டதுடன் நில்லாது நான் குடும்ப சொத்துக்களையொளித்து வஞ்சனை செய்து விட்டதாகவும் தூற்றியது கேட்டு என் மனம் சகியாது நான் வெளிநாடு செல்லத் துணிந்தேன்.

'பிறகு உன் தந்தையும் கேட்பாரின்றி மீந்துள்ள சொத்துக்களை யழித்து விட்டான். இவ்வுண்மை சிறிதும் உனக்கு இன்று வரை விவரமாய்த் தெரிய நியாமில்லை. ஆனால் சகோதரதுரோகியாகிய பெரிய தகப்பன் ஒருவன் அயல் நாட்டில் வாழ்ந்து வருகிறான் என்பதை மட்டுமே நீ யறிவாய். பனங்குடி பிச்சுமணி தன் பெண்ணை என் தகப்பனுக்கு இளைய தாரமாகக் கலியாணம் செய்து கொடுப்பதற்கு ரூபாய் ஐயாயிரம் ரகசியத்தில் பெற்றுக்கொண்டார். குச்சு வீட்டிற் காலங்கழித்த பிச்சுமணியின் பிள்ளைகள் இப்பொழுது மச்சு வீட்டில் வாழ்ந்து வருவதெல்லாம் என் தகப்பன் தேடி வைத்த சொத்தாலன்றி வேறில்லை. மனப்பூர்வமாயும் உண்மையை ஒளிக்காதும் வெளியிடுவேனாயின் நான் எனது சிற்றன்னையாலும் அவள் தந்தையாலும் ஏமாற்றப்பட்டேன் என்பது சத்தியம். இவை யெல்லாம் பழங்கதை, முதிய பருவத்திலிருக்கும் நான் இனி கடவுளைத் தியானம் செய்து நற்கதியைத் தேட வேண்டியது முக்கியமன்றிச் சென்று போனதை நினைப்பதில் பயனொன்றுமில்லை. பூர்வோத்திரம் இன்னதென்று உனக்குத் தெரிவித்தாலன்றி நான் மேலே எழுதப்போகும் விஷயத்தை நீ அங்கீகரிப்பது அசாத்தியமெனத் தெரிந்து நமது குடும்பக்கதையைச் சிறிதளவு பிரஸ்தாபிக்கமுன் வந்தேன். சமீபத்தில் சென்னையிலிருந்து இவ்விடம் வந்துள்ள எனது நண்பர் ஒருவர் மூலமாக உனது சாத்விகச் சுபாவத்தையும், உனக்கு வாய்த்துள்ள மனைவியின் நற்குணம் பற்றியும் உனது குடும்ப ஸ்திதியைப் பற்றியும் விவரமா யறிந்து கொண்டேன். என் குழந்தாய்! என் இரத்தமானது உன் சரீரத்தில் ஓடிக்கொண்டிருக்கும்பொழுது உனது கஷ்ட நிலையைக் கேட்டு என் மனம் எவ்வாறு சகிக்கும் என்பதை நீ யோசித்துப்பார். என்னை யறியாது ஒருவித வாஞ்சை உன் விஷயத்திலுண்டாவதை நான் என்னென்று ரைப்பேன். இக்கடிதங்கண்டதும் உன் மனைவி மக்களு டன் இவ்விடம் புறப்பட்டு வரக்கோருகிறேன். கப்பற் செலவிற்கும் வழிச்செலவிற்குமாக இத்துடன் ஐந்நூறு வெள்ளி யனுப்பியிருக்கிறேன். நான் இந்தியாவிற் பிறந்தவனாயினும் இந்த ஐக்கியமலாய் நாடு எனக்குற்ற ஜீவனயத்தையளித்து என்னைப் பெருத்தனவானாகச் செய்த காரணம்பற்றி எனக்கு இந்நாட்டில் மெத்தப் பற்றுதலுண்டாய் விட்டது. பல்வேறு ஜாதியினர் இவ்விடம் வசிக்கின்றனராயினும் அவர்களிடையே இன்றளவும் ஜாதிச் சண்டையென்ற கொடிய பேய்

சிறிதும் தலை காட்டியதில்லை. இனியும் இவ்வாறே இங்குள்ளவர் ஒற்றுமையுடன் காலங் கழித்துச் சமத்துவம், சகோதரத்துவம் இவை களை என நிலைநாட்டுவதற்குரிய வழிகளைத் தேடுவதே எனது முக்கிய லக்ஷியமாகவிருக்கிறது. பற்றி இச்சமூக ஊழியத்திற்கு உன்னையும் ஈடுபடச் செய்ய விரும்புகிறேன். இங்குள்ளவர்களிற் பெரும் பாலர்கள் நம் இந்தியவாசிகளே: அவர்களிடையே ஏற்றவாறு தாய் மொழியைப் பரவச் செய்த்ல் முதற் கடமையாயிருக்கிறது.

இதற்கென ஐந்துலட்க்ஷம் வெள்ளியை மூலதன மேற்படுத்தியுள்ளேன். இங்கு வசிக்கின்ற பூலோகக் குபேரர்களெனப்படும் தாங்களும் இப்பெருங் காரியத்தில் தக்க சிரத்தை யெடுத்துப் பொருளுதவி செய்து என்னுடன் ஒத்துழைப்பதாக வாக்களித்திருக்கிறார்கள். தமிழ்க் கல்விச் சாலைகளை ஆங்காங்கு ஸ்தாபித்து நன்கு நடைபெறச் செய்வதால் கூடிய சீக்கிரம் நந்தாய் மொழி அபிவிருத்தியடைந்துவிடவும், அதனால் நாம் நமது முன்னோர்களின் உயர்ந்த தத்துவத்தை யுணர்ந்து அவர்களின் பேருக்கும் புகழுக்கும் சிறிதளவும் மாசின்றி நடக்க ஏதுவுண்டென்பது எனது நம்பிக்கை. சமூக விஷயத்தில் சிரத்தை யெடுத்த நான் என் மகனாகிய உனக்கு ஆதரவு காட்டவும் கடமைப் பட்டுள்ளவனானது பற்றி உன் பெயருக்கு லக்ஷம் வெள்ளியையும் என் குடியிருப்பு வீடு தோட்டந் துறவுகளையும் எழுதி வைத்திருக்கிறேன். எனக்கு ஒரு வாரமாக தேக சுகந் தவறியிருப்பதால் நீ இவ்விடம் வந்து சேருமளவும் என் உயிர் நிலைத்திருந்து உன் முகத்தைக் காணும் பாக்கியம் பெறவேண்டுமாய்க் கடவுளைப் பிரார்த்தித்த வண்ணமிருக்கிறேன்.

'உன்வரவை மறு கப்பலில்
எதிர்பார்த்திருக்கும் உன் பெரிய தந்தை,
வேணுகோபாலன்

என்று அக்கடிதத்தில் வரையப்பட்டிருந்தது. இதைக்காட்டிலும் நற் காலம் அக்குடும்பத்திற்கு வேறென்ன வேண்டும்? பொறுமை பூமியாளு மன்றோ!

தேச சேவை

முதல் அதிகாரம்

பூவுலகின்கண் ஒளிந்திருக்கும் மானிடர்கள் பெரிதும் அஞ்சக் கூடிய விஷயம் யாது? நினைத்த மாத்திரத்தில் மனிதனைத் திடுக்கிடச் செய்யக் கூடியது எது? இதற்கு விடையளிப்பதில் அவரவர்கள் தத்தமக்குள்ள அறிவினாலோ ஆராய்ச்சியினாலோ அல்லது அனுபவத்தினாலோ ஏற்பட்டிருக்கும் விஷயங்களையே விடையாக அளிக்கக்கூடும். ஆனால் பண்டிதன், பாமரன், நல்லவன், தீயன் என்ற வித்தியாசமில்லாது எல்லோரையும் ஒரே சமமாகத் திடுக்கிடச் செய்வது மரணமேயாகும்.

ஒவ்வொருவரும், தாமெடுத்த காரியங்களையோ தமது நோக்கங் களையோ முடித்துக் கொள்ளுமுன் மரணத்தைக் கண்டு அஞ்சுவது பொருத்தமானதே. உத்தம தேசாபிமானியாகிய ஸ்ரீமான் கோபால கிருஷ்ண கோகலேயவர்கள் மரணப் படுக்கையிலிருந்த சமயம் பிரதமப் படிப்பைக் கட்டாயமாகவும் இலவசமாகவும் நம்மிந்தியாவில் ஏற்படுத்து முன் தமது வாழ்நாளை முடிக்க வந்திருக்கும் மரணத்தைக் கண்டு வருந்தியிருக்கக்கூடுமென்பதில் தடையுண்டோ? உயிருடனிருந்தால் தமது முயற்சிக்கேற்றபடி பலனைக் காணக்கூடியவர்களான மனிதர்கள் அகால மரணத்தைக் கண்டு அஞ்சாமலிருப்ப தெங்ஙனம்?

ஜன சமூக வாழ்க்கையின் கஷ்டத்தையும் பரிதாபத்தையும் ஒரு சிறிதும் அறியாமல் தம் வாழ்நாளைச் சிறப்பிப்பதிலேயே அளவற்ற பொருளைச் செலவழித்துவரும் சிலர் மட்டும் மரணமென்பது தன வானுக்கு விசனகரமென்றும் ஏழைகள் அதை மனமார ஒப்புக்கொள்ளக் கூடியவர்களென்றும் நினைக்கக்கூடும்.

தனவந்தர்களின் ஐசுவரியப் பெருக்கத்திற்கு ஏழைகளின் சரீர உழைப்பே காரணமென்பதை இவர்கள் யோசிப்பார்களாகில், ஏழைக் குடிமக்களைப் பிரபுக்கள் எவ்வளவு பொறுப்புடனும் அன்புடனும் ஆதரிக்கவேண்டு மென்பது உள்ளங்கை நெல்லிக்கனிபோல் விளங்குமல்லவா?

பணச்செருக்கால் சுயநலத்தையே முழுதும் பாராட்டிவரும் பிரபுக் களடங்கிய அமராவதி நகரில் ஏழையிலும் ஏழையாயிருக்கும் கேசவ னுக்கு அன்றாடம் சம்பாதித்துத் தன் மனைவி மக்களைக் காப்

பாற்றுவது மிகக் கடினமாகவே இருந்தது. கூலிவேலை செய்யச் செல்லு மிடங்களில் முதலாளிகள் நெஞ்சில் இரக்கமற்றுக் கடுமையாய் வேலை வாங்கிக்கொண்டு அவ்வாட்களுக்கு அரைகுறையான கூலி கொடுப்பதிலும் அதை இனாம் செய்வதாக நினைப்பவர்களிலும் பாஸ்கரன் என்ற பிரபுவும் ஒருவர்.

இவர் தாம் பொருளீட்டும் வழிகளில் சுதேச சம்பந்தமான பூர்வீக வழிகளை ஒரு சிறிதும் அனுசரிப்பதே கிடையாது. இவ்வழியை யனு சரித்தால் அநேகம் கூலி ஜனங்கள் கையார வேலைசெய்து சம்பாதிக்க இடமுண்டாய்விட்டால் என்ன செய்வது? பாஸ்கரன் ஒன்றுக்கு மூன்று செலவழித்து அயல்நாட்டு இயந்திரங்களை வரவழைத்து அவைகளின் மூலமாகவே தமது பஞ்சாலையின் வேலைகளை நடத்தி வந்தார். இயந்திரங்களின் தன்மையை யறியாத பாஸ்கரன் அவை களில் வேலை செய்பவர்களுக்குப் பெருத்த சம்பளம் கொடுப்பதில் சிறிதும் பின் வாங்கவே மாட்டார். அதே இடத்தில் கூலி வேலை செய்து கொண்டிருக்கும் கேசவனுக்கு பாஸ்கரன் நாள் ஒன்றுக்கு நான்கு அணா வீதம் படியளித்தார். கேசவன் அதிகாலை ஐந்து மணிக்கே பஞ்சாலை செல்ல வேண்டும். பகற் சாப்பாட்டிற்கு வீடு செல்லக்கூடாது. மாலை ஏழு மணிக்குமேல் முதலாளியின் வீடு சென்று கூலியைப் பெற்றுக் கேசவன் வீடு வரும் பொழுது இரவு மணி ஒன்பதாகிவிடும். இவன் மனைவி மரகதம் மிகவும் பொறுப்பும் புத்திசாலித்தனமு முள்ளவளானதால் அன்றாடம் வீட்டிற்கு வேண்டியவற்றைத் தானாகவே சேகரித்துச் சமையல் செய்து தனது குழந்தைகளுக்கு அமுதிட்டுப் புருஷனுக்கும் சாப்பாட்டைக் கட்டியெடுத்துக்கொண்டு நாள் தவறாது பஞ்சாலைக்குச் செல்வாள். குடிப்பதென்ற துர் வழக்கம் கேசவனிடம் கிடையவே கிடையாது இவனுக்கு ஒரு பெண்ணும் ஒரு பிள்ளையுமிருந்தன. பிள்ளைக்கு வயது பத்து, பெண்ணிற்கு நான்கு வயதாயிருந்தது. உலகிலுள்ளவர்களில் பெரும்பாலரை வருத்தியும் கொள்ளை கொண்டும்வந்த மாயச்சுரம் அமராவதியில் ஏழை ஜனங்கள் வசிக்குமிடத்தில் ஆரம்பமானது ஆச்சரிய மல்ல. பள்ளத்தாக்கில் ஈரங்காத்து இருக்குமிடத்தில் கூரை வீடுகள் கட்டிக்கொண்டு வசிக்கும் ஜனங்களிடத்தில் மாயக்ரம் இட்டதே சட்டமாயிருந்தது. கிடைத்ததைப் புருஷனுக்கும் மக்களுக்குமிட்டு அநேகமாய்ப் பட்டினியாயும் சில சமயம் கால் வயிற்றிற்குப் புசித்தும் காலங் கழித்துவரும் மரகதத்தை இந்நோய் கடுமையாய்ப் பற்றிக்கொண்டது. மனைவி நோயாய்ப் படுத்ததிலிருந்து கேசவன் விடியுமுன் எழுந்து சமையல் செய்து தனக்கும் சாப்பாட்டை எடுத்துக் கொண்டு பஞ்சா லை செல்வான். வீட்டிலுள்ள குழந்தைகள் தம் இஷ்டம்போல் அரைகுறையாய்ச் சாப்பிட்டுத் தெருவில் விளையாடிக் கொண்டிருந்தன. அவ்விடம் வசிப்பவர்களெல்லோரும் கூலிவேலை செய்யும் ஏழை ஜனங்கள்தான். ஆனால் அவர்களில் கேசவன் நீங்கலாக மற்ற எல்லோரும் பெருங்குடி குடித்து மனைவி மக்களைப் பட்டினி போடும் பரம பாதகர்க ளாயிருந்தால் அவர்களைக் கேசவன் வெறுத்துவந்தான். இது காரணமாகக்

கேசுவன் மனைவி கேட்பாரற்றுத் தனியே நோயினால் வருந்தியும் இவனை ஒருவரும் கவனிக்க முன் வரவில்லை. ஒரு நாள் காலையில் கேச வன் வேலைக்குச் சென்றதும் மரகதத்திற்கு ஜுரம் மிதமிஞ்சி யதிகரித்து நினைவு போய்விட்டதுடன் பெருமூச்சும் கண்டு விட்டது. தெருக்கதவு திறந்து கிடந்ததால் வாயிற்படியில் பிச்சைகேட்க வந்த பிச்சைக்காரி ஒருத்தி மரகதத்தின் நிலையைக்கண்டு மனந்தவித்தாள்.

இதைப் படிக்கும் நேயர்கள் ஏழைக் குடிசைக்குப் பிச்சைக்காரர் சென்றால் என்ன பயனென்று சிந்திக்கக்கூடும். ஆனால் ஏழைகளின் ஆதாரவினாலேயே எளியவர்கள் பிழைக்கிறார்கள் என்பது திண்ணம். சுகமாக ஊருக்கு வெளியில் உயர்ந்த மாளிகையில் தெருவாயிலில் சேவகனைக் காவல்வைத்து நிம்மதியாய்க் காலங்கழிக்கும் தனவந்தர் வீட்டின் வாயிற்படியைப் பிச்சைக்காரர்கள் மிதிப்பதும் கூடாத காரியம். விஸ்தாரமான வீதிகளில் ஒய்யாரமாக மோட்டார்காரில் வாயு வேகமனோவேகமாய்ச் சஞ்சரிக்கும் இப்புண்ணியவான்கள் கண்களில் பிச்சைக்காரர்கள் தென்படுவதும் நியாயமில்லை. அக விலையின் கடுமையால் ஏழைகள் மிகவும் துன்புறுவதால், நிமிஷத்திற்கு நூறு ரூபாய் செலவழிக்கும் பிரபுக்களின் கூட்டம் பெருகிக் கிடக்கும் நகரங்களில் பிச்சையும் கிடைக்காமல் பலர் பட்டினி கிடக்கிறார்கள் என்பது நிச்சயம். மரகதம் பசியின் துன்பத்தை யறிந்தவளாதலால் இக்கிழவி வரும் சமயம் அவளுக்குக் கஞ்சி வார்க்காமலிராள். பசிக்கு ஆகாரமளிக்கும் பாக்கியவதியான மரகதம் மரணத் தருவாயிலிருப்பதைக் கண்ட பிச்சைக்காரி மரகதத்தின் மகனை அழைத்துக் கேசவனை உடனே அழைத்துவரும்படி பஞ்சாலைக்கு அனுப்பினாள். கேசவன் மகன் தனது சிறுகால்கள் நோவ வழி நடந்து பஞ்சாலை சென்று தன் தந்தையைக்கண்டு பேசுவதற்குள் மாலை நான்கு மணியாய்விட்டது. மனைவிக்கு நோய் அதிகமாயிருப்பதை யறிந்த கேசவன் உடனே வீட்டிற்கு ஓடிவர நினைத்தும் முடியவில்லை. யஜமானன் பாஸ்கரன் வெளியிற் சென்றிருந்ததால் அவர் வந்தபின்பே அவரிடம் விடைபெற்று வீடு வரவேண்டும். தவிர, யஜமானனிடம் தன் கஷ்டத்தைச் சொல்லிக்கொண்டால் இரண்டு ரூபாயாவது முன் பணமாகப் பெற்று அதைக் கொண்டு தன் மனைவிக்குச் சிகிச்சை செய்யலாமென்று ஏழைக் கேசவன் எண்ணலானான். அச்சமயம் அமராவதியில் முனிஸில் கமிஷனரைத் தேர்ந்தெடுக்கும் சமயமாயிருந்தது. நமது பாஸ்கரனும் ஓர் அபேக்ஷகராக நின்றார். இவர் தம் டிவிஷனிலுள்ள வீட்டுக்காரர்களுக்குச்சிறிய தொகையைக் கடன் கொடுத்து உதவியிருந் ததால் தமக்கு வோட் கிடைக்குமோ கிடைக்காதோ என்ற பயம் இதுவரை இவருக்குண்டானதில்லை. கமிஷனர்களின் பொறுப்பு இன்ன தென்றும் வோட் கொடுக்கும் சுதந்தரத்தில் தமக்கு வேண்டிய ஆலோ சனை இன்னதென்றும் சற்றுமறியாத ஜனங்கள் கொண்ட அந்த டிவி ஷனில் இதுவரை இவர் இட்டதே சட்டமாக விருந்தது. இம்முறை இவருக்குப் போட்டியாக நிற்பவர் சாமானியரல்லர். அவர் நல்ல

படிப்பும் ஜன சமூக வாழ்க்கையில் ஆதரவும் கொண்டவர். அவர் பெயர் தேவதத்தன். அவர் அங்குள்ள ஜனங்களுக்குக் கமிஷனர்களின் கடமையைப் பற்றியும் வோட்டுக் கொடுப்பவர்களுக்குள்ள சுதந்தரத் தைப்பற்றியும் அடிக்கடி மகாநாடு கூட்டி நகர் முழுவதும் உபதேசித்து வந்தார். ஊழல் நிரம்பிக்கிடக்கும் தமது டிவிஷனுக்கு இப்புண்ணியவான் போட்டியாய் வந்திருப்பதால் இம்முறை தாம் தோற்றுவிடுவோம் என்ற பயம் பாஸ்கரனுக்குண்டாயிற்று. இம்முறை மந்திரத்தில் மாங்காய் உதிராதென்றறிந்து சந்து பொந்துகளிலெல்லாம் நுழைந்து தமக்கே வோட் கொடுத்தால் ஜனங்களுக்குரிய சுகாதார விஷயங்களில் மெத்தப் பாடுபடுவதாய் வாக்களித்துத் தெருத்தெருவாய்ச் சுற்றிக் கொண்டிருந்தார் பாஸ்கரன்.

கேசவன் குடியிருக்கும் பாகமும் இவர் டிவிஷனைச் சேர்ந்திருந்ததுடன் அதற்கடுத்த தெருவிலுள்ள வீடுகளெல்லாம் தமது சிநேகிதருக்குச் சொந்த மாயிருந்ததால் அவர்களைக் கண்டு தமக்கே வோட்டுக் கொடுக்காவிடில் வீட்டை விட்டுக் காலிசெய்ய நேரிடுமென்று மிரட்டும் நிமித்தம் அவர் அன்று அவ்வழி நடந்துகொண்டிருந்தார்.

பஞ்சாலை முதலாளியைக் கண்டதும் அங்குள்ளவர்கள் ஓடிவந்து உங்கள் வேலைக்காரனாகிய கேசவனின் மனைவி மரணத்தறு வாயிலிருக் கிறாள் யாரும் கவனிப்பாரில்லை என்று தெரிவித்தார்கள். ஆமா வயிற்றிற் கில்லாத தரித்திரங்களுக்கு கலியாணம் வேறு! மனைவி ஒரு கேடு! போதாக் குறைக்குக் குழந்தைகள் ஒரு பக்கமா! நன்றாயிருக்கிறது என்று கம்பீரமாயுரைத்துக் கொல்லென்று நகைத்துவிட்டுச் சென்றார் கனவான். கேசவன் நெடுநேரம் காத்திருந்தும் யஜமானன் வராததால் தன் மகனை வீட்டிற்கு முன்னதாக அனுப்பிவிட்டு அங்குள்ள மேஸ்திரியாரிடம் மன்றாடி உத்தரவு பெற்றுத் தர்ம வைத்தியம் செய்யும் புண்ணியவான் ஒருவரைக் கண்டு சில மருந்துகளை வாங்கிக்கொண்டு ஒரே ஓட்டமாய் வீடுநோக்கி ஓடி வந்து கொண்டிருந்தான். இவனுக்கெதிரில் அதிவேகமாய் வந்துகொண்டிருந்த மோட்டார் கார் ஒன்று இவனைக் கீழே தள்ளி இவன் சரீரத்தின் மேல் ஓடிற்று. வண்டிச் சக்கரம் கழுத்திற் பதிந்து ஓடியதால் கேச வன் ஐயோ செத்தேன் என்றலறி ரத்தம் கக்கி அந்நிமிஷமே உயிர் துறந்தான். தெருக்கோடியின் பக்கத்தில் நின்றுகொண்டிருந்த போலீஸ் வீரனுக்கு ஓடிய வண்டி பாஸ்கரனுடையதென்று தெரிந்தும், அவர் பிரபுவாயிருப் பதையும், அவர் வீட்டில் தனது மேலதிகாரி அடிக்கடி விருந்திடப்பட்டு உபசரிக்கப்படுவதையும், அவர் அடையும் பலவித மரியாதைகளையும், பாஸ்கரனுக்கு அதிகார வர்க்கத்தினரிடமுள்ள நெருங்கிய பழக்கத்தையும் சலிகையையும் யோசித்தலவில், முடிவில் ஒன்றும் செய்யாது கேசவன் பிணத்தினருகில் வந்து அஜாக்கிரதையால் நேர்ந்த மரணமென்று தனது புத்தகத்தில் குறித்துக் கொண்டு அச்சவத்தை வண்டியிலேற்றி அடக்கம் செய்யும்படியான ஏற்பாடுகளைச் செய்தான்.

இரண்டாவது அதிகாரம்

ஸ்ரீமான் ராஜசேரன் அமராவதியிலுள்ள பிரபுக்களுள் முதன்மை யானவர். கோடீசுவரனான ராஜசேகரனுக்கு தேவதத்தனென்ற குமாரனும் தாராமணி யென்ற பெண் குழந்தையுமுண்டு. தாராமணி ஒரு வயதுக் குழந்தையாயிருந்தபோதே தாயை இழந்து விட்டாள். ராஜசேகரன் தன் மகன் தேவதத்தனை இரத்தினபுரியிலுள்ள உயர்தரக் கலாசாலையில் படிக்கச் செய்து தக்கவிடத்தில் அவருக்கு விவாகமும் செய்துவைத்தார். தந்தையின் விருப்பப்படி பெரிய உத்தியோகங்களில் அமர்வதில் தேவ தத்தனுக்குச் சற்றும் பிரியமில்லாததால் மனைவி வித்யாவதியுடன் தந்தையிடமே வசிக்கலானார். தாராமணிக்கு இப்பொழுது வயது பதினாறு. ராஜசேகரன் ஜனாசாரச் சீர்திருத்தத்தில் தமக்கிணையில்லை யென்ற பெயரை யெடுக்கும் பொருட்டு மகளுக்கு இதுவரை கலியாணம் முடிக்காமலிருந்தார். தாயில்லாப் பெண் தாராமணி படிப்பு, சங்கீதம் முதலியவை கற்பிக்கப்பட்டிருந்ததுடன், நவநாகரிக முறையை யனுசரித்து டென்னிஸ் (பந்து) விளையாடுவதிலும் அவளுக்கு நல்ல பயிற்சி இருந்தது. ராஜசேகரன் மறுபடி வேறு கலியாணம் செய்து கொள்ளாமல் இக்குழந்தைகளைக் கண்காணித்து வந்தார். பிள்ளை தேவதத்தன் உத்தியோகத்தில் அமரவில்லையே யென்ற வருத்தம் மட்டும் ராஜசே கரனுக்கு அளவற்றதாயிருந்தது.

ராஜசேகரன் வீட்டில் புருஷோத்தமமென்ற வாலிபனும் வசித்து வந்தான். இவன் ராஜசேகரனுக்குத் தமக்கை மகனாக வேண்டும். புருஷோத் தமனுக்கு இருக்கும் அழகிற்கு மாறாக அவன் குணம் மட்டும் தீய வழியிலேயே சென்று கொண்டிருந்தது. ராஜசேகரனுக்கு இவனே காரிய தரிசியாய் ஏற்பட்டான். இருபத்திரண்டு வயதுள்ள புருஷோத்தமன் தன்னிலும் மூத்தவனாகிய தேவதத்தனைச் சிறிதும் மதிப்பதில்லை. இவன் தாராமணியைத் கலியாணம் செய்துகொள்ள வேண்டுமென்று விரும்பியதுடன் மாமன் சொத்துக்கள் முழுவதிற்கும் தானே அதிகாரியாய்விடும் வழியையும் தேடவேண்டுமென்று யோசித் தான். தேவதத்தனுக்கு எவ்வளவுக்கெவ்வளவு பரோபகார சிந்தை யிருந்ததோ அவ்வளவுக்கவ்வளவு ராஜசேகரனுக்குச் சுயநலமே பெரிதாயிருந்தது. இதுவே இவர்களுள் மனஸ்தாபத்திற்குக் காரணம். தேவதத்தன் தன் தகப்பனிடமுள்ள ஆஸ்தியைப்பற்றிச் சிறிதும் விரும் பினவரல்லர். இவர் குணத்திற்கேற்றவாறு வித்யாவதியும் இவருக்கு இல்லக்கிழத்தியாயமைந்தாள். இச்சமயம் பாஸ்கரனுக்குப் போட்டியாய்க் கமிஷனராக நிற்பது இவர்தான். மாலை ஆறுமணிப் பொழுதில் அவர் தம்மனைவியுடன் காற்றுலாவி வரும் நிமித்தம் வண்டியேறி வெளியிற் சென்றார். இவர்கள் வண்டி கேசவன் குடிசைக்குப் பக்கத்திலிருக்கும் ரஸ்தாவிற் சென்றது.

அவ்விடத்தில் ஜனங்கள் கூட்டமாயிருப்பது கண்டு தேவதத்தன் தம் வண்டியை நிறுத்தி என்ன விசேஷமென்று விசாரித்தார். கேசவன் என்ற எளியவன் மோட்டாரில் அகப்பட்டு நடுவழியில் இறந்துவிட்டான் என்றும் அவன் மனைவி மரகதம் சுரத்தினால் குடிசையில் மாண்டு கிடப்பதாயும் குழந்தைகள் நாதனற்று இருப்பதாயும் அங்குள்ளவர்கள் தெரிவித்தார்கள். தேவதத்தனும் வித்யாவதியும் வண்டி விட்டிறங்கிக் குடிசையினருகிற் சென்றார்கள். பத்து வயதுள்ள சிறுவன் அப்பாவைக் காணோமே என்று அலறிக்கொண்டிருந்தான். நான்கு வயதுள்ள பெண் குழந்தை சவமாய்க்கிடக்கும் தாயின்மீது புரண்டு அழுது, ''அம்மா, எழுந்திரு, பசியாயிருக்கு, சாப்பாடுபோடு'' என்று கூவிக்கொண்டிருந்தது. கல்லான நெஞ்சமும் கரைந்துருகக் கூடிய இக்காட்சியைக் கண்ட தேவதத்தனும் வித்யாவதியும் துக்கம் தாங்காது மாலைமாலையாய்க் கண்ணீர் விட்டழுதார்கள். பிரபுவின் குடும்பத்தார் ஒரு ஏழையின் நிமித்தம் பரிதாபப்படுவதுகண்டு அங்குள்ளவர்களெல்லோரும் அளவற்ற ஆச்சரியமடைந்தார்கள்.

கேசவன் மனைவியை யடக்கஞ் செய்வதற்கான ஏற்பாடுகளைச் செய்துவிட்டு அவ்விரு குழந்தைகளையும் கூட அழைத்துக்கொண்டு தேவதத்தன் தம் மனைவியுடன் வீட்டிற்குத் திரும்பினார்.

அன்று மாலையில் வெளியான பத்திரிகையில் ஸ்ரீமான் ராஜ சேகரனுக்குத் 'திவான் பஹதூர்' என்ற பட்ட மளிக்கப்பட்டிருப்பதாய்ப் பிரசுரிக்கப்பெற்றிருந்தது.

இச்சந்தோஷச் செய்தியைப் புருஷோத்தமன் தன் மாமனுக்கு அறிவித்ததும் ராஜசேகரன் எல்லையற்ற ஆனந்தக்கடலில் மூழ்கிக் கிடந்தார். இப்பட்டம் பெறுவதற்குத் தாம்பட்ட பிரயாசைகளை எல்லாம் எண்ணி எண்ணி அகமகிழ்ந்தார். இச்சந்தோஷ சம்பவத்தைத் தானே முந்தி கொண்டாட வேண்டுமென்று தீர்மானித்து அதற்குரிய ஏற்பாடுகளை அவர்தம் மருமகனுடன் யோசித்துக் கொண்டிருந்தார். தாசி காந்தாமணியை வரவழைத்து ஒரு சதிர்க்கச்சேரி வைப்பதென்று ராஜ சேகரன் தீர்மானித்து இச்சந்தோஷக் கச்சேரிக்கு மறுநாள் அனைவரும் வந்து சேரவேண்டுமெனத் தமது இஷ்டமித்திர பந்துக்களுக்கெல்லாம் கடித மனுப்பிக் கொண்டிருந்தார்.

இந்தச் சம்பிரமத்தில் தேவதத்தனும் வித்யாவதியும் அங்குவந்து நின்றிருந்ததை ராஜசேகரன் கவனித்தாரில்லை. 'அப்பா' என்றழைக்கும் சத்தம் கேட்டுத் தலை நிமிர்ந்த ராஜசேகரன் மகனை நோக்கி, ''பார்த்தாயா! நான் எண்ணியபடியே எனக்கு இம்முறை ' திவான் பஹதூர்' பட்டம் கிடைத்துவிட்டது. கூடிய சீக்கிரத்தில் இன்னும் பல பெரிய பட்டங்களை நான் பெறத் தடையில்லை. என் கண் இருக்கும்பொழுதே உன்னை ஓர்

உயர்தர அதிகாரியாக்க வேண்டுமென்று நான் எவ்வளவு பிரயத்தனம் செய்தாலும் நீ மட்டும் என் சொல்லைக் கேட்பதில்லை. இனியாவது நான் சொல்வதை மதிப்பாயென்று எண்ணுகிறேன். ஏனென்றால், நான் சொல்வதை மதிப்பாயென்று எண்ணுகிறேன். ஏனென்றால், நான் இப்பொழுது சாமானிய ராஜசேகரனல்ல. திவான் பஹதூர் என்ற பட்டப் பெயர் ஒன்று என் பெயருக்குத் தலையில் மகுடம்போல் பிரகாசிக்கிறது பார்! இப்பொழுது நான் "திவான் பஹதூர் ராஜசேகரன்" என்றுரைத்துத் தமக்குள்ள சந்தோஷப் பெருக்கினால் காரணமின்றிக் கடகடவென்று சிரித்து ஆரவரித்தார்.

தேவ: இதற்கா இவ்வளவு சந்தோஷம்? நீங்கள் இருந்த குதுஹலத்தைப் பார்த்த பொழுது ஏதோ பெருத்த நற்காரியம் பலித்துவிட்ட தாயல்லவோ நான் எண்ணினேன்!

ராஜ: இதற்கா என்கிறாயே! இது என்ன சாமானியமா? எல்லோருக்கும் கிடைக்கக்கூடியதா? இதைக்காட்டிலும் நல்ல சமாசாரம் வேறென்ன வேண்டும்?

தேவ: நான் இதை உயர்வாக மதிக்கவில்லை.

ராஜ: என்ன! என்ன! திவான் பஹதூர் பட்டத்தை நீ மதிக்கவில்லையா? நீ சொல்வது உண்மையா?

தேவ: நான் அப்பட்டத்தை மதிக்கிறேனோ இல்லையோ, அது வேறு விஷயம். உங்களுக்கு அளித்திருப்பது பற்றி நான் அதை மதிக்கவில் லையென்பது நிச்சயம்.

ராஜ: எனக்குக் கிடைக்காமல் பின் யாருக்குக் கிடைக்கும்? கோடீசு வரனுக்கே பொருந்தாதாயின் இப்பட்டம் பிறகு எதற்கு உபயோகம்?

தேவ: ஜனசமூகத்திலோ அல்லது அதிகார அமைப்பிலோ உண்மையாய் உழைப்பவர்களுக்குக் கிடைக்கக்கூடியது இவ்விருவழியில் ஒன்று மில்லாத ஒருவருக்கு அளிக்கப்படுமாயின் அப்பட்டத்திற்கே பெருமை குன்றிவிடத் தடையென்ன?

ராஜ: தாயில்லாப் பிள்ளையாயிற்றே என்று உன்னை நான் செல்வமாக வளர்த்து வந்ததின் நிமித்தம் உனக்கு என்னைக் கண்டால் சிறிதும் லட்சியமுண்டாவதில்லை. கோடிக்கணக்காய் நான் சொத்துக்களைச் சேர்த்து வைத்திருப்பதால் நீ தலைகீழாய்த் துள்ளி வீழ்கிறாய். சரி, நல்லதிருக்கட்டும். நாளைய தினம் பட்ட வைபவம் கொண்டாடுவதற்காகத் தாசி காந்தாமணியைக்கொண்டு ஒரு சர்க்கச்சேரி ஏற்பாடு செய்திருக்கிறேன். வரும் விருந்தினர்களை உபசரிக்க இஷ்டமுண்டானால் இவ்விடம் இரு. இல்லையானால் இக்கொண்டாட்டம் முடியும்வரை நமது கிராமத்திற்குச்

சென்று தங்கியிரு. திவான் பஹதூர் பட்டவைபவத்தை நான் தொடர்ச்சியாய் ஒருமாதகாலம் கொண்டாடப்போகிறேன்.

தேவ: அப்பா! நீங்கள் இதையொரு பிரமாதமாய் எண்ணியதற்கு நான் ஆட்சேபித்தேனன்றி உங்களிடம் எனக்கு அவமதிப்பென்பது கிடையாது. உங்கள் இஷ்டப்படி நடப்பதில் நான் குறுக்கிடவே மாட்டேன். எனது சிறிய விண்ணப்பமொன்றைத் தாங்கள் அங்கீகரிக்கவேண்டுமென்பதாக இவ்விடம் வந்திருக் கிறேன்.

ராஜ: விண்ணப்பமாவது, கோரிக்கையாவது, அவனுக்குப் பாடச் சாலைச் சம்பளம் கொடு, இவனுக்கு ஒரு கலியாணம் செய்து வை. தங்க வீடில்லாமல் ஒருவன் தத்தளிக்கிறான், தொழி லாளிகள் மிகவும் தாழ்ந்த நிலையில் இருக்கிறார்கள் என்று உன்னுடைய கதைகளை அளப்பாயானால் நான் செவிசாய்க் கப்போவதில்லை. உன் சௌக்கியத்திற்காக மட்டும் வேண்டிய தைக்கேள். நான் கொடுக்கத் தயாராயிருக்கிறேன். உன் மனைவிக்கு வேண்டிய புதுமாதிரி ஆபரணங்கள் வேண்டுமானால் கேள். தாராளமாய் வாங்கிக் கொடுக்கிறேன். இருபதினாயிரம் ரூபாயில் ஒரு மோட்டார் கார் விலைக்கு வந்திருப்பதாய் விளம்பரத்தில் பார்த்தேன் அதை யுனக்கு வாங்கிக்கொடுக்க நீ விரும்புவாயானால் இந்தா இந்த நிமிஷமே வாங்கிக்கொள். உன் பதவியையும் பெருமையையும் மறந்து இவ்விதம் ஜனசமூகம், ஏழைகள், தாழ்ந்த வகுப்பார் தொழிலாளிகள் துயரம் என்று அறுபது நாழிகையும் பிதற்றிக்கொண்டு திரியாதே. உன் கண்ணியத்தை உனது தோரணையால் காப்பாற்றிக்கொள்.

தேவ: அப்பா! உங்கள் வயிற்றில் பிறந்த எனக்கு என்ன குறை விருக்கிறது? சுக சௌக்கியங்களெல்லாம் அனுபவித்துச் சலித்து விட்டேன். மனிதன் பிறப்பது பரோபகாரத்திற்கன்றிச் சுயநலத் திற்கல்ல என்பதே என் கொள்கை. எனது விண்ணப்பம் இவ் விஷயமானதேயாகும்.

ராஜ: நீ செல்வத்திலேயே பிறந்து வளர்ந்தவனாகையால் உனக்குப் பணத்தின் அருமை சற்றும் தெரியவில்லை. நான் இப்பணத்தைச் சேர்க்கப் பட்டிருக்கும் பாடு எனக்கல்லவா தெரியும்! நான் ஏழையாயிருந்த காலத்தில் எனக்கு ஒருவரும் உதவியதில்லை. நான் மட்டும் ஏன் என் பணத்தை வாரி இறைக்க வேண்டும்?

தேவ: அப்பா! கடவுள் ஒருவனுக்குக் கணக்கற்ற திரவியம் கொடுப்பதின் கருத்தென்னவென்றால் அது பிறருக்கு உபயோகப்பட வேண்டு மென்பதேயாகும். அதிலும் ஏழ்மையின் கஷ்டத்தை நன்குணர்ந் திருக்கும் நீங்கள் ஏழைகளின் கவலைப்பற்றிச் சிந்திக் காமலிருப் பது தர்மமா? இது நீதியா? ஆசயை சீர்திருத்தத்தில் பெரிதும்

ஊக்கங்கொண்டிருக்கும் தாங்கள் தங்களைப் போல் பிறரையும் எண்ணவேண்டியது கடமையல்லவா?

ராஜ: ஆசார சீர்திருத்தமென்பது சுய நலத்தை விருத்தி செய்து கொள் வதற்காகவே அனுஷ்டிக்கப்படுவதன்றி, பிறருக்கென்பது முடியாத காரியமாகும். நான் பலருடன் வித்தியாசமின்றிப் பழகி வருவதினாலேயே எனக்கு இவ்வளவு புகழும் திவான் பஹதூர் பட்டமும் கிடைத்திருக்கின்றன. ஆசார சீர்த்திருத்தங்கள் பிறர் நலத்திற்காக இருக்குமானால் ஆசார சீர்திருத்தமென்ற சொல் அழிந்து நெடுநாட்களாயிருக்குமே. அதிலும் அது அவ்வித மிருப்பின் நான் சிறிதும் பின்பற்றியிருக்கவே மாட்டேன் என்பதும் நிச்சயம்.

தேவ: நெஞ்சிலிருப்பதை வஞ்சனையின்றி வெளியிடுவதால் உங்கள் பெருந்தன்மை நன்கு வெளியாகிறது பற்றி இதைக்கேட்டு நான் சந்தோஷிக்கிறேன். ஆனால் நீங்கள் பேசுவதும் நடப்பதும் சுயநலத்திற்காகவன்றி வேறில்லையே?

ராஜ: மேடைமீது நின்று ஆசார சீர்த்திருத்தங்களைப்பற்றி கம்பீர மாய் நான் பேசுவதால் பத்திரிக்கைளெல்லாம் என்னைக் கொண்டாடு கின்றன. பிரசங்க மேடையில் தீண்டாமை வித்தியாசமின்றி வீட்டு வேலையில் அமர்த்திக்கொள்ள வேண்டு மென்று நான் பேசுவேன். அவ்விதமே என் வீட்டிலும் இதை யனுஷ்டானத் திற்குக் கொண்டு வருவேனாகில் அஃது எனக்குக் குறைவை விளைவிக்குமென்பதே என் தீர்மானம். சுய நலத்திற்காகச் சம பந்தி போஜனம் செய்வதைச் சுபாவமாகவே வீட்டிலும் அனுஷ் டானத்திற்குக் கொண்டுவருவேனாகில் பந்துக்கள் என்னை விலக்கி விடுவார்களன்றோ? நீ உலகமறியாதவன், உனக்கு ஒன்றுமே தெரியமாட்டாது. நான் வித்தியாச மின்றி விவாகம் நடைபெற வேண்டுமென்று பேசினாலும் நமது தாராமணியைத் தாழ்ந்த குலத்தினுக்குக் கொடுக்கச் சம்மதிப்பேனா? நம் வீட்டில் வண்டி யோட்டுபவன் கூடத் தாழ்ந்த வகுப்பின்னாய் இருக்கக்கூடாதென்பதே என் கருத்து. எனக்குச் சௌகரிய மானதைச் சமயம்போல் ஆசார சீர்திருத்தமென்றும் சம்பிரதாயமென்றும் நடத்திக் கொள்வேன். ஆசார சீர்த்திருத்தத்தில் மட்டும் பேசுபவர்கள் அவ்விதமே நடக்க வேண்டுமென்ற நிபந்தனை கிடையவே கிடையாது. அவ்விதமிருந்தால் சாத்தியப்படுமா? கதியற்றவர்களுக்கு ஒருவழி இருக்கட்டுமென்பதற்காகவே சீர்திருத்தமென்று பேசுவது.

தேவ: இவ்விதமாகப் போலிவேஷம் தரிப்பதைக்காட்டிலும் உண்மை யில் தாழ்ந்த வகுப்பினரை உயர்த்துவதில் சிரமம் எடுத்துக் கொள்ளக்கூடாதா? ஆறறிவு பெற்ற மனிதர்களாகிய அவர்களும் கல்வியில் சிறந்தவர்களாய் ஜனசமூகத்தில் சுயமதிப்புடனும்

வாழ்ந்துக்கொண்டிருக்கும்படி செய்யக்கூடாதா? ஏழைகளுக்கு இரங்கக்கூடாதா? தொழிலாளிகளின் துயரைத்தீர்க்க முன்வரக் கூடாதா? இன்று மாலை நான் வெளியிற்சென்று வரும்பொழுது இரண்டு திக்கற்ற குழந்தைகளை அழைத்துக்கொண்டு வந்திருக் கிறேன். அக்குழந்தைகளை நமது வீட்டில் வைத்து வளர்த்துக் காப்பாற்றவேண்டுமென்பதே என் விண்ணப்பம். சந்தோஷத் திற்காக லட்சியமின்றிப் பணத்தை இறைக்கும் நீங்கள் இவ்விஷயத் தில் எனக்கு அனுமதியளிப்பீர்களென்றே நம்புகிறேன்.

ராஜ: வந்துவிட்டாயா வழிக்கு! இவ்வளவு நாட்களும் வாயால் பிதற்றித் திரிந்தது போதாமல் காரியத்திலும் நடத்த ஆரம்பித்து விட்டாய்போலும். போதும், வாயை மூடு! உன் அசட்டுத் தனங்களை இன்றுடன் விட்டுத் தொலை.

தேவ: கேசவன் என்ற ஏழைத் தொழிலாளியும் அவன் மனைவியும் ஒரே நாளில் இறந்து விட்டார்கள். பத்து வயதுள்ள பிள்ளையும் நான்கு வயதுள்ள பெண் குழந்தையும் காப்பாற்றுவாரற்று இருப்பதால் அவைகளை ரட்சிக்கவேண்டுமென்றே தீர்மானித்திருக்கிறேன்.

ராஜ: நான் இதுவரை பொறுத்திருந்தேன். இனி உன்னை மனம் போனபடி நடக்க விடேன். ஜாக்கிரதை!

இதற்கிடையில் வித்யாவதி உள்ளேசென்று அவ்வநாதைக் குழந் தைகளைக் கண்ணால் கண்டாலாவது மாமனாரின் மனமிளகாதா என்ற எண்ணத்துடன் குழந்தைகளை யழைத்துவந்து பெரியவரை வணங்கச் செய்தாள். ராஜசேகரனுக்கு இக்குழந்தைகளைக் கண்டதும் பச்சாத்தாப முண்டாவதற்குப் பதிலாகக் கோபம் மீறியது. அவர் தேவதத்தனை நோக்கி, நான் பொருளைத் தேடி வைத்திருப்பதாலல்வா உனக்கு இவ்வளவு கொழுப்பேறியிருக்கிறது! நல்லதாகட்டும். சொத்துக்கள் முடிய எனது சுயார்ச்சிதமன்றி, நீ பாத்தியங் கொண்டாட முடியாது. இந்தச் சனியன்களை வீட்டை விட்டுத் துரத்தாதவரை நீ இங்கிருக்கக் கூடாது ஓடு! என் கண்முன் நில்லாதே! என்று கர்ச்சித்து அச்சிறுவர்களையும் காலாலுதைத்துத் தள்ளினார். ஓவென்றலறியழும் குழந்தைகளை வித்யாவதி தன்னருகில் அழைத்துச் சமாதானப்படுத்தினாள். இதுவரை பொறுத்திருந்த தேவதத்தனுக்குத் தம் தந்தை அக்குழந்தைகளை யுதைத்துத் தள்ளியது கண்டு மனம் பொறுக்கவில்லை. அவர் நல்லது, நான் வெளியே சென்று விடுகிறேன் எனக் கூறி மூத்த குழந்தையைத் தாம் கையில் பிடித்துக் கொண்டு சிறு குழந்தையை வித்யாவதி எடுத்துக் கொண்டதும் வெளியிற் செல்ல வாரம்பித்தார். ராஜ சேகரன் தம்மை நமஸ்கரித்துச் செல்லும் மருமகளை யழைத்து உன் தேகத்திலுள்ள நகைகளனைத்தும் நான் செய்தவைகளன்றி உன் புருஷன் தேடியவையல்ல. எல்லாவற்றையும் கழற்றி வை. வீட்டிலிருந்து ஒரு தூசியும் எடுத்துப்போகக் கூடாது. ஜாக்கிரதை! என்றார்.

மூன்றாதிவது அதிகாரம்

அநாதைச் சிறுவர்களை அழைத்துக் கொண்டு மனைவியுடன் தேவதத்தன் வெளியிற் சென்றதும் ஒரு சத்திரத்தின் திண்ணையில் தங்கி அன்றிரவைப் போக்கி, அதிகாலையில் எழுந்து பக்கத்திலிருக்கும் ஒரு கிராமத்திற்குச் சென்று, அவ்வூரிலுள்ள தனிகர்களை மன்றாடிக் காலியிடம் ஒன்றை வாங்கி அதில் ஒரு குடிசை கட்டினார்.

தேவதத்தனது முகப் பொலிவையும் அடக்கத்தையும் மற்றுமுள்ள குணவிசேஷங்களையும் கண்ட அந்தக் கிராமத்தார் அவருக்கு வேண்டு வனவற்றைச் செய்ய முன்வந்தனர். தேவதத்தன் ஆங்கிலம் பயின்றிருந் தும், ஒருவரிடம் கைக்கட்டி உத்தியோகஞ் செய்வதை வெறுத்து வந்தா ராதலாலும், கிராம வாழ்க்கையில் மிகப்பற்றுள்ளவராதலாலும், அவ்வூரில் ஒரு பள்ளிக்கூடம் வைத்துச் சிறுவர் சிறுமியர்க்குக் கல்வி கற்பித்து அவர்களுடைய பெற்றோர் கொடுப்பதை வைத்துக்கொண்டு வாழ்க்கை நடத்தத் தீர்மானித்திருந்தார். அங்ஙனமே அவர் தமக்காக அமைக்கப் பெற்ற சிறு வீட்டின் தெருப்புறத்தில் ஒரு பந்தலை அமைப்பித்து அதில் பள்ளிக்கூடம் வைத்துவிட்டார். அந்தக் கிராமத்தில் படிக்கும் வயதுள்ள சிறுவர் சிறுமியர் யாவரும் தேவதத்தனிடம் அனுப்பப் பட்டனர். தேவதத்தன் பள்ளிக்கூடத்தை நடத்தியதோடு வீட்டுக் குப் பின்புறத்திலுள்ள நிலத்தை வளைத்துத் தோட்ட வேலையுஞ் செய்துவந்தார். தோட்ட வேலையில் பள்ளிச் சிறுவர்களும் அவர் மனைவியும் அவருக்கு உதவி வந்தார்கள். அந்தத் தோட்டத்தில் புஷ்பச் செடிகளும் காய்கறிவகைகளும் பயிர் செய்யப்பட்டு வந்தன. தேவதத் தன் தம் வீட்டுக்கு வேண்டியன போக எஞ்சிநின்ற காய்கறிகளை வேண்டியவர்களுக்கு இலவசமாகக் கொடுத்ததுடன் விற்பனை செய்தும் சிறிது பணம் சம்பாதித்து வந்தார். மொத்தத்தில் அவர் அந்தக் கிராமத்தில் கஷ்டமின்றிச் சந்தோஷமாக வாழ்ந்துவரச் சௌகரிய முண்டாயிற்று. அவர் மனைவி மகாத்மா காந்தியின் உபதேசத் தைச் சிரமேற் கொண்டவளாய் வீட்டில் ஒய்வு நேரங்களில் நூல் நூற்று வந்தாள். இதனால் குடும்பச் செலவிற்குச் சிறிது பணம் கிடைத் தது. தேவதத்தன் சிறுவனுக்கு பலாராமன் என்றும் சிறுமிக்கு மாதவி என்றும் பெயரிட்டழைத்தார். வித்யாவதி இவர்களைத் தன் வயிற்றிற் பிறந்த குழந்தைகளாகவே பாவித்தாள். கையால் நூல்நூற்ற வண்ணம் வித்யாவதி இக்குழந்தைகளுக்குப் படிக்கவும் எழுதவும் கடவுளை ஸ்தோத்தரிக்கவும் கற்பித்து வந்தாள். வித்யாவதியின் சந்தோஷமான நிலைமையையும் குழந்தைகள் நாளுக்கு நாள் அழகும் கல்வியும் பெருக வளர்ந்து வருவதையும் கண்டு தேவதத்தன் அந்நிலைமையே தமக்குச் சுவர்க்க சுகமாக மதித்தார். தேவதத்தன் மாமனார் நேரில் வந்து தாம் பணமளிப்பதாயும் அதைக்கொண்டு சுகமாய் ஜீவிக்கும்படியும் மருமகனை மன்றாடினார். வித்யாவதி இவ்விதம் சொல்லும் தந்தையை மறுத்துக்கூறி, தன் கணவருடைய கண்ணியமே தனக்கு முக்கியமென்றும், பரோபகாரத்திற்காகக் கஷ்டப்படுவது சிறந்ததென்றும் எடுத்துரைத்தாள்.

ஒரு நாள் தேவதத்தன் வெளியே சென்றிருந்தார்.. வித்யாவதி கடைக்குச் சென்றிருந்தாள். சிறுவர்களிருவர் மட்டும் குடிசை வாயிலில் விளையாடிக் கொண்டிருந்தார்கள். கறுத்து உயர்ந்து பயங்கரமான தோற்றத்தையுடைய மனிதனொருவன் அங்கு தோன்றி, பல ராமனைத் தூக்கித் தோளில் வைத்துக்கொண்டு நடக்க வாரம்பித்தான். மாதவி, ''ஐயோ! அண்ணா வைத் திருடன் எடுத்துப்போகிறானே' என்று அலறினாள். பலராமன் அம்மனிதனை நோக்கி, ''நீ ஏன் என்னை தூக்கிச் செல்கிறாய்!' என்றான்.

திருடன்: உன்னிடம் நகை நட்டு இருக்குமென்று தூக்கினேன். அஃதொன்றுமில்லா விட்டாலும் உன்னைக் கூத்தாடிகளுக்கு விற்றால் எனக்குப் பணம் கிடைக்கும்.

பல: அந்தப் பணத்தை என்ன செய்வாய்?

திருடன்: வயிறாரச் சாப்பிடுவேன்.

பல: என்னை விட்டுவிடு. இல்லாவிடில் எங்கப்பாவும் அம்மாவும் மெத்தக் கஷ்டப்படுவார்கள். நீ வயிற்றுக்கில்லை என்று சொன்னால் எங்கம்மா உனக்குச் சாப்பாடு போடுவாள் உனக்கு வேண்டியது சாப்பாடுதானே?

திருடன்: உன்னை அழைத்துக்கொண்டு என்னைப் போலீஸில் பிடித்துக் கொடுத்து விட்டால் என்ன செய்கிறது?

பல: எங்கப்பா அவ்விதம் செய்யமாட்டார். உன்னைத் திருட னென்று நான் சொல்லமாட்டேன். பசியால் வருந்தும் ஏழையென்று சொல்வேன்.

திருடன்: நீ அவ்விதம் செய்யாவிட்டால்?

பல: நான் பொய் பேசினால் கடவுள் என்னைத்தண்டிப்பார். நான் உன்னைக் காப்பாற்றுவதற்காகப் பொய் பேசினால் கடவுள் கோபிக்கவே மாட்டார்.

திருடன்: உனக்கு இவ்விதம் கற்றுக்கொடுத்தது யார்?

பல: இதெல்லாம் எங்கம்மாள் எங்களுக்குப் போதித்தாள். நீ எங்கம்மாளைப் பார்த்தால் பிறகு திருடவே மாட்டாய்.

இவ்விதம் இவர்கள் சம்பாஷித்துக் கொண்டிருந்த சமயம் வித்யாவதி கடையிலிருந்து சாமான்களை வாங்கிக் கொண்டு அவ்விடம் வந்தாள். தேவஸ்திரீபோலும் லக்ஷ்மி தேவி போலும் சாந்தமே உருவாகக்கொண்டு வந்திருக்கும் அம்மதராசி குழந்தைகளைக் கட்டியணைத்துச் சீராட்டு வதைக்கண்டு திருடன் பிரமித்து நின்றான்.

வித்யாவதி அவனை நோக்கி ''நீ யாரப்பா?'' என்றாள்.

திருடன்; ‘‘அம்மா, நான் ஒரு பிச்சைக்காரன். வயிற்றின் கொடுமையால் திருட்டுத்தொழில் செய்து வருகிறேன். பிரபுக்கள் நிறைந்த இவ்வூரில் எனக்கு ஒரு கவளம் அன்னம் கிடைக்காததால் கண்ணில் பட்ட குழந்தைகளைத் திருடிப் பெற்றோர்களைப் பரிதவிக்கச் செய்வதென்ற பிடிவாதமெனக்குண்டாயிற்று. இச்சிறுவனை நான் திருட வந்ததில் எனக்கு ஞானோதயமாயிற்று. அம்மணி! நான் போய் வருகிறேன்’’ என்று கூறி வித்யாவதியின் காலில் விழுந்து கும்பிட்டான்.

வித்யாவதி மனமிரங்கி, அப்பா! நீ ஒன்றுக்கும் கவலையுறாதே, உன் வயிறு பசியாமல் நான் உனக்கு அன்னமிடுகிறேன். நீ பிறருக்கு நன்மைசெய்ய வேண்டுமென்ற நினைவுடனிருப்பாயாகிக் உனக்குக் கடவுள் நல்வழி காட்டுவார் என்று கூறி உள்ளே சென்றாள். வீரன் குழந்தைகளுடன் பேசிக் கொண்டே வெளியிலிருக்கும் பூஞ்செடிகளுக்குத் தண்ணீர் வார்த்துக் கொண்டிருந்தான்.

இச்சமயம் தொலைவில் வந்துகொண்டிருந்த தேவதத்தனை வீரன் கண்டதும் அவர் ஸ்ரீமான் ராஜசேகரப் பிரபுவின் குமாரர் என்றறிந்தான். அவர் நிலைமையின் காரணமிவனுக்குத் தெரியவில்லை. வீரன் இன்னாள் என்பதை அறிந்தபின் தேவதத்தனுக்கு அவனிடம் அளவற்ற பச்சாத்தாபமுண்டாயிற்று. புருஷன் மனைவி இருவருமாக அவனுக்கு உணவளித்து ஒழிந்த நேரங்களில் நற்போதனைகளைச் செய்துவந்தார்கள். அன்றிலிருந்து வீரன் தோட்டவேலை செய்யத் தொடங்கினான். அவன் வீட்டைச் சுற்றித் தோட்டமாக்கி அதில் காய் கறிகளை ஏராளமாய்ப் பயிரிட்டு வீட்டிற்கு வேண்டியது போக மிகுந்ததைத் தெருவில் விற்று வருவான்.

ஒரு நாள் தேவதத்தன் குழந்தைகளுக்குப் பாடம் சொல்லிக் கொண்டிருக்கும் சமயம் ஒரு பெண்பிள்ளை சிறுவனொருவனைக் கையில் பிடித்துக் கொண்டுவந்து, ‘‘ஐயா! காப்பாற்றும்’’ என்று கதறிக் காலில் விழுந்தாள். அருகிலிருந்த வித்யாவதி அவளைச் சமாதானப்படுத்தி விஷய மென்னவென்று விசாரித்ததும், தன் புருஷன் பாஸ்கரனுடைய பஞ்சாலையில் வேலையிலிருந்ததாகவும், ஒரு நாள் அவன் இயந்திரத் திலடிப்பட்டுப் பெருத்த காயமடைந்து முடிவில் இறந்து விட்டானென்றும், தன் புருஷனுக்கு வைத்தியம் செய்வதற்காக வாங்கிய ஐந்து ரூபாய்க்காகத் தனது அறியாச் சிறுவன் பஞ்சாலையில் வேலைசெய்து தீரவேண்டு மென்று பாஸ்கரன் கட்டாயப்படுத்துவதாயும், பிள்ளையும் ஆபத்திலகப்பட்டால் தனக்கு வேறு கதியில்லை என்றும், பாஸ்கரனுக்கு ஐந்து ரூபாயைத் திருப்பிக் கொடுக்கத் தான் பல பெரிய மனிதர்கள் காலில் விழுந்தும் அவர்கள் ஒரு காசும் கொடுக்கவில்லை என்றும் அவள் சொல்லி யழுதாள்.

ஒரு காசும் கையிலில்லாததால் தேவதத்தன் இதற்கென்ன வழியென்று ஆலோசித்தார் வித்யாவதி உள்ளே சென்று தினம் சிறிதாகச் சேர்த்து வைத்திருக்கும் கோதுமையை அளந்து பார்த்ததில் நான்கு படி இருந்தது. தேவதத்தன் வீரனை அழைத்துக்கொண்டு அன்று மாலைவரை விறகு வெட்டிக் குவித்தார். பலராமனும் மாதவியும் தோட்டத்திலுள்ள காய் கனிகளையும் புஷ்பங்களையும் பறித்துச் சீராக அடுக்கி வைத்தார்கள். இதற்கிடையில் கையிலுள்ள பஞ்சையெல்லாம் வித்யாவதி நூலாகநூற்று வைத்தாள்.

தேவதத்தன் இவைகளை எல்லாம் கடையில் விற்று ஐந்து ரூபாய் சேர்த்து விநோதன் தாயிடம் கொடுத்து பாஸ்கரன் கடனைத் தீர்க்கும்படி செய்து விநோதனைத் தம்மிடமே வைத்துக் கொண்டார். பவானி மெத்த சந்தோஷத்துடன் சென்று பாஸ்கரனிடம் ஐந்து ரூபாய் கடனைத் தீர்த்துவிட்டு வித்யாவதியிடமே தங்கியிருந்தாள்.

நான்காவது அதிகாரம்

ராஜசேகரன் வீட்டில் நடைபெற்ற சதிர்க்கச்சேரியில் நர்த்தனம் செய்த தாசி காந்தாமணி அங்குள்ளவர்களால் பெரிதும் போற்றப்பட்டாள். சமய சஞ்சீவியாகிய புருஷோத்தமன் காந்தாமணியின் கையில் ஒயின் சீசாவைக் கொடுத்து விருந்தினர்களுக்கெல்லாம் அளிக்கச் செய்தான். ராஜசே கரன் காந்தாமணிக்கு ஆயிரம் பொன் வெகுமதியளித்து அடிக்கடி வந்து கச்சேரிகள் செய்துகொண்டிருக்கும்படி அவளைக் கேட்டுக் கொண்டு தெருவாயில் வரை கால் நடையாய் வந்து அவளுக்குக் கைலாகுக் கொடுத்து வண்டியிலேற்றியனுப்பிவிட்டுத் தமது நண்பர்களுடன் மனமாரக் குடித்து ஆனந்தக் கடலில் ஆழ்ந்து இருந்தார். நாள் தவறினாலும் ராஜசே கரன் வீட்டில் சங்கீதத் கச்சேரியும் சாராய விருந்தும் தவறுவதில்லை. இதற்கென்றே பல நண்பர்கள் ராஜசேகரனைச் சூழலானார்கள்.

புருஷோத்தமன்சமயம்கிடைக்கும்பொழுதெல்லாம்தேவதத்தனைப்பற்றி ராஜசேகரனுக்கு வெறுப்புண்டாகும்படி பேசிவந்தான். இவன் ஒருநாள் குடித்து வெறித்திருந்த சமயம் தாராமணியைக் கண்டு தன்னை விவாகம் செய்து கொள்ளும்படி நிர்ப்பந்தித்தான். தாராமணி அப்பொழுதுதான் தந்தையின் துர்க்குணம், தமையன் விடுவிட்டுச் சென்றது. தன் தாயிறந்தது இவைகளைப்பற்றிச் சிந்திக்கலானாள். தன்னைப்பற்றித் தந்தை சரியான படி சிரத்தையெடுக்கவில்லை என்பது அறிந்து அவள் விசனித்தாள். இதுவரை டென்னிஸ் விளையாடுவதிலும் மேனாட்டு நடை யுடை பாவனைகளிலும் ஆழ்ந்து கிடந்த தாராமணிக்குத் தான் ஹிந்துப் பெண் என்பதும் தனக்குள்ள வழியைத் தான் தேடிக்கொள்ள வேண்டுமென்பதும் நன்கு புலப்பட்டன. வீட்டு வேலைகளிலும் குடும்ப நிர்வாகத்திலும் பயிற்சி பெற்ற வித்யாவதியின் அமைதியையும் அடக்கத்தையும் தான் கர்னாடகமென்று நினைத்தது. பிசகு என்று அவள் உணர்ந்தாள். தமையன் வீடு வராதவரையில் தந்தை துர்ச்சகவாசத்தினால் அழிந்து விடுவார் என்று

அவள் நிதானித்தாள். மறுநாள் தாராமணி மோட்டார் ஏறித் தேவதத்தன் குடிசைக்குச் சென்றாள். இவள் செல்லும் சமயம் தேவதத்தன் தோட்டத்தில் வெட்டிக் கொண்டிருந்தார். இது கண்ட ராதாமணி அருகில் ஓடிவந்து தமையன் கையைப் பிடித்துக் கொண்டு, அண்ணா! இதுவோ உன் தலைவிதி?'' என்று அழுதாள்.

தேவ: தங்காய்! நீ இவ்விதம் கண்ணீருதிர்க்கும்படியான நிலைமையை நானடைந்திருக்கவில்லையே!

தாரா: கோடீசுவரன் பிள்ளையாகிய நீ இவ்விதம் ஏழைபோல் குடிசையில் வசித்தல் அடுக்குமா?

தேவ: ஏழைக்கும் எனக்கும் என்ன வித்தியாசம்? கடவுள் சமூகத்தில் அனைவரும் மனிதவர்க்கத்தைச் சேர்ந்தவர்கள் தானே?

தாரா: அண்ணா! நீ ஒரு பைத்தியக்காரன். தெருவில் கிடந்த அநாதைகளை இழுத்து வந்து தந்தையுடன் மனஸ்தாபப்பட்டு போக பாக்கியங்களை யெல்லாம் இழந்து இப்பரதேசிக் கோலத்தில் இருக்கிறாய்? இதைக் காட்டிலும் வயிற்றெரிச்சல் வேறு என்ன வேண்டும்? உன் தாய் இருந்தால் இது கண்டு சகிப்பாளா? அஷ்டதரித்திரங்களுக்காக அஷ்டைசுவரியத்தை இழக்கலாமா?

தேவ: தாரா! நீ ஒன்றும் மறியாதவள். ஹிந்துக் குடும்ப வாழ்க்கையின் மேன்மையும் நோக்கமும் இன்னவை யென்பதே உனக்குத் தெரிய மாட்டாது. நீ என்னைப் பற்றிக் கவலைப்பட வேண்டிய காரணம் ஒன்றையும் காணோம். வெளிப் பகட்டுக்கு மயங்கி உதவியற்றவனை வரிக்காமல் பாபம், புண்ணியம், பரோபகாரம், பச்சாத்தாபம் இவைகள் பொருந்திய நற்குணவானை மணந்து கொள். இதுவே எனது புத்திமதியாகும். நீ இவ்விடம் வந்திருப்பதறிந்தால் உன் தந்தை உன்னையும் கடிந்துகொள்வார். புருஷோத்தமன் ஒளிந்திருந்து நீ இவ்விடம் வந்ததைக் கவனிப்பான். சீக்கிரம் வீட்டிற்குச் செல்.

தாரா: அண்ணா! நீ என்னை உத்தேசித்தாயினும் வீடு வரக்கூடாதா? புருஷோத்தமன் தன்னை மணந்துகொள்ளும் படி என்னை நிர்ப்பந்திக்கிறான். அப்பாவுக்குக் குடிப்பதும் தாசி வீடு செல்வதும் ஓயாவேலைகளாயிருக்கின்றன, நமது வீடு நிறையக் குடியரும் வெறியருமாகக் கூடிக் கொக்கரிக்கிறார்கள். நீ வந்தாலன்றி நான் வீட்டில் நிம்மதியாயிருக்க முடியாது. பரோபகார மென்பதை என் விஷயத்திலும் நீ சிறிது கைக்கொள்ளக் கூடாதா? நான் உன்னுடன் பிறக்கவில்லையா?

தேவ: நான் ஆண்பிள்ளையாகப் பிறந்து தந்தை தேடிவைத்திருக்கும் திரண்ட திரவியத்தை யுத்தேசித்துப் பரோபகாரத்தை விட முடியாது. நீ சுகமாயிருக்க வேண்டுமானால் நமது பக்கத்து

வீட்டிலிருக்கும் ரமாகாந்தனை மணந்துகொள்ளல் இன்றிய மையாத்தாகும். நற்குணமும் நன்னடத்தையும் பொருந்திய ரமாகாந்தனுக்கு ஆஸ்தியில்லை என்ற எண்ணத்தால் உன்னை அவனுக்கு விவாகிக்க தந்தை சம்மதிக்கமாட்டார். அவருக்கு 'ஸர்' பட்டம் வாங்கிக் கொடுப்பதாய் ஆசை காட்டிப் புருஷோத்தமன் உன்னை மணந்துகொள்ள வழிதேடுவான். ஆகையால் இவைகளை ஆலோசித்து உன் விவாகம் நடப்பதைப் பற்றி நீ பிரயத்தனம் செய்து கொள்ளல் முக்கியம்.

தாரா: ரமாகாந்தனை நான் என்னவென்று கேட்பது? அவன் என்னை மணப்பதற்கு மறுதளித்துவிடுவானா யின் என் கதி என்ன?

தேவ: தக்கவயதடைந்தால்தனக்கேற்றபுருஷனைமணந்துபெண்மக்கள் சுகமாய் வாழ்வார்கள் என்ற நாகரிக ஆராய்ச்சியில் உனக்கே நம்பிக்கையில்லையா? ரமாகாந்தன் உன்னை மணக்காவிடில் உன் வாழ்நாளைக் கன்னிப் பெண்ணாகவே கழித்து விடுவ தென்ற உறுதியை நீ கைக்கொள்ள வேண்டும். பகட்டும் படாடோபமும் இல்லாமல் அவன் உனது கீழ்ப்படிதலையும் அடக்க வணக்கத்தையும் கண்டு சிலாகிக்கும்படி நீ நடந்து கொள்ளல் முக்கியம். நம்மைப் போலவே இவள் இதற்குமுன் எவ்வளவு பெயரை மணக்கப் பிரயத்தனம் செய்தாளோ என்ற சந்தேகம் ரமாகாந்தனுக்கு உண்டாகக் கூடாது. இந்த சிரமங்களை எல்லாம் எண்ணியே நமது முன்னோர்கள் இளம் பிராயத்திலேயே தம் பெண்மக்களுக்குத் தக்க வரனை தேடிக் கலியாணம் முடித்து வந்தார்கள் என்று நாம் அறியலாம். சுமார் பதினெட்டு வயதுள்ள நீ உனக்கேற்ற புருஷனைத் தேடி கொள்வதில் எவ்வளவு கஷ்டமிருக்கிறதென்பதை இப்பொழுது அறிகிறாயன்றி இதுவரை தெரிந்துகொள்ள நியாயமே இல்லை. ரமாகாந்தன் உன்னை விவாகிக்க மறுத்து விடுவானாயின் நீ உலகவாழ்க்கைக்குரிய நன்மைக்களை யடையமுடியாது.

தாரா: நல்லது, நீ வீட்டிற்கு வரமாட்டாயென்பது நிச்சயம்தானே? எதோ, அக்குழந்தைகளைக் காட்டு, பார்க்கிறேன்.

தேவதத்தன் சந்தோஷத்துடன் ''பலராம்! மாதவி!'' என்றழைத் ததும் அவ்விருவரும் 'அப்பா!' என்று ஓடிவந்தார்கள். தாராமணி அக்குழந்தைகளின் பொலிவையும் அழகையும் கண்டு ஆச்சரியமடைந்து தன் வீட்டிற்குத் திரும்பிச் சென்றாள். தங்கையின் பரிதாப நிலைமையைச் சிந்தித்தவண்ணம் தேவதத்தன் மரத்தடியில் சாய்ந்து கொண்டார். அவரைச்சுற்றிலும் என்றுங் கண்டிராத வெளிச்சமொன்று உண்டாயிற்று. நான்கு கைகளும் கருணை வெள்ளம் பொழியும் பார்வையும் மகுட மணிந்த சிரமும் பிரகாசிக்க ஓர் மாதரசி தோன்றினாள். பக்கத்தில்

பல கன்னியர் சாமரை வீச, இரத்தின சிம்மாசனத்தில் வீற்றிருக்கும் அப்பெண்மணி தேவதத்தனருகில் வந்து அவன் தலையில் தன் கையை வைத்து ஆசிர் வதித்தாள். ''குழந்தாய்! உன் மனவுறுதி கண்டு மகிழ்ந்தேன். எனது மக்களின் துயரைத் தீர்க்கும் உத்தமர்களுள் நீயும் ஒருவனாவாய். கண்மணி நீ பெரிதும் சிந்திக்க வேண்டியது என் ஏழைக் குழந்தைகளின் நிலைமைமட்டு மல்ல. எனது பெண்மக்கள் தற்காலமுற்றிருக்கும் தாழ்ந்த நிலையைப் பார். அவர்கள் முன் பெற்றிருந்த மேன்மையான நிலை என்ன வென்பதை யாரேனும் சிந்திக்கிறார்களா?

சுயநலத்தை விரும்புவர்களால் ஆசார சீர்திருத்தம் என்று விவரிக்கப் படுவதன்றி என் பெண் குழந்தைகளை முன்னேற்றமடையச் செய்வதில் ஏதேனும் சிரத்தை எடுப்பாரிருக்கிறார்களா? வீட்டிலுள்ள பெண்மக் களைக் கவனியாதவர்கள்தானா தாழ்ந்த வகுப்பினரைக் கைதூக்கி விடப்போகிறார்கள்? பெண்மக்களின் சுதந்தரம் இத்தகையது என்று யாராவது நிதானித்திருக்கிறார்களா? பெண்கல்வி விருத்தியாகும் வழியில் பாடசாலை ஒன்றாவது இதுவரை ஸ்தாபிக்கப்பட்டிருக்கிறதா?

எனது ஆண்மக்கள் அயல்நாட்டு ஆசார அனுஷ்டானங்களில் மயங்கி உழன்று வரவரச் சுயானுஷ்டானத்தில் திரும்பு வதுபோல் என் பெண்களும் சீர்திருந்தட்டு மென்று பார்த்திருக்க என் மனம் சகிக்கவில்லையே. எனது அருந்தவப் புதல்வரில் ஒருவனாகிய நீ உனது தங்கைக்கு நல் உபதேசம் செய்ததை நான் கேட்டுக்கொண்டிருந்ததால் என் சந்தோஷத்தை யுனக்கறிவித்து ஆசிர்வதித்துச் செல்லலாம் என உன் கண்முன் வந்தேன். நீ உன் தாய்க்கு வஞ்சனையின்றித் தொண்டு புரிவதால் நீடுழிகாலம் வாழ்ந்து பிறகு எனது சிங்காசனத்திற்கடியில் நீயும் வீற்றிருப்பாய். எனக்காகத் தொண்டுபுரிந்து கீர்த்திசேஷர்களாக விளங்கும் எனது புத்திர ரத்தினங்களைப் பார்'' என்று ஒருதிசையை அவ்வம்மணி சுட்டிக் காட்டினாள். அத்திசையைத் தேவதத்தன் உற்று நோக்கினார். நல் முத்துப் பந்தலின் கீழ் நவரத்தினச் சிம்மாசனத்தில் பாரத மாதா கொலு வீற்றிருந்தாள். வலக்கைப்புறமுள்ள ஆசனத்தில் ஸ்ரீமான் தாதாபாய் நௌரோஜி அவர்களும் இடதுபக்கம் ஸ்ரீமான் கோபால கிருஷ்ண கோகலே அவர்களும் வீற்றிருந்தார்கள்.

தேவதத்தன் திடுக்கிட்டு, ''தாயே! தாங்கள் பாரதமாதாவோ!'' என்று உரத்துக் கூறினார். உள்ளே வேலைசெய்து கொண்டிருந்த வித்யாவதி இக்குரல் கேட்டு வெளியில் ஓடிவந்து, ''நாதா! பாபிகளாகிய நம்முன் பாரத தேவி பிரத்யட்சமாவாளோ'' என்று கூறினாள். தேவதத்தன் கண்ணை விழித்துக்கொண்டதும் தான் இதுவரையில் கண்ட வைபவங்கள் கனவோ நினைவோ என்று சிந்திக்கலானார். தேச பக்தர்களுடைய உருவங்களும் பாரத மாதாவினுடைய மங்கள உருவமுமே அவர் கண்முன் அசையாமல் காட்சி அளித்துக்கொண்டிருந்தன.

ஐந்தாவது அதிகாரம்

ரமாகாந்தன் ராஜசேகரனுக்கு அந்நியனல்ல. அவன் ராஜசேகரனுடைய அத்தை மகன்தான். ரமாகாந்தன் தந்தை பெரிய பிரபுவாயிருந்து காலாந்தரத்தில் ஏழ்மை நிலைமைக்கு வந்துவிட்டார். ஸ்ரீதரன் வியாபாரத்தில் நஷ்டமடைந்ததற்கு பாஸ்கரனே காரணமென்று அமராவதியில் ஒரு பிரஸ்தாபமுண்டு. ரமாகாந்தன் நல்ல படிப்பாளி; குணவான். அவன் இருபதாம் வயதிலேயே பி. ஏ. பரீட்சையில் தேறினான். தேவதத்தனும் இவனும் பள்ளித் தோழர்கள். குடும்ப நிலைமையை உத்தேசித்து ரமாகாந்தன் உள்ளூரிலேயே ஓர் உத்தியோகம் சம்பாதிக்க முயன்றான். அச்சமயம் ராஜசேகரனுக்குக் கிராமங்களைக் கவனிப் பதற்காக ஒரு மானேஜர் வேண்டியது அவசியமாயிற்று. புருஷோத்தமன் அந்தரங்க காரியதரிசியாகையால் அவனை அரை நிமிஷநேரம் பிரிய முடியாது. ரமாகாந்தனையே மாதம் அறுநூறு ரூபாய் சம்பளத்திற்கு மானேஜராக நியமித்தார் ராஜசேகரன்.தாராமணி இது கண்டு சந்தோஷித் தாள். ரமாகாந்தன் தனது வேலைகளில் மிகவும் சுறுசுறுப்பாகவும் உண்மையாகவும் நடந்து கொண்டான். புருஷோத்தமன் வழிக்கு இவன் போவதில்லை. சிற்சில சமயம் வீட்டிற்கு வேண்டியவற்றையும் இவன் தானே நேர் நின்று கவனித்ததால் தாராமணிக்கு இவனுடன் பழக இடமேற்பட்டது. தமையன் சொல்லிய புத்திமதியைச் சற்றும் மறவாது ரமாகாந்தன் தன்னிடம் மதிப்புடன் பழகக்கூடிய வழியில் நடந்து கொண்டான். ரமாகாந்தன் தாராமணிக்கு உதவியாகத் தன் தாயை அடிக்கடி அனுப்பிவந்தான். நாளடைவில் குடும்பத்திலுள்ள கஷ்டங்களைப்பற்றித் தாராமணி ரமாகாந்தனிடம் தெரிவித்துக் கொள்ளலானாள். ராஜசேகரன் குடித்து வெறித்துக் கிடப்பதும் தேவதத் தன் வீட்டை விட்டுச் சென்றதும் தாராமணி தனியாய்க் கண்ணீர் விட்டு அழுவதும் ரமாகாந்தனுக்குப் பரிதாபகரமாகவிருந்தது. தாராமணிக்கும் ரமாகாந்தனுக்கும் தேவதத்தன் எப்படியாவது வீட்டிற்கு வரும் வழியைத் தேடவேண்டும் என்ற எண்ணமுண்டாயிற்று. அவ்விரு குழந்தைகளையும் பிரித்துவிட்டால் தேவதத்தன் வீடு வந்து விடுவானென்று தாராமணி நினைத்தாள். தாராமணியின் அழுகையையும் மன்றாட்டத்தையும் தாங்க முடியாது முடிவில் அக்குழந்தைகளுக்குக் கெடுதலின்றித் தன் வீட்டலேயே ரகசியமாய் வைத்துப் பாதுகாப்பதென்றும் தந்தையும் மகனும் ராஜியாய்ப் போய்விட்டபின் இச்சமாசாரத்தை வெளியிட லாமன்றும் ரமாகாந்தன் தீர்மானித்தான். தாராமணி ஓர் ஆளைத் தன் அண்ணனிருக்குமிடதிற்கனுப்பி அவ்விடம் ஒவ்வொரு நாளும் நடைபெறும் நடவடிக்கைகளைக் கவனித்து வரச்செய்தாள். நடுப் பகல் வேளையில் இவ்விரு சிறுவர்களும் தோட்டத்தில் தனியே விளை யாடிக் கொண்டிருப்பது வழக்கமென்று தெரியலாயிற்று. தாராமணி ரமாகாந் தனுடன் வண்டியேறிச் சென்று தன் வண்டியைத் தேவதத்தன் குடிசைக் குச் சற்று தூரத்திலேயே நிறுத்திக்கொண்டு தான் முன்னம் திட்டப்படுத்தி வைத்திருந்தபடி வேலையாளைக் குடிசைக்கனுப்பினாள். அவன் தோட்

டத்தில் விளையாடிக் கொண்டிருக்கும் சிறுவர் முன் சென்று, ‘‘ஐயோ! ஒரு பெண்பிள்ளை காலொடிந்து வழியில் வீழ்ந்திருக்கிறாள்’’ என்றான். இது கேட்ட பலராமனுக்குத் தான் சென்று உதவி புரியவேண்டுமென்ற பரபரப்புண்டாயிற்று. பலராமன் தன் தங்கையை அவ்விடமே இருக்கச் சொல்லி, தான் புறப்பட்டான்.

மாதவி ‘நானும் வருவேன்’ என்று பிடிவாதம் செய்தாள். வேலையாள் மாதவியைத்தான் தூக்கி வருவதாக ஒப்புக்கொண்டு பலராமனைக் கையில் பிடித்துக்கொண்டு தாராமணியின் வண்டிக்கருக்கில் வந்து சேர்ந்தான். பலராமன் ‘கிழவி எங்கே?’ என்று கேட்டான். தாராமணி அவளை ஆஸ்பத்திரிக் கனுப்பி யிருப்பதாயும் தான் இவர்களையழைத்துச் செல்வதாயும் கூறி வண்டியை வேகமாய் விடச்சொன்னாள்.

வழக்கம்போல் தேவதத்தன் குழந்தைகளைப் பாடம் படிக்க அழைத்தும் ஒருவரும் வரவில்லை. மற்றச் சிறுவர்களெல்லாம் மூலைக்கு மூலை சென்று தேடினார்கள் வீரனும் பவானியும் சுற்றுப்புறமெல்லாம் அலைந்து பார்த்தார்கள். குழந்தைகளைக் காணோமென்றதும் வித்யாவதி கதறி யழுதாள். எங்கு தேடியும் குழந்தைகள் அகப்படவில்லை. தேவதத்தன் ஓயாது ‘‘பலராமா, மாதவி’’ என்று கூவிய வண்ணம் கதறி ஓலமிட்டார். குழந்தைகளைப் பிறர் அபகரித்திருப்பார் என்ற சந்தேகம் ஒருவருக்கும் உண்டாகவில்லை. தோட்டத்தருகில் கரைபுரண்டு ஓடிகொண்டிருக்கும் கால்வாயில் இவ்விருவரும் தவறி விழுந்திருக்கலாமென்றே எல்லோரும் தீர்மானித்தார்கள். விவேகியாகிய தேவதத்தன் தம் மனதை ஒரு விதமாகச் சமாதானப்படுத்திக் கொண்டு தாம் ஏற்படுத்திய பள்ளிக்கூடத்தைச் சிரத்தையுடன் கவனித்து மற்றச் சிறுவர்களை ஆதரித்து வந்தார். கிராமத்திலுள்ளவர்க ளெல்லோரும் தேவதத்தனுக்கு ஏற்பட்ட விச னகரமான நிகழ்ச்சி கண்டு மிகவும் பரிதவித்தார்கள்.

ஆறாவது அதிகாரம்

பலராமனும் மாதவியும் ‘அம்மா, அப்பா’ என்று அறுபது நாழிகையும் அழுதவண்ணமாயிருந்தது கண்டு ரமாகாந்தன் அவ்விருவரையும் ரத்தின புரிக்கழைத்துச் சென்றான். அவ்விடத்தில் அக்குழந்தைகளுக்குப் பல வினோதக் காட்சிகளையும் காண்பித்து அவர்கள் விரும்பியசாமான் களையும் ஏராளமாய் வாங்கிக் கொடுத்தான்.

அவ்விடமே ஒரு வீட்டை வாடகைக்கமர்த்தி, தன் தாயையும் சிறுவர் களையும் ரத்தினபுரியில் வசிக்கச் செய்தான். சிறுவர்களுக்கு தேவதத்தன் இன்னார் என்ற விவரம் தெரியாது. இவ்விடமும் தங்களை மெத்த அன்புடன் நடத்துவதாலும் விளையாட்டு புத்தி இன்னும் நீங்காமலிருந்த தாலும் நாளுக்கு நாள் அவர்கள் அழுகையை ஓய்த்துச் சந்தோஷமாகவும் இருந்தார்கள். ரமாகாந்தன் தன் பள்ளித் தோழனாகிய தேவதத்தனுக்கு இக்குழந்தைகள் மீதுள்ள வாஞ்சையையும் குழந்தைகளின் சுறுசுறுப்பையும்

புத்திசாலித்தனத்தையும் உத்தேசித்து, பிரபுக்கள் வீட்டுக் குழந்தைகளைக் காட்டிலும் பன்மடங்கு அதிகமாக இவர்களை ஆதரித்து வந்தான். பலராமனை அதிகமாய் வெளியிலனுப்பாமல் வீட்டிலேயே பாடங் கற்கச் செய்தான். ரமாகாந்தன் அடிக்கடி ரத்தினபுரி வந்து குழந்தைகளிடம் இரண் டொருநாள் தங்கியிருந்து செல்வான். தேவதத்தன் குழந்தைகள் இறந்து விட்டதாய்த் துக்கித்தாரன்றி, குழந்தைகள்மட்டும் வரவர மனந்தெளிந்து சந்தோஷத்துடன் நாளொரு மேனியும் பொழுதொரு வண்ணமுமாய் வளர்ந்து வந்தனர். இக்குழந்தைகளை வளர்ப்பதில் தேவதத்தனைக் காட்டிலும் ரமாகாந்தனுக்கு அதிகப் பிரியமும் பற்று முண்டாயிருந்தன.

இவ்விதம் குழந்தைகளை உபாயமாய்ப் பிரித்தும், தமையன் வீடு வந்து சேராமல் குடிசையிலேயே வசிக்கத் தீர்மானித்து விட்டது கண்டு தாராமணி மனம் நொந்து அழுதவண்ணமிருந்தாள். ராஜசேகரன் குடிபழக்கத்துடன் நில்லாமல் சதாகாலமும் தாசி காந்தாமணியின் வீடே கதியாகக் கிடந்தார். ராஜசேகரனுக்குக் காந்தாமணியின் விஷயத்தில் செலவு செய்வதில் சற்றும் உற்சாகக் குறைவு ஏற்படவில்லை. ராஜசேகரன் இளம் பருவமுள்ள வாலிபனைப் போல் தம்மைச் சிங்காரித்துக் கொள்வதே அலுவலாக விருந்தார். இவர் வண்டியேறித் தாசி வீடு செல்லும் சமயம் பன்னீர் மணமும் வில்லை வாசனையும் அத்தரின் சுகந்தமும் தெருமுழுதும் வீசியடிக்கும். தாசி காந்தாமணியுடன் ராஜசேகரன் ஆட்டங்கள் பார்க்கச்சென்றால், சபையோர்களெல்லாம் இவர்களை கவனிப்பார்களன்றி ஆட்டம் பார்க்கும் வழக்கம் கிடையாது. முழு வயிற்றுச் சோறும் கந்தலற்ற துணியும் இல்லாமல் குச்சு வீட்டில் பதுங்கிக் கிடந்த காந்தாமணி இப்பொழுது தேவ ஸ்திரீயோ, கந்தர்வ மாதோ, கின்னரப்பாவையோ, நாக கன்னியோ என்று காண்போர் திடுக்கிடும்படி ஆடை யாபரணங்களினால் பிரகாசித்தாள். காந்தாமணியை விவாகஞ்செய்து கொண்டு விட்டால் அவளுக்குப் பெயரும் புகழும் உண்டாய் விடுமென்று ராஜசேகரன் பன்முறை எத்தனித்தார். ஆனால் தாசி காந்தாமணி இதற்குச் சம்மதிக்கவில்லை. காந்தாமணிக்காக ராஜசேகரன் கட்டி வைத்திருந்த மாளிகைக்கு 'காந்தி விலாசம்' என்று பெயர். ராஜசேகரனிடம் உபகாரம் பெற விரும்புவோர் யாராக யிருந்தாலும் தாசி காந்தாமணியைக் கும்பிட்டாலன்றிக் காரியம் கைகூடாது. ராஜசேகரனுடைய தயவிற்காகவும் சந்தோஷத்தின் நிமித் தமும் தாசி காந்தாமணி மீது சில போலிப் புலவர்கள் கவி கட்டிப் பாடினார்கள். அரைகுறை வித்வான்கள் அரங்கேற்றல் செய்வதற்குக் காந்தாமணியின் சமூகமே அரங்கஸ்தானமாக விருந்தது. ராஜசேகரன் வீட்டில் நடைபெறும் சந்தோஷக் கூட்டங்களில் தாசி காந்தாமணியே முன்னின்று விருந்தினர்களை யுபசரிப்பாள்.

காந்தாமணியின் மோகம் மீற மீற ராஜசேகரன் தாராமணியைக் கவனிப்ப தேயில்லை. கிழவர் குடிமயக்கத்தில் யோகநித்திரை புரிய ஆரம்பித்ததும், காந்தாமணியும் புருஷோத்தமனும் இஷ்டப்படி குதுகலமாக ஆடிப் பாடிக் கொண்டு ஆனந்திப்பார்கள். காந்தாமணியின் உள்ளன்பு மட்டும்

புருஷோத்தமனிடமே பதிந்திருந்தது. இவ்வாறு ஒருவிதக் குறைவுமின்றி புருஷோத்தமன் காலங் கழித்துவந்ததுடன் திருப்தி கொள்ளாது மேல் நடக்க வேண்டியவற்றை ஆலோசிக்கலானான்.

ஏழாவது அதிகாரம்

பாஸ்கரன் முனிசிபல் கமிஷனராக நின்ற சமயம் போட்டியாக வந்த தேவதத்தன் தமக்கு நேரிட்ட வருத்தம் காரணமாக ஒதுங்கி விட்டதும், மீண்டும் பாஸ்கரனே வெற்றி பெற்றார். தமது பஞ் சாலையில் வேலை செய்யும் ஆட்களைக் கொடுமையாக நடத்திவரும் இப் புண்ணியவானுக்குப் பொது ஜன ஊழியத்தில் நோக்க முள்ளவர் களுக்குக் கிடைக்கவேண்டிய முனிசிபல் கமிஷனர் ஸ்தானம் கிடைத்தது பற்றிச் சிலர் தமக்குள் வருத்தமடைந்தார்கள். பாஸ்கரன் எலெக்ஷனில் நிற்கும் சமயம் பணத்தை லட்சியமின்றி வாரி யிரைத்திருந்தார். ஆகையால் இவரைப் புகழ்ந்து எழுதுவதே சில பத்திரிகைகளுக்கு வேலையாயிருந்தது. பாஸ்கரனுக்கு ஜனப்பிரதிநிதி ஸ்தானங்களில் இடம் பெறவேண்டுமென்ற ஊக்கமும் முயற்சியும் இருந்தும், கமிஷனர் ஸ்தானத்தைப்போல் அவ்வளவு எளிதாய் ஜனப்பிரதிநிதி ஸ்தானத்திற்கு வோட்டர்களை வசப்படுத்திக்கொள்ள சாத்தியமற்றதாயிருந்தது. பொதுநல ஊழியத்தில் இவர் சிறிதும் சம்பந்தப்படாமலிருந்தபோதிலும், எந்த விசேஷ நடவடிக் கைகளிலும் ஸ்ரீமான் பாஸ்கரனுடைய பெயர்தான் முதன்மையாய்ப் பிரகாசிக்கும்.

பொதுக் காரியங்களுக்கு இவரை உதவி கேட்க வரும் தேசாபி மானிகளைக் கண்டால் ஜனசமூகத்தில் ஆசார சீர்திருத்தம் பரவாதவரை இக்காரியங்களெல்லாம் வீண் என்றும், நமக்குள் ஜாதிமத வேற்றுமை யுடன், ஒற்றுமையும் கிடையாது என்றும், உத்தேசிக்கும் முதல் முழுதும் சேர்ந்தபின் தாம் ஏதாவது அளிப்பதாயும் இவ்விதம் எதையேனும் பேசிக் கையில் காலணாவுமளியாமல் தப்பித்துக்கொண்டு விடுவார். ஸ்ரீதரனை மோசஞ் செய்ததிலிருந்தே பாஸ்கரனுக்குச் செல்வப் பெருக்கு உண்டாயிற்று. லட்சாதிபதியான இவருக்கு ஆண் சந்ததியைக் கடவுள் அளிக்கவில்லை. நெடுநாள் தவமிருந்து ஒரு பெண் குழந்தை அவருக்கு பிறந்தது. பத்மினி என்ற இப்பெண் தகப்பன் குணத்திற்கு முழுதும் மாறுதலான நற்குணங்களைக் குழந்தைப் பருவத்திலிருந்து பெற்றிருந்தாள். பத்மினிக்குப் புத்தி தெரிந்ததிலிருந்து கிளியைக் கூட்டிலடைத்து வளர்க்கக்கூடாது என்று சொல்வாள். பிச்சைக் காரர் 'அம்மா தாயே' என்று கூவினால் தானே சென்று பிச்சையிடுவாள். இவள் நற்காலத்திற்கேற்றவாறு இவளுக்குப் பாடம் கற்பிக்க ஏற்பட் டிருந்த உபாத்தினியும் கல்வி அறிவு, நடவடிக்கை இவைகளிற் சிறந்து விளங் கியதால் பத்மினி விளையாடிக்கொண்டே பல அரிய விஷயங்களைக் கற்றுணர்ந்தாள். தமக்கு லோபகுணம் மிகுந்திருந்தும் செல்வப் பெண் பத்மினி விஷயத்தில் பாஸ்கரன் தாராள சிந்தையுடனிருந்தார்.

பத்மினிக்குப் பன்னிரண்டு வயது நிறைந்ததும் தக்க வரனைத் தேடி விவாகம் முடிக்க வேண்டுமென்ற கவலை பாஸ்கரனுக்கு உண்டாயிற்று. பத்மினியின் தாய்க்கு மட்டும் தன் குழந்தையின் நற்குணத்திற்குத் தக்க புருஷனைக் கடவுள் அளிப்பார் என்ற நம்பிக்கையுண்டு.

வீட்டில் பாடங் கற்கும் சமயங்கள் போக மற்ற நேரத்தைப் பகற் பொழுதில் பத்மினி தனது தந்தையின் பஞ்சாலையிற் கழிப்பாள். வேலையாட்கள் யாரேனும் கிழிந்த வஸ்திரமணிந்துகொண்டிருந்தால் புதிது வாங்கித் தருவாள். கடுமையான வேலைகளில் சிறுவர்களைக் கஷ்டப்படுத்தக்கூடாது என்று மன்றாடுவாள். அப்பிள்ளைகளுக்கு மிட்டாய்ப் பட்சணங்கள் வாங்கி வயிறார அளிப்பாள்; வீட்டிலிருந்து புறப்படும்பொழுது இவளுக்குத் தந்தையால் கொடுக்கப்படும் பணத்தைப் பிச்சைக்காரர்களுக்கும் எளிய பிள்ளைகளுக்கும் கொடுத்து உதவுவாள்; விலையுயர்ந்த ஆடை வாங்கிக் கொள்ளவேண்டுமென்பதாகச் காரணங் கூறித் தந்தையிடமிருந்து பணம் பெற்று அதை ஏழைப் பிள்ளைகளுக்குப் புத்தகம் வாங்கிக் கொடுப்பதில் உபயோகிப்பாள்.

பத்மினி தக்க வயதடைந்து பஞ்சாலைக்கு விசேஷமாய் வரத் தொடங் கியதிலிருந்து அவ்விடம் வேலை செய்யும் கூலியாட்களுக்கு நல்ல காலம் பிறந்த தென்பதில் ஆட்சேபமில்லை. பத்மினி தனக்குத் தெரியாத விஷயங்களைத் தனது உபாத்தினி மூலமாகத் தெரிந்து கொண்ட தால் தன் வயதுக்கு மீறிய உபகாரச் செயல்களைச் செய்ய இவளுக்குச் சந்தர்ப்ப மேற்பட்டது. புத்தி தீட்சணியமுள்ள பத்மினி, தன் தந்தை தொழிலாளிகளைக் கடுமையாய் நடத்தி வருகிறார் என்பதை நன்குணர்ந் தாள். அவள் தந்தையின் மனங்கோணாமல் பேசி தான் நினைத்தபடி காரியங்களை முடிக்காமல் விடாள். காலாந்தரத்தில் கேசவன் என்ற கூலிக் காரனும் அவன் மனைவியும் ஒரே நாளில் உயிர் துறந்ததையும் அவர்கள் இறந்த விஷயமாகவோ அவர்களின் குழந்தைகளைப் பற்றியோ தன் தந்தை சிறிதும் கவனிக்கவில்லையென்பதையும் பத்மினி தெரிந்துகொண்டாள். தன் தந்தை ஊர் முழுதும் பாபி என்ற நாமம் படைத்திருந்த தறிந்து இவள் விசனித்தாள். ஏழைத் தொழிலாளிகளின் பரிதாப நிலைமையைக் காணப் பத்மினிக்குத் தான் சுகமாகக் காலங் கழிப்பதிலும் விலை யுயர்ந்த ஆடையாபரணங்கள் அணிவதிலும் மெத்த வெறுப்புண்டாயிற்று.

நம்பிக்கைத் துரோகத்தையே அஸ்திவாரமாகக் கொண்டு தன் தந்தை தேடிவைத்திருந்த ஐசுவரியத்தில் பத்மினிக்குப் பிடித்தமுண்டாகவில்லை. தகப்பன் கலியாணத்திற்காக வரன் தேடுவதைக்கண்டு பத்மினி தனக்கு விவாகம் செய்துகொள்ள இஷ்டமில்லை என்பதாக ஜாடையாய்த் தெரிவித்தாள். அவள் மனம் திருந்தும் வரையில் கலியாண முயற்சியை நிறுத்திவைப்பதே சிலாக்கிய மென்று பாஸ்கரனும் ஒப்புக்கொள்ள வேண்டியதாயிற்று.

ஒருநாள் பாஸ்கரன் பஞ்சாலையிலுள்ள இயந்திரம் ஒன்று வெடித்து விட்டதால் சிறுவர் பெரியோர்கள் உள்பட ஏழெட்டுப் பேர்கள் மரண மடந்தார்கள். பஞ்சாலையில் அபாயம் நேர்ந்துவிட்டதென்றறிந்த மறு நிமிஷத்திலேயே பத்மினி அவ்விடம் வந்துவிட்டாள். கணவனை யிழந்த மனைவியும் மகனை யிழந்த தாயும் சகோதரனைப் பறி கொடுத்த சகோதரியும் தந்தையை யிழந்த மைந்தனும் அலறியழுங் காட்சி பத்மினிக்குப் பயங்கரமாக விருந்தது. இவ்வளவு ஆபத்து நடந்தும் தந்தை வீட்டில் உட்கார்ந்து கணக்குகளைப் பரிசோதிப்பது கண்டு பத்மினி மனம் பதைத்தாள்.

அங்குள்ளவர்களுக் கெல்லாம் தைரியம் கூறிப் பத்மினி வீட்டிற்கு வேகமாய் வந்து தந்தை காலில் விழுந்து ஓவென்று அழுதாள். பாஸ்கரன் அலறியழும் பெண்ணைச் சமாதானப்படுத்தி உட்காரச் செய்து என்ன விசேஷமென்றார்.

பத்மினி: அப்பா, நமது கூலியாட்களில் பலர் அநியாயமாய் மாண்டு விட்டனரே!

பாஸ்கரன்: ஆம், அதற்கென்ன செய்வது? வேலை செய்யுமிடத்தில் கஷ்ட நிஷ்டூரங்கள் இல்லாம லிருக்குமா?

பத்மினி: இனி இறந்தவர்களின் மனைவி மக்களைக் காப்பாற்று வார் யார்?

பாஸ்கரன்: அவர்கள் தங்கள் உழைப்பைக் கொண்டு ஜீவித்துக் கொள்ள வேண்டியது தான்.

பத்மினி: அவ்வுயிர்கள் நம்மாலன்றோ நஷ்டமடைந்தன!

பாஸ்கரன்: இதற்கு நாம் பாத்தியமாகக் கூடுமா? வயிற்றிற் கில்லாது வேலை செய்ய வருபவர்களுக்கு இவ்விதம் நேர்ந்தால் நாம் என்ன செய்யலாம்?

பத்மினி: நமது லாபத்திற்கு ஆதாரமாயிருந்து நமது தொழிற்சாலை யிலேயே உயிர் துறந்தவர்களின் குடும்பங்களுக்கு நாம் தான் உதவி புரியவேண்டும்.

பாஸ்கரன்: நல்லது, அவர்கள் வீட்டார் வேலை செய்வதானால் நான் கூலி கொடுக்கத் தடை சொல்லவில்லையே.

பத்மினி: அல்ல, அல்ல, அவர்கள் கண்ணீர் விட்டுப் பசியால் வருந்தாமல் சிறிதளவேனும் பணம் உதவவேண்டு மென்ப என் எண்ணம்.

பாஸ்கரன்: வெகு நன்றாயிருக்கிறது! நிரம்ப லட்சணம்! தொழிற் சாலை வைத்து நடத்துவோர்களெல்லாம் நான் இவ்விதம்

செய்தால் என்னைச் சும்மா விடுவார்களா? தொழில் முறையில் பின்னடைந்திருந்த நம் தேசம் முன்னேற்ற மடைய விருக்கும் இச்சமயத்தில் தொழிலாளிகளை நாம் அடக்கியாளவேண்டியதை விடுத்து இடங் கொடுப்போ மானால் தொழிற்சாலை வைத்துக் குட்டிச்சுவராய்ப் போக வேண்டியது தான்! சற்று இடங்கொடுத்து விட்டால் தொழிலாளர் நம் தலையில் உட்கார்ந்து விட மாட்டார்களா?

பத்மினி: அப்பா, நீங்கள் இவ்விதம் நினைப்பது தவறு என்பதை வணக்கமாய்த் தெரிவித்துக் கொள்ளுகிறேன். நாம் தொழிலாளிகளை அன்பாய் நடத்திப் பொருளீட்டல் நியாயமன்றி, ஏழைகளின் நெற்றித் தண்ணீருடன் கண்ணீரும் பூமியில் விழச்செய்வது தர்மமாகுமா? தொழிலாளிகளை நாம் கவனியாதவரையில் அவர் களுக்கு நம்மிடம் விசுவாச மும் நம்பிக்கையும் பற்றுதலும் உண்டாகவே மாட்டா.

பாஸ்கரன்: நித்திய தரித்திரங்களுக்கு உழைப்பிற்கேற்ற கூலி கொடுப் பதே தர்மம். இதைக்காட்டிலும் என்ன செய்ய முடியும்?

பத்மினி: நமதுபஞ்சாலையின்அபாயத்தினால்உயிரிழந்தவர்களின் குடும்பத்தாருக்குச் சிறிது உதவி செய்தல் முக்கியம்.

பாஸ்கரன்: இவ்வாறு செய்வதென்றால் நெடுநாட்களாய்ச் சேர்த்த பணத்தை ஒரு நிமிஷத்திலேயே தொலைத்துவிட நேரிடும்.

பத்மினி: பணத்தைத் தாங்கள் சேர்ப்பதற்குத் தொழிலாளிகளின் உழைப்புதானே காரணம்! அப்பணத்தை அவர்கள் விஷயமாகவே செலவழிப்போமானால் நமது தொழிற் சாலை முன்னிலும் அதிக லாபம் தருமன்றோ? தவிர, நீங்கள் பணம் சேர்த்திருப்பது யாருக்காக?

பாஸ்கரன்: எல்லாம் உனக்காகத் தான்.

பத்மினி: நமது செல்வத்தின் தொகை எவ்வளவு இருக்கும்?

பாஸ்கரன்: சுமார் எழுபத்தைந்து லட்சம் இருக்கிறது.

பத்மினி: இவ்வளவு பணத்தையும் வைத்துக் கொண்டு நான் என்ன செய்வது?

பாஸ்கரன்: நல்ல கணவனை மணந்து சௌக்கியமாயிருப்பதற்கு அது உபயோகப்படும்.

பத்மினி: எழுபத்தைந்து லட்சம் திரவியம் ஒரு பெண்ணுக்குக் கில்லாவிடில் தாங்களுரைத்த நன்மைகள் கிடைக் கமாட்

டாவோ? ஆனால் உலகிலுள்ள ஒவ்வொரு பெண்ணும் எழுபத்தைந்து லட்சமுள்ளவளாகவா இருக்கிறாள்?

பாஸ்கரன்: பிரபுவின் மகளாகிய நீ காலங் கழிப்பதற்கு இது மிகச் சிறிய தொகை என்பதே என் கவலை.

பத்மினி: நான் எல்லாரையும்போல் சாமானியமாய் உண்டு உடுத்துக் காலங் கழிக்கக்கூடாதென்ற நிர்ப்பந்த மென்ன?

பாஸ்கரன்: பாஸ்கரன் என்றால் அறியாதாரில்லை. அவ்விதமிருக்க, என் மகளாகிய நீ இவ்வித அந்தஸ்திற்குக் குறைந்து இருந் தால் என் பெயருக்கே அழிவுண்டாய் விடும்.

பத்மினி: அப்பா, உலகில் மனிதனுக்குப் புகழ் உண்டாவது செய் கையினாலன்றிப் பணத்தினால் உண்டாகவே மாட் டாது. தேசோப காரிகளுக்கும் பிற நலம் நாடுவோருக்கும் அழியாப் புகழ் ஏற்படுகிறது. தனவந்தர்களின் புகழ் அவர்கலின் உயிர் உள்ளவரையில் சுயநல்வாதிகளான சிலரால்போற்றப்படுமன்றிஅப்புகழ்உண்மையானதல்ல. தாங்கள் புகழை விரும்புவதாயிருந்தாலும் ஐசுவரியத்தை எதிர்பார்ப்பதாயிருந்தாலும் இப்பொழுது நீங்கள் கொண்டுள்ள கொள்கையை முழுதும் மாற்றிடல் அவசியம்.

இவ்வார்த்தை கேட்டதும் பாஸ்கரனுக்கு ஒரு புதிய உணர்ச்சி உண்டாயிற்று. இது வரையில் இல்லாத பச்சாத்தாபம் அவர் மனதில் தோன்ற வாரம்பித்தது. அவர் தம் அருமைக் குழந்தையை எடுத்து மடிமீது உட்காரவைத்துக் கொண்டு, “குழந்தாய், எனக்குத் தற்கால மிருக்கும் புகழ் சில சுயநலவாதிகளால் என் சந்தோஷத்திற்காக ஏற்படுத் தப்பட்டிருப்பதாகும் என்பதை இன்று உன் வாய்மொழியால் தான் நான் அறிந்துகொண்டேன். உனக்குப் பதினைந்து வயதாகுமுன் இவ்வளவு புத்தி ஏற்பட்டிருப்பது எனது பாக்கியமே. ஜனங்கள் என்னைப்பற்றி என்ன நினைக்கிறார்கள்?” என்று பரிதாபத்துடன் வினவினார்.

பத்மினி; “அப்பா! உங்களைப் பரம லோபி என்றும், கல் நெஞ்சரென்றும், தொழிலாளரைக் கடுமையாய் நடத்தும் பாபி என்றும் ஜனங்கள் சொல்லுகிறார்கள். தவிர, ஏழைக் கேசவனும் அவன் மனைவியும் ஒரே நாளில் இறக்க, அவர்கள் குழந்தைகளை நீங்கள் ஆதரிக்கவில்லையாம். இதைக்காட்டிலும் அபகீர்த்தி வேறு என்ன இருக்கிறது?” என்று கூறி வாய்விட்டு அழத்தொடங்கினாள்.

கேசவன் என்ற பெயரைக்கேட்டதும் பாஸ்கரன் உடல் நடுநடுங்கியது. அவன் தமது மோட்டார்க்கடியில் அகப்பட்டு உயிரிழந்ததை நினைத்தார். மூடிய கண்களும் துவண்ட தலையுமாய்க் கேசவன் சரீரம் கண்முன் இருப்பதுபோல் அவருக்குத் தோன்றியது. அவன் மனைவி மரணத்

தறுவாயிலிருக்குஞ் சமயத்தில் தாம் ‘‘லஏழைக்குப் பெண்டாட்டி ஒரு கேடா?’’ என்று கூறியது இவர் ஞாபகத்தில் வந்தது. கேசவன் குழந்தைகளிரண்டும் காப்பாற்றுவாரற்றுத் தம்முன் வாடிய வயிற்றுடன் அழுவது போலிருந்தது.

முழுத் தொகையையும் முந்திப்போட்டு, தொழிற்சாலையை நிலைப்படுத்திய ஸ்ரீதானைத் தான் வஞ்சித்து ஓட்டியதை பாஸ்கரன் உணர்ந்தார். அவர் கைகால்கள் அசைவற்றுவிட்டன. இவ்வித நிலைமையிலிருக்கும் தந்தையைப் பத்மினி நெடுநேரம் ஆசுவாசபடுத்தியபின், பாஸ்கரன் சற்று மனந்தெளிந்து உட்கார்ந்தார். அவர் மகளை நோக்கி, ‘‘என் கண்மணியான குழந்தாய், நீ இனி எவ்விதம் சொல்லுகிறாயோ அவ்விதமே நான் நடப்பேன். இப்பொழுது ஆகவேண்டியவற்றை அச்சமின்றிக் கேளம்மா’’ என்று அன்போடு சொன்னார். அவள் தந்தையை யழைத்துக் கொண்டு பஞ்சாலை சென்று அங்கு அபாயத்தால் உயிரிழந்தவர்களின் மனைவி மக்களை வரவழைத்து ஒவ்வொருவருக்கும் தைரியம் சொல்லி, வேலை செய்ய முடியாதவர்களுக்கு இதுவரை அவ்வீட்டு ஆளுக்குக் கொடுத்து வந்த சம்பளத்தை இனாமாகவும், வேலை செய்வோருக்கு இரட்டிப்பாகவும் கொடுப்பதாய் வாக்களித் தாள். அங்குள்ள ஏழைகளின் உள்ளம் உடனே குளிர்ந்ததுடன் ‘‘தாயே! பாக்கியலக்ஷ்மி! நீ நீடூழிகாலம் க்ஷேமமாய் வாழ்ந்து கொண்டிருக்க வேண்டும்’’ என்று அவர்கள் வாயார வாழ்த்தினார்கள்.

எட்டாவது அதிகாரம்

தாசி காந்தாமணியைத் தன் வசப்படுத்திக் கொண்டு, ராஜசேகரனுக்கு முந்திமயக்க வஸ்து அளித்து அவர் சொத்துக்களை எழுதிவாங்கிக் கொண்டு பிறகு அவரை விஷமிட்டுக் கொன்று விடுவதாகப் புருஷோத்தமன் நிச்சயித்தான். இவ்வேற்பாடு செய்து முடிப்பதற்கு ஒரு வாரம் முன்னர் காந்தாமணி ராஜசேகரன் மீது தனது முழு வலையையும் வீச வாரம்பித்தாள். தன்னுடனேயே அவர் இனி வசிக்கவேண்டுமென்று அவள் மன்றாடினாள். ‘‘உங்களை அரைக்கணம் காணாவிடில் என் உயிர் தரிக்கவே மாட்டாது’’ என்று ஜாலம் செய்தாள், காந்தா மணியின் ஒய்யாரநடையும் சிங்காரப்பேச்சும் மனோகரமான சங்கீதமும் கிழவரை முற்றிலும் மயக்கிவிட்டன. காந்தாமணி புருஷோத்தமனிடம் இதைப் பற்றிப் பேசிக்கொண்ருந்ததை அவள் செவிலித் தாயாகிய மனோகரி அறிந்து காந்தாமணியைத் தனியிலழைத்து ‘‘லஎன்னடி, அவனுடன் பேசிக் கொண்டிருந்தாய்?’’ என்றாள்.

காந்தாமணி:- கலப்பணமானுலும் கிழப்பிணம் கூடாதென்பது சரியாய்த் தானிருக்கிறது. உனக்கேன்வீண்விவகாரமும் வெட்டி வம்பும்?

மனோகரி:- அடி தேவடியாள் சிறுக்கி! அடி செருப்பாலே! அன்ன மிட்டவளைக் கொல்லவா பார்க்கிறாய்?

காந்தா:- நீ என்னை எடுத்து வளர்த்தவளாயிற்றே என்றால் எவ்வளவு நாளைக்குத்தான் உன்னால் நான் இம்சைப்பட முடியும்? இனி என் வழிக்கு வாரதே, போ.

மனோ:- அடி தடிச்சி! என்ன வீசுகிறாய்? உன்னை வளர்த்து ஆளாக்கிவைத்து எப்படியாவது நீ நன்றாயிருக்கவேண்டு மென்று பாடுபடும்போது என்னையா வெளியே போகச் சொல்லுகிறாய்?

காந்த:- அம்மா, உனக்கு ஒன்றும் தெரியாது. நீ கர்னாடகம்! எனக் குச் சௌகரியமான வழியை நான் தேடிக்கொள்வதில் உனக்கு ஆட்சேபமென்ன?

மனோ:- அதைத்தான் இன்னதென்று நான் தெரிந்துகொள்ள விரும்புகிறேன்.

காந்த:- கிழட்டுப் பிணத்திற்கு மயக்க மருந்து கொடுத்து அதன் ஆஸ்தி முழுவதையும் எனக்கு வாங்கிக் கொடுப்பதாய்ப் புருஷோத்தமன் சொல்லுகிறான்.

மனோ; ஆமாம்கிழவனுக்குப்பிறகுவிஷமிட்டுவிடவேண்டுமென்று பேசிக்கொண்டீர்களே. அஃது எதற்கு?

காந்தா; புத்தி மாறிப்போய்ப் பத்திரத்தை மாற்றிவிட்டால் என்ன செய்கிறது?

மனோ:- கிழவன் உனக்கு இப்பொழுதே ஏராளமாய்க் கொடுத்திருக் கிறான், இன்னும் நீ உன் வாயைத் திறந்து கேட்பாயானால் லட்சக் கணக்காகவும் கொடுப்பான், இதைவிட்டு அவன் குழந்தைகளை எல்லாம் வஞ்சித்து முழு சொத்துக் களையும் எழுதி வாங்கிக்கொண்டு ஆளையும் கொன்று விடுவதென்றால் என் உடல் நடுங்குகிறதே. நாம் முந்தி மேல வீதியிலிருந்தபோது நமது பக்கத்துவீட்டு தாசி சித்திராங்கி இருந்தது உனக்குத் தெரியுமா? எவனோ முட்டாள் ஒருவன் அவள் வலையிலகப்பட்டுக்கொண்டு விழித்தானே, சித்திராங்கி அவனுக்கு விஷமிட்டுக் கொன்று அவன் கையடக்கமாய் வைத்திருந்த லட்சக் கணக்கான நோட்டுக்களைத் திருடிக்கொண்டாள். மூன்றே முக்கால் நாழிகை அவள் மேற்கொண்ட ராங் கியையும் உடுத்த சேலைகளையும் பூண்ட வைரக்கல் நகைகளையும் நான் பார்த்துக்கொண்டுதானிருந்தேன். முடிவில் அவள் எல்லாவற்றையும் குடித்து அழித்துக் குடிக் கக் கஞ்சியற்றுக் கண்ணவிந்து குப்பைத்தொட்டிக் கருகில் விழுந்து கிடந்ததையும் இந்தக் கண்ணாலேயே கண்டேன். இதையெல்லாம் ஆலோசித்தே உனக்குப் புத்திமதி கூறலாம் என்று வந்தேன். தேசாபிமானமற்றவன்,

அநியாய வழியில் பொருள் தேடுபவன் ,பொது நலத்திற்கு உழைக்காதவன், பரோபகாரம் செய்யாதவன், ஆட்களை வருத்தி வேலைவாங்கிக் குறைந்த கூலியிட்டுப் பணம் சேர்ப்பவன் இவர்களுடைய சொத்துக்களெல்லாம் நமக்காக ஏற்பட்டிருப்பது நிச்சயமே. ஆனால் யாராயிருந்தாலும் பிள்ளை குட்டி இருப்பவனை மட்டும் நாம் முழுதும் கொள்ளையடிக்கக் கூடாது. இதுவும் போகட்டு மென்றாலும் நீ ராஜசேகரனுடைய உயிரை வாங்கிவிட நினைப்பதும் பரமபாதகச் செயலாகும். புருஷோத்தமன் ஏதோ சூது செய்வதாய் நான் எண்ணுகிறேன், இல்லாவிடில் கிழவனைக் கொல்லவேண்டு மென்று அவன் உனக்குக் சொல்லவேமாட்டான்.

இதைக் கேட்டதும் காந்தாமணிக்கு முன் இருந்த தீர்மானம் மாறி விட்டது ''நல்லது, இருக்கட்டும், சொத்துக்களை எழுதி வாங்கிக் கொண்டு பிறகு விஷம் கொடுக்காமலிருந்து விடுகிறேன். இது நல்ல யோசனை தான்'' என்று காந்தாமணி தனது செவிலித்தாய்க்கு உறுதிமொழியளித்து அனுப்பினாள்.

இவர்கள் முன் செய்துகொண்ட ஏற்பாட்டின்படி குறித்த தினத் தில் புருஷோத்தமன் ராஜசேகரனை மாலை ஐந்து மணிக்கே காந்தா மணியின் வீட்டிற்கழைத்து வந்துவிட்டான். இரவு எட்டு மணி வரையில் காந்தாமணி சதிர்க்கச்சேரி நடத்தினாள். ராஜசேகரனுக்கு அன்று தன் கையாலேயே போஜனமளித்துத் தானும் கூடவிருந்து உண்டு காந்தாமணி பத்தியங்களைப் பாடியவண்ணம் தன்மீது சாய்ந்து கொண்டிருக்கும் ராஜசேகரனுக்கு வெற்றிலை மடித்துக் கொடுத்தாள், வெற்றிலை மடிப் பிலிருந்த பிரயோகத்தினால் ராஜசேகரன் பிதற்ற வாரம்பித்தார்.

இதுவே சமயமென்று புருஷோத்தமன் தன் மடியில் வைத்திருந்த காகிதச் சுருள் ஒன்றை எடுத்து அதில் ராஜசேகரனைக் கையெழுத்திடச் செய்தான். சிறிது நேரத்திற்கெல்லாம் ராஜசேகரன் பிரக்ஞை யற்றுத் தரையில் விழுந்துவிட்டார். புருஷோத்தமன் பரபரப்பாய் எழுந்து, ''நான் தாராமணி படுத்திருக்கும் அறையில் நெருப்பிட்டு விடுப்படி ஏற்பாடு செய்திருக்கிறேன். நீ சீக்கிரம் விஷப்புட்டியை யெடுத்துக் கிழவன் மூக்கில் மூகரச் செய்துவிடு, இதோ நான் சிறிது நேரத்திற் கெல்லாம் வந்து விடுகிறேன்'' என்று காந்தா மணியிடம் கூறினான்.

காந்தா:- பத்திரத்தில் கிழம் சரிவரக் கையெழுத்திட்டிருக்கிறதா? அதையெடு, நான் பார்க்கிறேன்.

புரு:- ஆகவேண்டிய காரியங்களை முடிப்பதற்கு முன் இதற் கென்ன அவசரம்? கிழவனுக்கு மயக்கம் தெளியும் நேரமாய் விட்டது, விடு என்னை.

காந்தாமணி பத்திரத்தைப் பார்க்கத்தான் வேண்டுமென்று பிடிவாதம் செய்தாள். புருஷோத்தமன் இவளுடைய மிரட்டலிலும் நடிப்பிலும் மதிமயங்கித் தன்னிடமுள்ள பத்திரத்தைக் கொடுத்தான், அதில் சகல சொத்துக்களும் தம் சுயார்ச்சிதமென்றும். தம் பிள்ளை தேவதத்தனுக்குச் சிறிது மளிக்கத் தாம் இஷ்டபடவில்லை என்றும், மருமகன் புருஷோத்தமனே தமது முழுசொத்துக்களையும் அடையவேணடியதென்றும் கண்டிருந்தது இதைப் படித்த காந்தாமணி தனக்கு வந்த கோபத்தை உள்ளடக்கிக்கொண்டு புன்சிரிப்புடன், ''என் பேருக்கல்லவா எழுதி வாங்கப் போவதாய் என்னிடம் கூறினாய்?'' என்று புருஷோத்தமனைக் கேட்டாள்.

இவளிலும் சாகசம் கற்றவனாகிய புருஷோத்தமன் தானும் புன்முறுவல் செய்து, ''அடி, என் ஆசைக்கிளியே, அன்பிற்கிருப்பிடமே, ஆருயிர்க் காதலி, வஞ்சிக்கொடியே, வாடாத பூங்கொடியே, நான் இவ்விதம் செய்திருப்பது உன் நன்மைக்காகவே. வக்கீலை நான் யோசனை கேட்டதில் உன் பேரால் எழுதினால் தேவதத்தன் வழக்குத் தொடர இடமிருப்பதாய்த் தெரியவந்ததால் என் பேருக்கு எழுதி வாங்கியிருக்கிறேன். என் உயிர் உடல் இரண்டும் உன்னுடையவைகள் தானே! உன் பாதத்தின்கீழே தாசனாய் விழுந்து கிடப்பவனிடமுள்ள சொத்துக்கள் உனக்கன்றி வேறுண்டா? எங்கே என்னை நிமிர்ந்து பார், நான் போய் வரட்டுமா? நீ சீக்கிரம் மேல் நடக்க வேண்டியதை முடித்துவிடு. அடி, காந்தாமணி! என்னிரு கண்மணியே! அஞ்சாதே'' என்று கூறி வேகமாய் வெளியில் சென்றுவிட்டான். காந்தாமணி ஒன்றும் தோன்றாது திகைத்துப்போய் நின்றாள். பக்கத்தறையிலிருந்த மனோகரி அவ்விடம் வந்து, ''என்னடி, நான் சொன்னது நிஜமாயிற்றா? கருவேலன் முள்ளெடுத்து அம்மரத்தையே துளைக்க முடிமா? எனக்கு நீ புத்தி கற்பிக்கவந்தாயே!'' என்றாள்.

காந்தாமணி மனந் தெளிந்து ராஜசேகரனருகில் வந்து அவருக்கு மயக்கம் தெளியும்படி உபசாரம் செய்தாள். சிறிது நேரத்தில் ராஜசேகரன் கண் விழித்துக் கொண்டதும் காந்தா மணி அவரை நோக்கிக், ''ஐயா, புருஷோத்தமன் உமதிடம் மோசக் கையெழுத்துப் பெற்றுகொண்டு தாராமணியையும் தீக்கிரையாக்கிவிடச் சென்றிருக்கிறான். உடனே புறப்பட்டுச் சென்றாலொழியத் தாராமணியை உயிருடன் காண முடியாது'' என்று சொன்னாள்.

ராஜசேகரன் இது கேட்டுத் திகைத்து உடனே வண்டியேறி வழியில் போலீசாரையும் நெருப்பணைக்கும் இயந்திரத்தையும் அழைத்துக் கொண்டு வீடு வந்து சேர்ந்தார்.

ஒன்பதாவது அதிகாரம்.

ராஜசேகரன் வீட்டில் நெருப்புப் பிடித்து விட்டதென்ற சமாசாரம் ஊரெங்கும் பரவிற்று, தீயின் வெளிச்சம் ஊர்முழுதும் பிரகாசித்தது. ஜனங்கள் ஓடி வந்து ஜலத்தைக் குடங்குடமாக எடுத்து ஊற்றி அணைக்கலானார்கள். "குழந்தை தாராமணியை உயிருடன் காண்பேனா" என்று ராஜசேகரன் அலறினார். வீட்டிலுள்ள விலையுயர்ந்த பொருள்கள் தீயில் படார் படார் என்று வெடித்தன. நல்ல வேளையாய் ராஜசேகரனுடைய தஸ்தாவேஜீகள் மட்டும் அவ்வீட்டில் இருக்கவில்லை ரமாகாந்தன் அவைகளைத் தம் வீட்டிற்கு எடுத்துப்போய் ஓர் இருப்புப் பெட்டியில் பூட்டி வைத்திருந்தார். ஒரு வாரமாக ஊரிலில்லாதிருந்த ரமாகாந்தன் அன்று மாலை ஏழு மணிக்கு தான் அமராவதி வந்தார் என்று அங்குள்ள வேலையாட்கள் தெரிவித்தார்கள், முன்கட்டிடத்திலுள்ள நெருப்பவிப்பதற்குள் சூரியோதயமாயிற்று, இன்னும் தாராமணி என்னவானாள் என்பது தெரியவில்லை. இச்சமாசாரம் பக்கத்திலுள்ள கிராமங்களுக்கும் பரவிற்று. அதிகாலையில் எழுந்து கடவுள் தியானம் செய்துகொண்டிருந்த பாஸ்கரன் இச்செய்தி கேட்டதும் பத்மினியையுமழைத்துக் கொண்டு ராஜசேகரன் வீடு வந்தார். கதறியழுது கண்ணீர் வடிக்கும் ராஜசேகரனை பாஸ்கரன் சமாதானபடுத்திக் கொண்டிருந்தார்.

வீட்டின் பின்புறமாக ஆட்கள் வந்து பரிசோதித்ததில் ரமாகாந்தன் புகை தாளாமல் ஓர் முலையில் மூர்ச்சித்துக் கிடப்பதைக் கண்டு அவனையெடுத்துத் தக்க சிசிச்சை செய்யக் கூடிய வைத்தியனிட மனுப்பினார்கள். தாராமணி கிடைக்கவில்லையாதலின் எரிந்து குவிந்துகிடக்கும் முன் கட்டில் அகப்பட்டு இறந்து விட்டாளென்று அங்குள்ளவர்கள் அபிப்பிராயப்பட்டார்கள். இதற்குள் தந்தையின் வீடு தீப்பற்றியதென்றும் தங்கை அதில் அகப்பட்டுக்கொண்டிருக்கிறாள் என்றும் கேள்விப் பட்ட தேவதத்தன் பத்து மைல் தூரத்தையும் லட்சியம் செய்யாமல் அமராவதிக்கு ஒரே ஓட்டமாய் ஓடி வந்தார். ராஜசேகரன் வாடி இளைத்துத் துரும்பு போலிருந்த தம் மகனைக் கண்டதும், "அப்பா மகனே! நான் உன் சொல் கேட்டுப் பரோபகாரம் புரிய மாட்டேன் என்று பிடிவாதம் செய்ததின் பலனை அடைந்து விட்டேனடா!" என்று அலறி மூர்ச்சித்தார். தேவதத்தன் தந்தையைத் தேற்றிக்கொண்டு இருக்கும் சமயம் யாரோ 'இதோ வருகிறாள் தாராமணி' என்று கூவினார்கள். சுமார் பதினேழு வயதுள்ள அழகிய வாலிபனொருவன் வழி விலக்கத் தாராமணி தந்தையிடம் வந்து, அங்கு நின்றிருக்கும் தமயனைக் கண்டு, அவர் காலில் விழுந்து அழுதாள். தாராமணி உயிருடன் எழுந்து வந்தது பற்றி ராஜசேகரன், பாஸ்கரன், பத்மினி, தேவதத்தன் முதலிய அனைவரும் ஆனந்தமடைந்தார்கள்.

ராஜசேகரன் தம் மகளை நோக்கி, "குழந்தாய், நீ எவ்விதம் பிழைத்து வந்தாய்!" என்று வினவினார்.

தான் மட்டும் வேலைக்காரியுடன் வீட்டிலிருந்ததாயும் முதல் நாள் மாலை ஏழு மணிக்குச் சிறுவன் ஒருவனை யழைத்துக்கொண்டு ரமாகாந்தன் வீட்டிற்கு வந்ததாயும், அச்சிறுவன் பேசும் வன்மையும் உரைக்கும் விஷயங்களும் அற்புதமாயிருந்தது பற்றி அவனைத் தன்னுடன் இருக்கச் சொன்னதாயும், இரவு ஒன்பது மணிவரையில் அவனுடன் கடவுள் வழிபாடு பரோபகாரமேயாகும் என்ற விஷயத்தைப் பற்றிப் பேசிக் கொண்டிருந்துவிட்டுத் தான் தனது அறையில் தூங்கச் சென்றதாயும், வீட்டில் நெருப்புப் பிடித்துக்கொண்டதும் அச்சிறுவன் ஜன்னலின் வழியே குதித்து உள்ளே வந்து தன்னை யெழுப்பி வெளியிலழைத்து வந்து காப்பாற்றியதாயும், தனக்கு ஏற்பட்ட கலவரம் தெளியும் வரை ஓரிடத்தில் உட்கார்ந்திருந்து பொழுது விடிந்ததும் வந்து சேர்ந்த்தாயும், தன்னைக் காப்பாற்றிய உபகாரி இவனே என்றும் தன் கூட இருந்தவனைத் தாராமணி சுட்டிக் காட்டினாள்.

ராஜசேகரன் தம் மகளைக் காப்பாற்றிய சிறுவனை யருகிலழைத்துக் கட்டியணைத்து முத்திட்டுக்கொண்டு, ''புத்திசாலிக் குழந்தாய்! உன்னா லல்லவா என் குழந்தை உயிர் தப்பினாள்! உனக்கு என்ன வேண்டுமோ கேள்'' என்றார்.

பாஸ்கரன் இச்சிறுவனது முகவொளியையும் கம்பீர சுபாவத்தையும் கண்டு ''இவனைப் பிள்ளையா யடைந்த புண்ணியசாலிகள் யாரோ, எந்த பிரபுவோ?'' என்று எண்ணமிட்டுக் கொண்டிருந்தார். தேவதத் தனுக்கு இவனைக் கண்டதிலிருந்து மனத்தில் ஏத்தோ கலவர முண்டாயிற்று. தேவ தத்தன் மிகவும் இளைத்து முன்னிலும் கிருசமாயிருந்ததால் பலராமனுக்கும் அடையாளம் தெரியவில்லை. அங்குள்ளவர்களெல்லோரும் தமக்குள்ள ஆச்சரியத்தாலும்சந்தோஷத்தாலும்நெடுநேரம்பேசாமல்மௌனமாயிருந் தார்கள். அச்சமயம் ரமாகாந்தன் மூர்ச்சை தெளிந்து தாராமணியைக் காணவேண்டுமென்று அவ்விடம் வந்தான். ரமாகாந்தனை பாஸ்கரன் அருகிலழைத்து, ''இப்பிள்ளை யார்?'' என்று ரகசியமாய் வினவினார். ''என் குழந்தையைப் பிழைப்பித்த பாக்கியவான் யார்?'' என்று ராஜ சேகரன் ரமாகாந்தனைக் கேட்டார். தேவதத்தன் ஒன்றும் பேச முடியாமல் சித்த சுவாதீனமற்றவனைப் போல் உருள மிரள விழித்துக் கொண்டிருந்தார்.

ரமாகாந்தன் எல்லோரையும் அழைத்துக் கொண்டு தன் வீட்டிற்குச் சென்றான். அவ்விடம் அனைவரும் காலை ஆகாரம் புசித்ததும் ரமாகாந்தன் அச்சிறுவனைப் பற்றிச் சொல்ல ஆரம்பித்தான்.

தான் ராஜசேகரனிடம் வேலைக்கமர்ந்ததும், தாராமணி தமயனைக் குறித்து விசனித்ததும், பலராமனையும் மாதவியையும் திருடி வந்ததும், அவர்களைத் தன் தாயுடன் இரத்தினபுரியில் வைத்துக் காப்பாற்றியதும், வழக்கம் போலத் தான் இரத்தினபுரி சென்று அதற்கு முதல்நாள் திரும்பி வரும்பொழுது பலராமன் தன் கூட வருவதாக நிர்ப்பந்தம் செய்ததும்,

இரவில் வீடு தீப்பற்றியதறிந்து தான் ஓடி வந்ததும், புகையிலடிபட்டு விழுந்துவிட்டதும் விவரமாகக் கூறி, அச்சிறுவன் ஏழைக் கேசவன் மகன் என்றும், தேவதத்தனால் காப்பாற்றப்பட்டவனென்றும் ரமாகாந்தன் விவரமாய் எடுத்துரைத்தான். இதைக் கேட்டுக்கொண்டிருந்த பாஸ் கரனும் ராஜசேகரனும் தம்மை யறியாமல் கண்ணீர் பெருக்கிய வண்ணமாயிருந்தார்கள். தேவதத்தன் மூர்ச்சித்துக் கிடந்தார். பலராமன் ஓடிச் சென்று 'அப்பா' என்று தேவதத்தனை எடுத்து மடியிற் படுக்க விட்டுக் கொண்டு தேற்றினான். பலராமன் இவனென்றறிந்ததும் தாராமணி இரத்தினபுரிக்கு மோட்டாரையனுப்பிக் குழந்தை மாதவியை உடனே அழைத்து வரச்செய்து தான் நேரில் சென்று தமையன் மனைவியாகிய வித்யாவதியை யழைத்து வந்தாள். தேவதத்தனும் வித்யாவதியும் தம் குழந்தைகளைக் கண்டு ஆனந்தக் கண்ணீர்விட்டார்கள். ராஜ சேகரன் மருமகளைக் கிட்ட அழைத்து ''அம்மணி, நான் யாரைப் பச்சாத் தாபமின்றிக் காலாலுதைத்துத் தள்ளினேனோ அவனாலேயே என் மகள் காப்பாற்றப்பட்டிருக்கிறாள். ஐசுவரிய மதத்தில் ஆழ்ந்துகிடந்த எனக்குப் பரோபகார சிந்தை எள்ளளவு மற்றிருந்ததால் பாபம் புண்ணியம் பச்சாத் தாப மென்ற குணங்கள் என்னிடம் எள்ளளவு மில்லாமலிருந்தன. இப்பொழுதே எனக்கு அகங்காரம் தொலைந்தது. அமைதியுண்டாயிற்று. நான் செய்த பிழைகளை மன்னித்து நீங்களிருவரும் என்னுடன் கூட வசிக்கவேண்டும்'' என்று கூறினார். தேவதத்தன் தந்தையின் காலைப் பிடித்துக்கொண்டு தமது குழந்தைகளை மனப்பூர்வமாய் அங்கீகரித்துக் கொள்ளவேண்டுமென்று மன்றாடியதும் பலராமனும் மாதவியும் இனித் தமது குழந்தைகள் தான் என்று ராஜசேகரன் உறுதிமொழியளித்தார்.

பலராமனுக்கு எதைப் பரிசளிக்கலாமென்று ராஜசேகரன் வினவினார், தம் பெண்ணின் நோக்கத்தை நன்கறிந்திருந்த பாஸ்கரன் தம் பெண் பத்மினியை யளிப்பதாகக் கூறியதும் அனைவரும் அதிசயித்தார்கள்.

பாஸ்கரன் ரமாகாந்தனை ராஜசேகரனுக்கருகிலழைத்துச் சென்று தமது கூட்டாளியாயிருந்து கால வித்தியாசத்தினால் நஷ்டமடைந்த ஸ்ரீதரனின் பிள்ளையாகிய ரமாகாந்தனுக்குத் தாம் பாதி சொத்துக்களை யளிப்பதாயும், அவனைக் கிருகஸ்தனாகச் செய்வது ராஜசேகரன் கடமை என்றும் கேட்டுக்கொண்டார். ராஜசேகரன் தாராமணியின் இஷ்டத்தை யறிந்து வரும்படி வித்யாவதியிடம் தெரிவித்தார். ரமாகாந்தனைப் புருஷனாக ஏற்கனவே தாராமணி வரித்திருந்ததால் தாராமணியை ரமாகாந்தனுக்களிப்பதாய் நிச்சயமாயிற்று.

மாதவி தன்னை வளர்த்த அன்னையாகிய வித்யாவதியின் மடியிலுட் கார்ந்து பேசிக்கொண்டிருந்தாள். ஆபத்தெல்லாம் நீங்குவதற்கு உதவி புரிந்த தாசி காந்தாமணிக்கும் தேவதத்தன் நன்றியறிதலைக் காட்டும் நிமித்தம் அவளைத் தம் வீட்டிலேயே வசிக்கச் செய்தார். தாசி காந்தாமணி இப்பொழுது ஒரு தபஸ்வினியாக மாறிவிட்டாள். ரமாகாந்தனுக்கும் தாராமணிக்கும், பத்மினிக்கும் பலராமனுக்கும் ஒரே முகூர்த்தத்தில்

விவாகம் சிறப்பாய் நடந்தேறியது. இந்நால்வரும் தொழிலாளிகளின் விஷயமாக மெத்த சிரத்தை எடுத்து அவர்களுக்குக் கல்வி அறிவு, அடக்கம், அமைதியான வாழ்வு, சச்சரவற்ற குடும்ப வாழ்க்கை, சந்தோஷமான நிலைமை இவைகள் ஏற்படுவதற்கான வழிகளைச் செய்துவந்தார்கள். இதனால் பாஸ்கரன் பஞ்சாலையில் அளவற்றலாபமும் கிடைக் கவாரம்பித்தது. வேலையாட்கள் நன்றியறிவுடன் காலத்தைக் கணக் கிடாமல் அவ்விடம் தங்கி மெத்த வணக்கத்துடனும் பிரியத்துடனும் சுறுசுறுப்புடனும் உழைப்புடனும் வேலை செய்யலானார்கள். தொழில் அபிவிருத்தியில் தம் முதலைப் போட்டுத் தொழிற்சாலை நடத்த முன்வரும் தனவந்தர்களுக்கெல்லாம் பாஸ்கரனுடைய தொழிற்சாலை நல்வழியையும் புத்திமதியையும் அபிவிருத்தியையும் நன்கு விளக்கிக் காட்டுவதாயிருந்தது.

தேவதத்தன் தாம் நடத்திவந்த திண்ணைப் பள்ளிக்கூடத்தை உயர்தர சுதேச கலாசாலையாக்கி அதில் மாணவர்களுக்குத் தற்காலம் வேண்டிய விஷயங்களையும் மதபோதனைகளையும் நன்கு போதிக்கச் செய்தார்.

ரமாகாந்தன் பொது ஜனங்களுக்கும் ஏழைத் தொழிலாளிகளுக்கும் உபயோகமாகும்படி பலவிடங்களில் புத்தசாலைகளை ஸ்தாபித்தார். வித்யாவதியின் யோசனையின்படி பெண்மக்களுக்கென்று தனியாக புத்தகாலயங்கள் ஏற்பட்டதுடன் கிராமங்கள் தோறும் புத்தகங்களை யனுப்பிப் பெண்மக்கள் ஓழிந்த நேரங்களில் வீட்டிலேயே படிக்கும்படி உற்சாகப்படுத்தினார். வீரனும் பவானியும் தேவதத் தனிடமே இருந்தார்கள். பவானியின் மகன் விநோதன் இப்பொழுது பாஸ்கரன் தொழிற்சாலைக்கு மானேஜாரயிருக்கிறான்.

வாசகர்களே, முடிவில் உங்களிடம் விக்ஞாபனம் செய்துகொள்ள வேண்டிய விஷயமொன்றிருக்கிறது. அதாவது, ராஜசேகரரின் வீட்டி லிருந்து பத்திரத்துடன் வெளிப்பட்ட புருஷோத்தமன் இருக்குமிடம் இன்று வரையில் தெரியவில்லை.

இதைப் படிப்பவர்களில் எவரேனும் புருஷோத்தமனை ஒருகால் காணும் பட்சத்தில் ராஜசேகரன் அவனை மன்னித்துவிட்டதாயும், பெருந் தகைமையும் பச்சாத்தாபமும் உருவாகக் கொண்டிருக்கும் தேவதத்தன் புருஷோத்தமனுக்கு ஆதரவுகாட்டச் சித்தமாயிருப்பதாயும் தயவு செய்து அவனிடம் தெரிவிப்பீர்களாக.

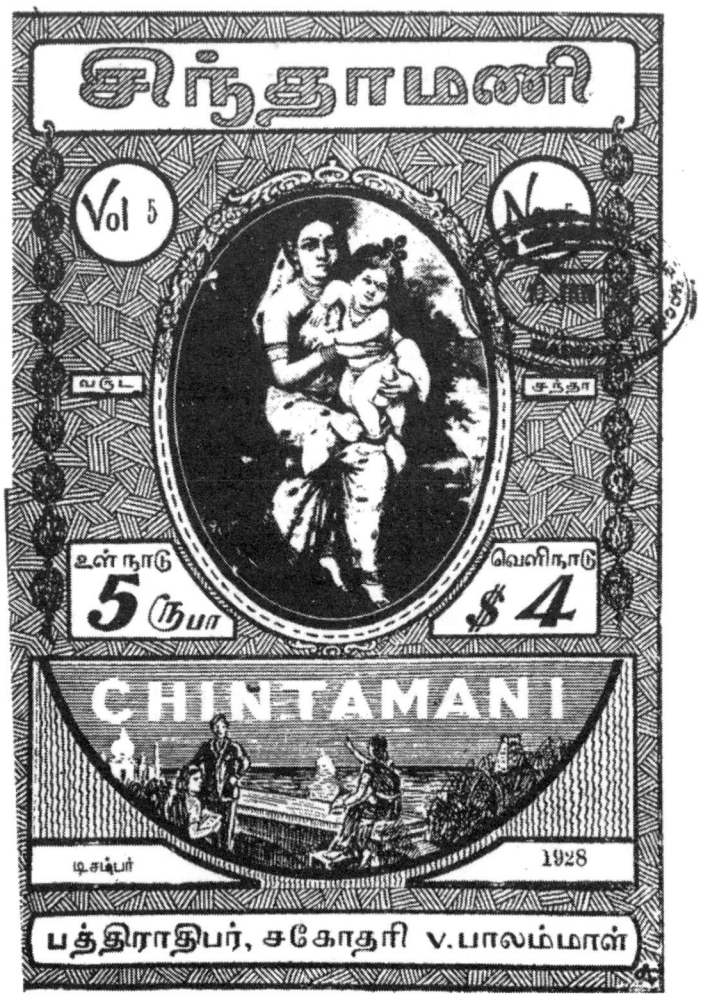

No. M. 1957. WHOLE NUMBER 53. VOL. V, NO. 5.

. No. M. 1957. WHOLE NUMBER 44. VOL. IV, NO. 8.

பத்திராதிபர் சகோதரி வி. பாலம்மாள்.

Vol. IV.] March 1928. [No. 8.

பொருளடக்கம்.

	பக்கம்.		பக்கம்.
போத ராம சரிதம்—அர்த்தத்துடன் (சகோதரி வி. பாலம்மாள்)	... 454	மங்கையரின் உரிமைகள் (ஸ்ரீமான் S. தேசிகவிநாயகர்.)	... 479
பெண்மக்களின் விவாக வயது (பத்திராதிபர்)	... 455	அன்பின் பங்கு	... 480
பரம்பி வாணம் (...வஞ் சென்ற ஸ்ரீமதி R. பாப்பம்மாள்)	... 457	கை ராட்டினம் (ஸ்ரீமதி பி. மங்களாம்பாள்)	... 486
...திக் கிணங்கு (...ன் A. சந்தனஸ்வாமி, B.A.)	... 458	... (ஸ்ரீமதி ருக்மணியம்மாள்)	... 492
...ன் அல்லது பாதகண்டத்துக் கௌக் ...ரொடி (ஸ்ரீமதி பாகீரதி அம்மாள்)	... 461	தேசியத் தாலாட்டு (ஸ்ரீமான் "கோமதியப்பன்" பாடியது)	... 503
...ல்வி (மிஸ் K. கமலாம்பிகை)	... 463	அடமேதுவின் உபாயம் (ஸ்ரீமதி S. R. ஜானம்மாள்)	... 504
...ணம் (...ன் M. M. N. அய்யர்.)	... 466	ஸ்ரீ கிருஷ்ணனும் அவருடைய உபதேசமும் (ஸ்ரீமான் M. C. கிருஷ்ணசாமி.)	... 506
...மையும் எளிய வாழ்வும் (...ன் ஆரியூர் வ. பதுமநாப பிள்ளை.)	... 470	காலத்தின் கொடுமை (ஸ்ரீமதி சந்தாம்.)	... 508
...யுத்த (சுவாமி அற்புதானந்தர்.)	... 474	கிசௌபதியும் சத்தியபாமையும்	... 509
		பெண்களின் தர்மம் (ஸ்ரீமதி K. கமலாம்பாள்)	... 511

All Rights Reserved.

...ர் சந்தா ரூ. 5. தனி பிரதி—அணா 4.

❖ பாலம்மாள் ❖ 137

No. M. 1957 WHOLE NUMBER 26.

சிந்தாமணி

தமிழ் நாட்டுப் பெண்மணிகளின் முன்னேற்றத்தை முக்கிய
மாகக்கொண்டு வெளிவரும் ஓர் உயர்தர மாதாந்தத் தமிழ்ப் பத்திரிகை.

பத்திராதிபர் சகோதரி வி. பாலம்மாள்.

III.] அக்ஷய புரட்டாசி—September 1926. [இதழ் 2.

சிந்தாமணி வருஷ சந்தா விவரம்.

ஜீவிய (சாசுவத) சந்தாதார்க்கு உள்நாடு 50—0—0 வெளிநாடு 60—0—0

	ரு.	அ.	பை
மகா ராஜாக்களுக்கு வருஷ சந்தா	50	0	0
ஜமீந்தார்களுக்கு	30	0	0
போஷகர்களுக்கு	25	0	0
நன்கொடையாளருக்கு...	15	0	0
அபிமானிகளுக்கு	10	0	0
உள்நாடுகளுக்கு	5	0	0
வெளி நாடுகளுக்கு	6	0	0

—உள் நாடு ரு. 5.

All Rights Reserved.

 வெளி நாடு ரு. 6

ஸ்ரீமதி ஸரோஜினி தேவி

தென்னாப்பிரிக்காவின் நிலைமை.

"தென்னாப்பிரிக்காவில் ராஜீய விஷயங்களில் தாராள புத்தி காட்டப்படாமற் போனாலும் மற்ற விஷயங்களில் தாராள மனது காட்டப்படுகிறது. எல்லா வகுப்பினரும் என்னை வரவேற்று உபசரிப்பது இத்தேசத்திலுள்ள எனது சகோதர சகோதரிகள் நடத்தப்படுவதற்கு நேர் விரோதமாக விருக்கிறது. ஏதோ காரண மில்லாமல் ஒரு பயத்தினாலும், தப்பபிப்பிராயத்தினாலுமே இப்பொழுது தோன்றியுள்ள கஷ்டங்க ளேற்பட்டிருக்கின்றன. ஒரு சர்வ சகலபக்ஷ மகாநாட்டைக் கூட்டி அவரவர்கள் தங்கள் தங்கள் அபிப்பிராயங்களைச் சபை முன்னிலையில் வெளியிட்டால் இவ்விஷயங்கள் ஒரு விதமாக முடிவு செய்யப்படலாம். தென்னாப்பிரிக்கா விஷயத்தில் இப்பொழுது மிகுந்த தீர்க்க தரிசனம் காட்டப்பட வேண்டும். இந்தியாவிலுள்ள கிளர்ச்சி நடக்க வேண்டுமென்றும் ஆனால் அது எவ்விதத்திலும் விரோதப் பான்மையைக் காட்டக் கூடாதென்றும் எனக்குத் தோன்றுகிறது."—ஸ்ரீமதி ஸரோஜினி தேவியின் அபிப்பிராயம்.

CHINTHAMANI.
A HIGH CLASS TAMIL MONTHLY.
(Devoted mainly to the cause of Indian Women.)

EDITED BY   SISTER V. BALAMMAL.

Vol. I.   August 1924.   No. 1.

श्रीशारदायै नमः ।

श्रीरामचन्द्र परब्रह्मणे नमः

❖ தடாகம் வெளியீடு ❖

சிந்தாமணி

ஸுபோத ராம சரிதம்.

COMPOSED AND ANNOTATED BY
SISTER V. BALAMMAL
DAUGHTER OF
Late Dr. A. R. VAIDYANATHA SASTRIAR, M.A., M.B. & C.M.

(*All Rights reserved by the Authoress*)

सुबोधरामचरिते

॥ युद्धकाण्डः ॥

अधिरुह्याञ्जनापुत्रं सौमित्रिर्बलसंयुतः ।
विभीषणेनानुयातो जगामेन्द्रजितं प्रति ॥ २५ ॥

बलसंयुतः சைனியங்களுடன் கூடினவரும் विभीषणेन விபீஷணரால் अनुयातः பின் தொடரப் பெற்றவரும் ஆகிய सौमित्रिः லக்ஷ்மணர் अंजनापुत्रं அஞ்சனேயர் மீது अधिरुह्य ஏறிக் கொண்டு इन्द्रजितं-प्रति இந்திரஜித்தைக் குறித்து जगाम சென்றார் ॥ २५ ॥

त्रिरात्रं तेन युद्ध्वाऽथ हत्वा तस्याखिलं बलम् ।
ऐन्द्रास्त्रेण प्रचिच्छेद कन्धरां तस्य लक्ष्मणः ॥ २६ ॥

लक्ष्मणः லக்ஷ்மணர் तेन அந்த இந்திரஜித்துடன் त्रिरात्रं மூன்று இரவுகள் युद्ध्वा யுத்தம் செய்து तस्य அவனுடைய अखिलं சமஸ்தமான बलं சைனியங்களையும் हत्वा கொன்று अथ பிறகு तस्य இந்திரஜித்தினுடைய कन्धरां தலையை ऐन्द्रास्त्रेण இந்திரனுடைய பாணத்தினால் प्रचिच्छेद வெட்டி வீழ்த்தினார் ॥ २६ ॥

सौमित्रिणा हते तस्मिन्मेघनादे रणाङ्गणे ।
ववृषुः पुष्पनिचयं वासवप्रमुखाः सुराः ॥ २७ ॥

रणांगणे யுத்த களத்தில் सौमित्रिणा லக்ஷ்மணரால் तस्मिन् அந்த मेघनादे மேகநாதன் हते (सति) வீழ்த்தப்பட்டதும் वासवप्रमुखाः இந்திரன் முதலிய सुराः தேவர்கள் पुष्पनिचयं பூ மழையை ववृषुः பொழிந்தார்கள் ॥ २७ ॥

तुष्टुवुश्च महाभागं लक्ष्मणं सिद्धचारणाः ।
तुष्टुवुर्मुनिसङ्घाश्च जगुर्गन्धर्वकिन्नराः ॥ २८ ॥

महाभागं உத்தமனாகிய लक्ष्मणं லக்ஷ்மணனை सिद्धचारणाः சித்தர்கள் तुष्टुवुः துதித்தார்கள் मुनिसंघाः ரிஷிகள் तुष्टुवुः ஸ்தோத்தரித்தார்கள் गंधर्वकिन्नराः च கந்தர்வகின்னரர்கள் जगुः புகழ்ந்து பாடினார்கள் ॥ २८ ॥

(*To be continued*)

ஸ்ரீராமஜெயம்.

சிந்தாமணி
ஓர் உயர்தர மாதாந்தத் தமிழ்ப் பத்திரிகை.

பெண்மணிகளின் முன்னேற்றத்திற்கென வெளிவருவது.
ஆரம்பம் ரக்தாக்ஷி ஆவணி 1924 ஆகஸ்டு.

பத்திராதிபர் சகோதரி வி. பாலம்மாள்.

மலர் 6] சுக்கில—கார்த்திகை-மார்கழி. [இதழ் 5-6.

பெண்மக்களின் தேகப்பயிற்சி.

(பத்திராதிபர்.)

சென்ற இதழில் பெண்மக்களின் சுகாதார வாழ்க்கையைப் பற்றிக் கூறப்பட்டது. சுகாதாரத்திற்கு இயற்கை, செயற்கை இருவழிகளிலும் சௌகரியங்கள் முக்கியமானவைகளாயிருப்பதுடன் தேகப் பயிற்சி என்பது எல்லாவற்றிலும் முதன்மை பெற்றுள்ளது. தேகப் பயிற்சி என்பது இளமைமுதல் விளையாட்டுக்களின் மூலமாக மக்களுக்கு ஏற்படுவதாகும். வயது செல்லச் செல்ல ஆண், பெண் இருபாலார்களின் தேகப் பயிற்சியும் வெவ்வேறு வழிகளில் மாறி விடுகின்றது. பெண்கள் (பெண் மக்களாக வாழும்) வாழ்க்கையில் தேகப் பயிற்சியானது அவர்களின் தினசரியிலேயே அடங்கியுள்ளது. பெண்கள் அதிகாலையில் துயிலெழுந்து தங்கள் தேகத்தையும் வீட்டையும் சுத்தம் செய்து வைத்தல் முதற்கடமையாம். தண்ணீர் எடுத்தல் துணி, துவைத்தல், சமைத்தல் முதலியவைகளில் பெண்கள் தேகக் கூறுக்கு ஏற்றதான தேகப் பயிற்சி அமைந்திருக்கின்றது. தான் பெற்ற குழவிக்குத் தன் பாலை யூட்டுதலும் தேகப்பயிற்சியே யாகும். பெண்களின் தேகப் பயிற்சியானது இவ்வழியில் கையாளப்படுவதினால் அவர்கள் சுகாதாரத்துடன் இருப்பதுடனில்லாமல் மற்றவர்களின் சுகாதாரத்தையும் பேணி நடக்கும் பாக்கியவதிகளெனப்படுகிறார்கள். மக்கள், கணவன் இவர்களுடைய உண்டியைத் தமது பார்வையில் தயாரித்து அக்கறை து தயாரிக்கத்

சிந்தாமணி.

கபோத ராம சரிதம்.

COMPOSED AND ANNOTATED BY
SISTER V. BALAMMAL
DAUGHTER OF
Late Dr. A. R. VAIDYANATHA SASTRIAR, M.A., M.B. & C.M.

सुबोधराम चरिते

बालकाण्डः

राज्ञः पङ्क्तिरथस्याथ पुत्रार्थं कुर्वतः क्रतुम् ।
सुतो भूत्वा चतुर्धोऽहं हनिष्यामि भवद्द्विषम् ॥ १५ ॥

अथ இப்பொழுது पुत्रार्थं பிள்ளையின் பொருட்டு क्रतुं யாகத்தை कुर्वतः செய்கி[illegible] पङ्क्तिरथस्य தசரதருக்கு अहं நான் चतुर्धा நான்கு [illegible] सुतः பிள்ளையாக भूत्वा [illegible] भवद्द्विषं உங்கள் சத்துருவை हनिष्यामि கொல்லுகிறேன்.

अथ सर्वे सुरास्तावदाज्ञया परमेष्ठिनः ।
स्वांशैरुत्पादयामासुर्वालिमुख्यान्बहून्कपीन् ॥ १६ ॥

अथ பிறகு सर्वे [illegible] सुरास्तावत् தேவர்களெல்லாம் परमेष्ठिनः [illegible] தேவரின் आज्ञया உத்தரவின்படி वालिमुख्यान् வாலியை முதல்வனாகப் பெற்ற बहून् [illegible] कपीन् வானரர்களை स्वांशैः தங்கள் அம்சங்களினால் उत्पादयामासुः உண்டாக்கினார்கள்.

ततस्सुग्रीवमुख्यास्ते कृत्वा वालिनमीश्वरम् ।
साकं जाम्बवता स्वेच्छं किष्किन्धानगरेऽवसन् ॥ १७ ॥

ततः அதன் பிறகு सुग्रीवमुख्याः சுக்ரீவன் முதலிய ते அந்த வானரர்கள் वालिनं வாலியை ईश्वरं அதிபதியாக कृत्वा செய்து जाम्बवता ஜாம்பவானுடன் साकं கூட किष्कि[illegible] கிஷ்கிந்தை நகரத்தில் स्वेच्छं தங்கள் இஷ்டமாக अवसन् வசித்தார்கள்.

राजा दशरथः कृत्वा हयमेधं महाक्रतुम् ।
ऋष्यशृङ्गं पुरोधाय पुत्रीयेष्टिमथाकरोत् ॥ १८ ॥

राजा அரசனாகிய दशरथः தசரதர் महाक्रतुं [illegible] हयमेधं [illegible] कृत्वा செய்து अथ பிறகு ऋष्यशृङ्गं ரிஷ்யசிருங்க முனிவரை पुरोधाय [illegible] पुत्रीयेष्टिं புத்திரகாம இஷ்டியை अकरोत् செய்தார்.

(To be continued.)

ஸ்ரீ.
மயிலாப்பூர்

ஸ்ரீராம ஜயம்.

சிந்தாமணி

தமிழ் நாட்டுப் பெண்மணிகளின் முன்னேற்றத்தை முக்கிய
மாகக்கொண்டு வெளிவரும் ஓர் உயர்தர மாதாந்தத் தமிழ் பத்திரிகை.

பத்திராதிபர் — ஸகோதரி வி. பாலம்மாள்.

[illegible] I.] ரக்தாக்ஷி—மார்கழி [இதழ் 5.

பெண்களும் சொத்துரிமையும்.

(பத்திராதிபர்).

[illegible] சாஸ்திரத்தை அனுசரித்து [illegible] இருக்கும் நிலைமையில் பெண்பிறந்தால் [illegible] வீட்டுச் சொத்துக்களில் பாகமில்லா[illegible] இருக்கிறது. ஆண் [illegible] இறந்து அக்குடும்பம் அழிபட்ட [illegible] குடும்பமாயிருக்கும் பக்ஷத்தி[illegible] பெண் வாரிசுகளுக்குச் சொத்துச் சேர [illegible] கிடைக்கும் தாயாதிக்காரர் அடை[illegible] நிலைமை இடமளிக்கிறது. இச் [illegible] ஆசாரமாயிருக்கும் [illegible] சொல்லுங்கால் அக்காலம் [illegible] இருந்ததென்பதை அறிந்து கொள் [illegible] ஒரு பெண் பிறந்தால் [illegible] தேடி கன்னிகாதானம் செய்து [illegible] வேண்டுமென்றும், பணத்திற்

காகக் கன்னிகையை விக்கிரயம் செய்யக் கூடா தென்றும், வீட்டில் பிறந்த பெண் கணவன் வீட்டில் [illegible] அப்பா அம்மா தாய் தந்தையரைச் சாருமென் [illegible] கட்டுப்பாட்டுடன் அக்கால மிருந்தபடி யால் அதை ஆதாரமாகக் கொண்டு பெண்கள் புருஷன் வீட்டில் பாத்திய முள்ளவர்களாத லால் பிறந்த வீட்டில் பாகத்திற்குரியவரல்லர் என்றும் நிர்மாணிக்கப்பட்டிருக்கலாம். அத் [illegible] கன்னிகையை நல்லவர்களுக்குத் தானம் செய்கையில் கோதானம், பூதானம், சுவர்ண தானம் இவைகளுடனும் ஆபரணங்களுட னும் இருக்கவேண்டு மென்பது முக்கியம். [illegible] இக்காலத்தில் கன்னி கையை மட்டும் தானம் செய்பவர்களும்

ஆசிரியரின் பிற நூல்கள் தடாகம் பதிப்பகத்திலிருந்து

இரட்டைமலை சீனிவாசனின்
மத நிலைப்பாடு

ISBN: 978-93-88627-04-7
INR : 100.00

இரட்டைமலை சீனிவாசனின் மத நிலைப்பாடு

இந்துமதப் படிநிலைச் சாதியச் சமூகத்தில் சமூக விடுதலைக்கான சாதி இயக்கங்களின் சிந்தனையும் செயல்பாடும் பன்மைத் தன்மை கொண்டவை. மனிதகுல வரலாற்றில் இயற்கை வழிபாட்டில் தொடங்கி மத நிறுவனமாக மாற்றப்பட்ட பரிணாமத்தில் அதனோடு இணைந்த, விலகிய இயக்கமும் அடங்கும். தீண்டாமை இழிவுக்குக் காரணமான படிநிலைச் சாதியக் கட்டுமானத்தை நிறுவி புனிதம் தீட்டு என்ற எதிர்மறைக் கருத்துகளின் வழி சாதியை நியாயப்படுத்தும் அசகோதரத்துவ இந்துமதத்தைப் புறக் கணிப்பதும் சகோதரத்துவத்தை கற்பிக்கும் மதங்களைக் கைக் கொள்வதும் ஒடுக்கப்பட்ட சாதி இயக்கங்களின் ஓர் அங்கம். அதேசமயம் மாற்று மதத்தைத் தழுவுவது மட்டும் இயக்கம் அல்ல. இந்து மதம் எனக் கூறப்படும் சைவ, வைணவத்துக்கு முரணான வழிபாட்டு முறையைக் கொண்டிருக்கும் தலித்துகள் தீண்டாமையிலிருந்து விடுபட பவுத்தம், கிறிஸ்துவம், இஸ்லாம் ஆகிய மதங்களை மட்டுமின்றி பகுத்தறிவையும் நாத்திகத்தையும் கைக்கொண்டனர். இப்பன்மைச் செயல்பாடு குறுக்கப்பட்டு பவுத்தத்தை மையமிட்டு ஒற்றைத் தன்மையுடன் தலித் இயக்கமும் வரலாறும் கட்டமைக்கப்படுகிறது. தலித் இயக்கத் தலைவர் அனைவரையும் மதச் சிமிழுக்குள் அடைக்கும் போக்கில் இரட்டைமலை சீனிவாசனும் சிக்கியிருக்கிறார்; அவர் சமயச் சார்பற்ற நிலைப்பாட்டைக் கொண்டவர் என்பதை இந்நூல் நிறுவுகிறது.

பறையன் பாட்டு: தலித்தல்லாதோர் கலகக் குரல்

தமிழ் ஐந்திணை சமநிலைச் சமூகமும் ஆரியத்தின் நால்வருண படிநிலைச் சாதியமும் முரண்பட்டவை. சமநிலைச் சமூகம் படி நிலைச் சாதியத்தைத் தொடர்ந்து எதிர்க்கிறது. இதில் கலை வடிவம் இன்றியமையாதது. இசையின்றி இயக்கமும் இயக்கமின்றி இசையு மில்லை. பறையிசையும் பறையன் பாட்டும் படிநிலையைப் பலி யிடப் போராடுகிறது. படிநிலைச் சாதியைத் தோலுரித்து தோற் கடிக்க பறையரல்லா தமிழர்களால் **1920**களில் பறையன் பாட்டு கள் படைக்கப்பட்டன. படிநிலையையும் புராணங்களையும் பகுத் தறிவோடு பார்ப்பதோடு பகடியும் பரவியுள்ளது. பத்திரப் படுத்து வோம் பறையன் பாட்டுகளை.

ISBN: 978-81-934765-1-2
INR : 80.00